கடைநிலை
(நாவல்)

உஷாதீபன்

நன்னூல் பதிப்பகம்
மணலி-610203
திருத்துறைப்பூண்டி

கடைநிலை

நூலாசிரியர்: உஷாதீபன் ©
முதல் பதிப்பு: டிசம்பர்-2024
பக்கங்கள்: 300
உரிமை: ஆசிரியருக்கு

வெளியீடு:
நன்னூல் பதிப்பகம்
தொடர்பு எண்: 99436 24956
மணலி, திருத்துறைப்பூண்டி - 610 203
nannoolpathippagam@gmail.com
விலை ரூ.350

KADAINILAI

Author: **UshaDeepan** ©
First Edition: December-2024
Pages: 350

ISBN 978-93-94414-91-4

Published by:

Nannool Pathippagam

Contact No. **99436 24956**
Manali, Thiruthuraipoondi - 610203
nannoolpathippagam@gmail.com

Price ₹ 350

அட்டை-உள்பக்க வடிவமைப்பு: சு. கதிரவன்

Printed at : ASX Printers, Chennai - 5.

சமர்ப்பணம்

பெற்றோருக்கு...

என்னுரை

எங்கெல்லாம் தன் சுய காரியங்களை நிறைவேற்றிக் கொள்ள இயலாமல் மனிதர்கள் தவிக்கிறார்களோ ஆதரவற்று நிற்கிறார்களோ அவர்களெல்லோருமே கடைநிலையில், கதியற்று உள்ளவர்கள்தான் என்றே கொள்ளலாம். அது வீடென்றாலும், பணியிடங்கள் என்றாலும், பொதுவெளி என்றாலும் நிலை ஒன்றுதான். அவர்களை அடையாளம் கண்டு ஆதரவளிப்போர் குறைவே. சிரித்தாலும் அழுதாலும் நிலை ஒன்றுதான். சென்றாலும் நின்றாலும் வழி ஒன்றுதான்... எங்ஙனமேனும் அதற்கு ஒரு வழி பிறக்கும்.

பணியிடங்களிலும் சரி, சொந்த வாழ்க்கையிலும் சரி... அடுத்தவர்களை நாடி நிற்பவர்கள், இன்னொருவரின் உதவியை எதிர்பார்த்துக் காலம் கழிப்பவர்கள், காத்துக் கிடப்பவர்கள், தங்களின் முறை வரும் வரும் என்றே பின்னோக்கிப் போன காலங்களை ஏக்கத்துடன் நோக்கி உரிமைகளை இழந்தவர்கள், காரியங்களை நிறைவேற்றிக் கொள்ள முடியாதவர்கள் இப்படிச் சொல்லிக்கொண்டே போகலாம். அவர்களெல்லாருமே பரிதாபத்துக்குரிய வர்கள்தான். இரக்கத்திற்குட்பட்டவர்கள்தான். அனு தாபம் கொள்ள வேண்டியவர்கள்தான்.

இதில் ஏற்ற இறக்கமின்றி மேல் பதவி, கீழ் பதவி, கடைநிலைப் பணி என்று பல்வகையினரும் அகப்பட்டு மனம் உழன்றும், நிம்மதியின்றியும், பிறழ்வு கொண்டவர் களாகவும், செயலூக்கம் அற்றவர்களாகவும், செயல் திறன் இழந்தவர்களாகவும் காலத்தைக் கழித்து இறுதி நிலையில் நிம்மதியற்று நலிந்து விலகிப் போகும், வெறுத்து ஒதுங்கும் பரிதாப ஜீவன்களாக வெறுமை நோக்கிக் காணாமல் போகிறவர்களாக சிலரைக் காண முடியும்.

இந்த நாவல் அந்தக் கடைசி நிலை...கடைநிலை மனிதர்களைப்பற்றி இடைநிலைப் பண்பாளர்களைப் பற்றி நல்லதும் அல்லாததுமாக அவர்கள் எப்படியெல்லாம் சூழல்களால், தன் சுயங்களால், சுற்றுச் சார்புகளால் பாதிக்கப்பட்டு இயங்கு தளத்தில் தடுமாறுகிறார்கள் தன்னை நிலை நிறுத்திக் கொள்ள இயலாமல் சிறுத்துப் போகிறார்கள் வெவ்வேறு பணியின்பாற்பட்டு அன்றாடங்களில், வாழ்வியலில், யதார்த்தத்தில் கரைந்து போகிறார்கள் என்பதை மெல்ல மெல்ல விவரித்துப் பயணிக்கிறது.

இந்நாவலில் அதிகாரிகள் முதல், கடைநிலைப் பணியாளர்கள் வரை அவர்கள் சார்ந்துள்ள பணி, அதை நிறைவேற்றும் தன்மை, அதில் உண்டாகும் இடர்பாடுகள், அதனை வெற்றிகரமாகச் செயலாக்கம் கொள்வதில் ஏற்படும் நெளிவு சுளிவுகள், தவிர்க்க இயலாத இரகசியங்கள், தெரிந்தே தவிர்க்கும் நிலமைகள் அவற்றினால் பணியாளர்களுக்கு ஏற்படும் பின்னடைவுகள், எல்லோரையும் திருப்திப்படுத்தி எந்த நிர்வாகத்தையும் கடைத்தேற்ற இயலாது என்பதான கடின விதிமுறைகள், மன வருத்தங்கள், பொருட்படுத்தாத் தன்மை, கடந்து போகும், துடைத்தெறியும் லாவகம், மதிப்புள்ளதும் மதிப்பற்றதுமான தவிர்க்க இயலா நடவடிக்கைகள் இம்மாதிரிப் பல்வேறு இயங்கு தளத்தின் நடுவே நிதானத்தை, நற்செயல்பாட்டை நழுவ விடாத திடமான நன்னோக்கம் கொண்டவர்கள், அவர்களால் ஸ்திரமாய் மேற்கொள்ளப்படும் நிர்வாக நடைமுறைத் திறன், நெறி பிறழாத நடைமுறைகள், பணியாளர் நலன்களுக்கான சங்க நடவடிக்கைகள், அவற்றின் முனைப்பான மோதல் விளையாட்டுக்கள் என்று பல்வேறு வகையிலுமான காட்சிப் படிமங்கள் இந்நாவலில் கருத்தோடும், கவனிக்கத்தக்க விதத்திலும் பயணப்பட்டுள்ளன.

எத்தனையோ வகையான பிரச்னைகள் இருந்தாலும், எதிர்வினைகள் தென்பட்டாலும் எல்லாவற்றையும்

நிதானமாய் உள் வாங்கி, சிந்தித்துச் செயல்பட்டு ஆக வேண்டிய காரியங்களை செவ்வ னவே நிறைவேற்றுவதற்கு எல்லா இடங்களிலும் அன்பும் ஆதரவுமான, பக்குவப் பட்ட ஒரு சிலர் இன்னும் இருந்து கொண்டுதான் இருக் கிறார்கள். அவர்களால் பலரும் பயனடைந்து அந்தக் குணச்சித்திரத்தைப் போற்றிப் புகழ்ந்து மதித்து அக மகிழ்ந்து தங்கள் காலக் கணக்கினைக் கோணலின்றி நேர்மறை நிலையில் செயல்திறனோடு நிறைவேற்றி நிம்மதியுறுகிறார்கள்.

இந்த நாவலில் வரும் பல்வேறு விதமான கதா பாத்திரங்கள் நம் அன்றாட வாழ்வில் நாம் அடிக்கடி சந்தித்தவையாகவும், சந்தித்துக் கொண்டிருப்பவையாகவும், நமக்குப் பலனும், இடர்பாடும், மகிழ்ச்சியும், வருத்தமும் கொண்டாட்டமும் ஏற்படுத்தியவையாகவும் வலம் வருபவை. ஆனால் இன்னல்படும் எல்லா மனிதர்க்கும் ரட்சகன் என்றொருவன் தன்னலமற்று பொது நன்மைக் காக எங்கும் நிறைந்திருப்பான் என்கிற நியதியை வலியுறுத்தும் அரிய படைப்பாகவும் இந்த நாவல் பயணிக்கிறது.

நம் வாழ்வின் அனுபவங்கள் நம்மைப் புடம் போட்டு உயர்த்தி நிறுத்துகின்றன. இந்த நாவலின் நோக்கம் மனித மேன்மையை உணர்த்தும் விதமாய் வடிவமைக்கப் பட்டுள்ளது என்பது திண்ணம்.

வாசக உள்ளங்கள் படித்து உணர்ந்து, ரசித்து செழுமை யான நற்சிந்தனைக்கு நிச்சயம் ஆட்படுவார்கள். வாழ்க நலம்.

- உஷாதீபன்

எஸ்2 - ப்ளாட் எண்.171, 172
மேத்தாஸ் அக்சயம், மெஜஸ்டிக் அடுக்ககம்,
ராம் நகர் தெற்கு 12-வது பிரதான சாலை
மடிப்பாக்கம், சென்னை-600 091.
போன்: 94426 84188 | ushaadeepan@gmail.com

1

ஐயா...டீ வாங்கிட்டு வரட்டுங்களா... - கௌஸ் பாய் வழக்கம்போல் வாசல் கதவு அருகே நின்று தலையை நீட்டிக் கேட்டார். வராண்டா பெஞ்சில் உட்கார்ந் திருப்பதுதான் அவர் இடம். கூப்பிடு தூரம். மற்றப்படி அழைத்தாலொழிய அலுவலகத்திற்குள் வரமாட்டார். நேரே இவர் பார்வையில்தான் இருப்பார். ஐயா என்றும் கௌஸய்யா என்றும்தான் அலுவலகத்தி லுள்ளோர் அவரை அழைப்பர். வித்யாபதி மட்டும்தான் “பாய்...” என்றும், கௌஸ் பாய் என்றும் உரிமையோடு அன்பொழுக அழைப்பார். அவர் மீதான பிரியத்தின் பாற்பட்டது அது.

அவர் அப்படிக் கேட்டார் என்றால் மணி பதி னொன்று முப்பது என்று பொருள். வித்யாபதி தலையைத் திருப்பி அவரைப் பார்த்தார். அந்த முகத்தில் இருந்த சாந்தமும், அமைதியும் அவரைச் சற்றே கலங்க வைத்தது. இந்தப் பெரியவரை இதற் கெல்லாம் அனுப்பத்தான் வேண்டுமா என்றும் ஒரு தயக்கம் வந்தது. விரைவில் ரிடையர்ட் ஆகப் போகும் ஒருவரை அப்படியெல்லாம் ஏவுவதை அவர் மனசு ஒப்பவில்லை. ஒருவரின் வயதிற்கும், அவர் தன்

கடமையைச் செவ்வனே செய்பவர் என்பதற்கும் ஒரு மதிப்பு மரியாதை உண்டுதானே! யார் எந்த வேலையில் இருந்தால்தான் என்ன? இருக்கும் நபரின் நடவடிக்கைகள் தானே ஒருவரை நிர்ணயிக்கிறது.

ஐயா... நீங்க அதெல்லாம் ஒண்ணும் நினைக்க வேணாம். குடுங்க... போய் வாங்கிட்டு வாரேன்... - தன் பார்வையைக் கண்டு அவரே சொல்லி விட்டார். பரஸ்பரம் மனது பேசிக் கொள்கிறதோ என்றிருந்தது வித்யாபதிக்கு. இருவருக்குமான புரிதலும், மரியாதையும் நிரம்ப உண்டுதான்.

அவரை இந்த டீ, காபி வாங்கி வரச் சொல்லுவதில் எப்போதுமே உடன்பாடு இருந்ததில்லை இவருக்கு. சற்றே கூனிக்கொண்டு அவர் நடந்து செல்கையில் சற்று பயத்துடனேயே ஜன்னல்வழி பார்த்துக் கொண்டிருப்பார். ஒரு குறிப்பிட்ட சட்டை வேட்டியிலேயே அவரைத் தினமும் பார்த்துக் கொண்டிருக்கிறார்.. ஒரே நிறத்தில் தான் அவரிடம் துணிமணிகள் இருக்குமோ என்ற சந்தேகமும் வந்தது.

காம்பவுன்டை விட்டு வெளியேறினால் சர்... சர்... என்று இரு புறமும் சீறிப் பாயும் கார்களும், பஸ்களும், இரு சக்கர வாகனங்களும் கதிகலங்க வைக்கும். அகலமான சாலை வேறு. எதிர்ப்புறமுள்ள டீக்கடையை அடைவதற்கு மிகுந்த கவனம் தேவை. நாலைந்து பேர் இந்தப் பக்கம் சேர்ந்து நின்று கூட்டமாகக் கடந்தால் ஓரளவு பாதுகாப்பு. அதிலும் சடன் பிரேக் போட்டு வண்டியை நிறுத்தி, அறிவிருக்கா? என்பது போல் வண்டிக்குள் இருந்து கையை நீட்டித் திட்டுபவர்கள்தான் அதிகம். தனியொருவனாய்க் கடந்தால் அடித்துப் போட்டு விட்டுப் பறந்தாலும் போச்சு. கேட்க நாதி யில்லைதான். அத்தனைப் போக்குவரத்து நெரிசல் மண்டிய இடம். சொல்லி வைத்தாற்போல் எதிர்வரிசை

யில்தான் கடைகளெல்லாமுமே இருந்தன. இந்தப் பக்கம் கல்லூரியும், ஐ.டி.ஐ பள்ளியுமே. அது போக இரண்டு மூன்று அலுவலகங்களை உள்ளடக்கிய வளாகங்கள்.

பணி ஓய்வை நெருங்கும் கௌஸ் பாயை இந்த ஆபத்தான வேலைக்கு அனுப்ப இவர் மனது ஒப்பவில்லை. எழுந்து போய் அவரவரே டீ குடித்து வரலாம். அந்தப் பழக்கத்தை ஏற்படுத்தினால் ஆபத்து. போனால் போன இடம். வந்தால் வந்த இடம் என்று ஆகிவிடும். சுருக்கப் போனோம், வந்தோம் என்று எவரும் என்றும் இருந்ததேயில்லை. அருகிலுள்ள வேறு சில அலுவலகங்களில் அந்தப் பழக்கம் உண்டுதான். ஏன் இங்கேயே இருந்தது தான். வாங்கிவரச் சொல்லிப் பழக்கின பிறகு போய்க் குடித்தல் என்பது நின்று போனது.

டீ குடிக்க என்று கிளம்பி அரை மணிப் பொழுதுக்கு மேல் ஆக்குகிறோமே என்று எவருக்கும் மனசாட்சி உறுத்தியதில்லை. அஞ்சு, பத்து நிமிஷங்களுக்குள் முடித்துக் கொண்டு சட்டென்று இருக்கைக்குத் திரும்பி வேலையைத் தொடருவோம் என்று இருக்க மாட்டார்கள். இவர்களுக்காகவே அங்கே செய்தித்தாள் வாங்கிப் போடுகிறார்கள். அதை சாவகாசமாய் மேய்ந்து கொண்டிருப்பார்கள்.

தேநீர் அருந்த என்று எழுந்து போவதே தவறுதான். அதுபோல் வாங்கி வரச் சொல்வதும் தவறுதான். ஒரு அலுவலக உதவியாளருக்கு அதுவும் ஒரு வேலை என்று நிர்ணயிக்கப்படவில்லைதான். இது தனக்குத் தோன்றும் கருத்து. எல்லோருக்கும் தோன்ற வேண்டும் என்கிற அவசியமில்லை. அப்ப நீங்க வாங்கிட்டு வர்றீங்களா? என்று கேட்டு விடுவார்கள். அந்த அளவுக்கு மனக் கோணல்கள் படிந்து கிடக்கும் இடமாகத்தான் உணர்ந்தார் வித்யாபதி.

டீயெல்லாம் வாங்கிட்டு வர முடியாது என்று விரைப்பாகச் சொன்ன பியூனெல்லாம் பார்த்திருக்கிறார் வித்யாபதி. அப்படி ஒருவரை நினைத்துக் கொண்டபோது மனது சங்கடப்பட்டது. அவர் இப்போது இல்லை என்பதுதான் அது.

விதிமுறைகள் என்று எல்லாமும் வகுக்கப்பட்டிருக் கின்றன. ஆனால் நடைமுறையில் பலவும் மாறிப் போகின்றன. தவிர்க்க முடியாதவை ஆகிவிடுகின்றன. பரவாயில்லை என்று ஏற்றுக் கொள்ளப்பட்டு விடு கின்றன. அப்படித்தானே ஒவ்வொன்றாய் உள்ளே புகுந்து செல்லரித்துக் கிடக்கின்றது.

சாலையைக் குறுக்கிட்டுக் கடக்காமல் அலுவலக வரிசையிலேயே நாலு கட்டடம் கடந்தால் பாலிடெக்னிக் கல்லூரியின் கான்டீன் உள்ளதுதான். அங்கு விலையும் குறைவு. ஆனால் யாரும் செல்வதில்லை. எதிரே இருக்கும் வெண்மணி டீ ஸ்டாலில் கிடைக்கும் தேநீர் ருசி பணியாளர்களை ஈர்த்து நிறுத்தியிருக்கிறது. அங்கு காலையும் மாலையும் கிடக்கும் செய்தித்தாள் பலரை அங்கு போய் அமரச் செய்கிறது. எந்த நேரமும் கூட்டம் தான் அந்தக் கடையில். மனிதர்கள் காலை முதல் இரவு படுக்கப் போகும் வரை டீயாய்க் குடித்துத் தள்ளுகிறார் களோ என்றுதான் தோன்றும். வடை பஜ்ஜி என்று போட்டு அந்தப் பிராந்தியத்தையே கலக்கிக் கொண்டிருந் தார்கள். கடுமையான பலகார வாசனையைப் பரப்பு வார்கள். அது மூக்கில் ஏறியதும், மயக்கநிலையில் தன்னை மறந்து அந்த டீக்கடையை நோக்கி கால்கள் விரையும் பலருக்கு. அந்தப் பகுதியில் அதை விட்டால் நீண்ட பாலத்தைத் தாண்டிய பிறகுதான் வேறு டீக்கடைகளைப் பார்க்க முடியும். இந்தப் பக்கமும் பாலம். அந்தப் பக்கமும் பாலம். வலது இடது புறங்களுக்கு நடுவே வெண்மணி டீக்கடை. அருகிலே

ஒரு கல்லூரி, எதிர்ப்புறம் ஒரு பாலிடெக்னிக்... இரண்டு அரசு அலுவலக வளாகங்கள். மிகப் பெரிய வளாகங்கள். நிறையக் கார்களும் ஜீப்களும் நிற்கும் அங்கே. அதிகாரிகள் சஃபாரி டிரஸ் போட்டு கனத்த உடம்பைத் தூக்கிக் கொண்டு பறந்து கொண்டிருப்பார்கள். எல்லோருமே பார்க்க தடி தடியாய்த் தோன்றுகிறார்களே? இத்தனை பெருத்த சரீரத்தை வைத்துக் கொண்டு எப்படி சமாளிக்கிறார்கள் என்று நினைப்பார்.

ஒரு சின்ன மசூதி. கூரை வேயப்பட்ட ஒரு கட்சியின் படிப்பகம். அங்கே கயிற்றினில் தொங்கும் தினசரிகள், இதழ்கள். மணல் பரப்பியிருக்கும் அவ்விடத்தில் காற்றாட அமர்ந்து படிப்பதே தனி சுகம். ஏராளமான தொழில் நுட்பப் பணியாளர்களின் தொடர்ந்த வருகை. கேட்கவா வேண்டும் வெண்மணிக்கு? போடு போடென்று போட்டது வியாபாரம். மாலைத் தினசரி ஒன்று மட்டும் வாங்குவதில்லை. மாலையில் வரும் தினசரிகள் பலவும் அங்கு இருக்கும். படித்து முடியாது எவருக்கும். அதனாலேயே குறைந்தது இரண்டு டீயாவது குடித்தே தீர வேண்டும் என்கிற பழக்கம் வந்துவிடும். அந்த ஐடியாவில்தான் அப்படிச் செய்கிறார்களோ என்று இவருக்கும் தோன்றும். அதுவும் ஒருவகை வியாபாரத் தந்திரமாக ஏன் இருக்கக் கூடாது? வாடிக்கையாளர்களைப் பெருக்குவதுதானே தொழில் செய்பவனின் நோக்கமாய் இருக்க முடியும்?

பார்த்து கவனமாக் கடந்து போங்க பாய்... -என்று எச்சரித்தார் வித்யாபதி. அவருக்கே மனசு நடுங்கியது. அவரை அவரது அலுவலகத்தில் இருத்தி வைக்கப் பெரும்பாடு பட்டிருக்கிறார் வித்யாபதி. வருஷக் கணக்கா அவர் மட்டும் உள்ளூர்லயே இருக்காரு... ஒருவாட்டி அம்பது மைல் தள்ளிப் போயிட்டு வந்தால் தான் என்னவாம்? சுருங்கிப் போவாரா? கௌஸ்பாயை

நோக்கி இந்தக் கேள்விகள் எப்போதும் இருந்துகொண்டே யிருக்கும். திட்டங்கள் முடிவுறும்போதும் கூட கௌஸ் பாய் வெளியூர் என்று மாறுதல் பெற்றதில்லை. திட்டங்கள் வருவதும் மூடுவதும் என்று இருந்தால் பணியாளர்களிலும் ஏற்றம் இறக்கம் இருக்கத்தானே செய்யும். கௌஸ் பாயின் இருப்பு பலமானது. அசைக்க முடியாதது. காரணம் அவரது நன்னடத்தை. அவரைப் பிடிக்காதவர்கள் எவரும் இருக்க முடியாது. பிடித்து வைத்தவர்களால் விடவும் முடியாது. இருக்கும் இடத்தில் எல்லோருக்குமான மதிப்புமிக்க தந்தையாய் விளங்கினார் அவர். பியூன்களுக்கு மாறுதல் கிடையாது என்பது பொது விதி. அது எழுத்தில் மட்டும்தான் இருந்தது. நடைமுறை வேறு மாதிரி. காரணம் திட்டப் பணிகள் தோன்றுவதும், மறைவதுமாய் இருக்கும் தற்காலிக நடைமுறையில் வேறு என்னதான் செய்வது? திடீரென்று நூறு பணியிடங்கள் கூடுவதும், மூன்று நான்கு ஆண்டுகளில் அவை குறைவதும் அல்லது முழுவதுமாய் மறைவதுமாய் இருந்தால் பணியாளர்களை வீட்டுக்கா அனுப்ப முடியும்? அல்லது தொடர்ந்து விடுப்பில் இருங்கள் என்றுதான் சொல்ல முடியுமா? காலியிருக்கும் வேறு மாவட்டங்களுக்கு அனுப்பித்தானே ஆக வேண்டும். அந்தக் கட்டாய நிலை துறையில் என்றும் தொடர்ந்து கொண்டேயிருந்தது என்பதுதான் யதார்த்தம்.

கையில் இரண்டு ஃபிளாஸ்க்களுடன் நடந்து கொண்டிருந்தார் கௌஸ். போகும்போதே காம்பவுன்ட் குழாயில் கழுவிக் கொள்வார். கடைக்குப் போய் சிறிது வெந்நீர் விட்டும் கழுவுவார். தொழில் சுத்தம். செய்யும் பணியே தெய்வம். தேநீரோடு பிளாஸ்டிக் கப்புகளையும் வாங்கி வந்து, டிரேயில் வைத்து வரிசையாக ஊற்றி, அவர் கொண்டு வந்து தரும் அழகே தனி. ஒரு நாள் கூடத் தட்டுத் தடுமாறி ஏதேனும் மேஜையில் இடித்துக்

கொண்டார் என்றோ, கீழே கொட்டினார் என்றோ புகார் கிடையாது. ஒரே அளவில் வரும் டீ. கூடுதல் குறைச்சல் என்பதில்லை. மீதியிருந்தால் அவர் ஒரு வாய் ஊற்றிக் கொள்வார். இருந்தால்தான்... கொடுப் பதில் யாருக்கும் அளவு இம்மியும் குறையாது.

சூடு ஆறிடப் போகுது... சீக்கிரம் குடிங்க... என்று சொல்லிக் கொண்டே எடுத்து எடுத்து வைப்பார். ஒரு தகப்பனின் பொறுப்பான கவனமாக, அன்பான பரிமாறல். எல்லோரிடத்திலும் இன் முகம் கொண்டு பேசுதலும், அளந்து வார்த்தைகளை உபயோகித்தலும், ஆர்ப்பாட்டமில்லாத அவரது செயல்முறைகளும் அவர் மீது மிகுந்த பரிவையும், மரியாதையையும் ஏற்படுத்தி யிருந்தன.

அந்த அலுவலகத்திற்கு வித்யாபதி மாறுதலில் வந்தவுடனே முதலில் அவர் செய்த வேலை இதுதான். காலியாய்க் கிடந்த ஒரு அலுவலக உதவியாளர் பணியிடத்தை நிரப்புவது.

ரொம்ப நாளாக் கேட்டுட்டிருக்கேன்யா... என் அப்ளிகேஷன ரிஜிஸ்டரில் பதிவு செஞ்சாங்களான்னு கூடத் தெரிலிங்கய்யா... வரிசையாப் போட்டிருந்தாக் கூட எப்பயோ நான் உள்ளூருக்கு வந்திருப்பேன்...பத்து வருஷமாப் போராடிக்கிட்டிருக்கேன்... யாருமே ஒதவ மாட்டேங்குறாங்கய்யா... நீங்கதான் கொஞ்சம் மனசு வைக்கணும்...

இன்று உள்ளூரிலேயே இருக்கிறாரே என்று பொறாமைப் படும் மற்றவர்கள் அவர் எத்தனை கஷ்டப்பட்டு, சீரழிந்து, பின் இங்கு வந்து சேர்ந்திருக்கிறார் என்பதை அறிய மாட்டார்கள்.

அலுவலக ஆய்விற்காகச் சென்றிருந்த வேளையில் கௌஸ்பாய் கண்ணீர் மல்க இவரிடம் கோரிக்கை

வைத்த காட்சி படமாய் வித்யாபதியின் மனதில் நின்றிருந்தது. ஆய்விற்கு என்று இருந்த நான்கு நாட்களில் கௌஸ்பாயின் கடமையுணர்ச்சியும், வேலை செய்யும் பாங்கும், நேரத்தை வீணாக்காமல் பொறுப்பாய் அவர் நடந்து கொள்ளும் முறைமைகளும், அளந்த பேச்சும் அவரை ரொம்பவும் ஈர்த்து விட்டனதான். அதை மனதில் அப்படியே நிறுத்திக் கொண்டு, கண்டிப்பா உங்களுக்கு சீக்கிரமே மாறுதல் கிடைக்கும். காத்திருங்க... என்று நம்பிக்கையளித்து விட்டு வந்தார். ●

2

அப்போது அவர் மனதில் தோன்றியது வீரணன் தான். அவனால் அவர் எவ்வளவு அல்லல்பட்டிருக்கிறார்? அலுவலகமே துயரத்தில் ஆழ்ந்து போனதே? பணியாளர்களின் பணிப்பதிவேட்டில் அந்தாள் இப்படிக் கைவைப்பான் என்று யார்தான் கண்டது? தணிக்கைப் பிரிவில் இருந்தபோது அவன் செய்த அட்டகாசங்கள்தான் எத்தனை? அலுவலகத் தட்டச்சு மெஷினையே தூக்கிக் கொல்லைப்புறக் கிணற்றில் போட்டவனாயிற்றே?

எனக்குத் தெரியாது சார்...வாட்ச்மேனைக் கேளுங்க... உங்கள மாதிரிதானே நானும் சனி, ஞாயிறு லீவுல வீட்டுல இருப்பேன். இங்க நடந்தது எனக்கென்ன தெரியும்? - என்றான் நெஞ்சை நிமிர்த்தி. வாட்ச்மேன் பஞ்சகாருண்யம்... அப்பாவி... நடமாடுவதற்கே ஜீவனில்லாமல் இருக்கும் ஆசாமி. அறுபதை எட்டும் நிலையில் என்று ஓய்வு பெறுவோம் எனக் காத்துக் கிடப்பவர். அவரை ஏமாற்றுவது சுலபம். வீரணன் விடுப்பு நாட்களில் குடிப்பதற்கு அலுவலகத்தைத்தான் பயன்படுத்திக் கொள்வான் என்பது ஊரறிந்த செய்தி. அதனாலேயே அவனை எனக்கு வேண்டாம், உனக்கு வேண்டாம் என்பார்கள். வேண்டாம் என்று சொல்லப் பட்டவனுக்கு ஏது மாறுதல்? அந்த ஷெனாய் நகர்

தணிக்கை அலுவலகத்திலேயே வருஷக் கணக்காய்க் கிடந்தான் அவன். தன்னை அசைக்க ஆளில்லை என்கிற நிலையில் அவனின் அடாவடித்தனங்கள் மிக அதிக மாயிற்று. அலுவலகத்தில் யாரையும் அவன் மதிப்பதில்லை. மானேஜர் வித்யாபதி உள்பட. தான் அங்கிருந்த வருஷங்களில் அவனைச் சமாளிப்பதே பெரும்பாடாய் இருந்தது அவருக்கு. எத்தனையோ மெமோக்கள் கொடுத்தும், வாயால் எடுத்துச் சொல்லியும் எதற்கும் அசைந்து கொடுக்கவில்லை வீரணன். கொடுக்கும் மெமோவைக் கையொப்பமிட்டே வாங்க மாட்டான். விடுப்பில் சென்று விடுவான். தபாலில் அனுப்புங்க என்பான். ஒப்புதல் அட்டையில் அவன் மனைவி கையொப்பமிட்டிருக்கும் அல்லது யாராவது. இஷ்டம் போல் வருவான். நினைத்த நேரம் விடுப்பு எடுப்பான். பெரும்பாலும் சம்பளமில்லா விடுப்பாய்த்தான் இருக்கும். விதிப்படி சேர்ந்த விடுப்பை இருப்பில் வைத்திருந்தால் தானே? அவனால் அலுவலகத்திற்கு ஒரு உபயோகமு மில்லை. வெறுமே வைத்து சம்பளம் கொடுத்துக் கொண்டிருந்தது என்பதுதான் உண்மை.

எப்பப் பார்த்தாலும் என்னையே குறி வச்சிட்டிருக்கீங்க சார் நீங்க... நான் செவனேன்னு இருக்கேன். சொல்ற வேலயச் செய்றேன். அநாவசியமா எதுலயும் தலையிடுற தில்ல. அப்டியும் என்ன சதா குத்தம் சொல்றீங்க... இது உங்களுக்கு நல்லதுக்கில்ல... பார்த்துக்குங்க...என்று தன்னை எச்சரித்த அவனின் அந்த நடவடிக்கை அவ்வளவு தீவிரமாய்ப் போய் நிற்கும் என்று வித்யாபதி எதிர்பார்க்கவேயில்லை. ஆபீசில் பலரையும் கை நீட்டி அடிக்கக் கிளம்பியிருக்கிறான். பாய்ந்து பாய்ந்து தடுத்திருக்கிறார்கள். அவன் இருப்பதை விட இல்லாமல் இருப்பதே மேல் என்று நினைக்க ஆரம்பித்து விட்டார்கள். பெண் பணியாளர்கள் நடுங்கினார்கள். அவனிருக்கும் நேரத்தில் அலுவலகத்தில் அந்த வாடை

இருந்துகொண்டேயிருக்கும். குடித்து விட்டுப் பணிக்கு வரக்கூடாது என்று எத்தனையோ முறை சொல்லி யாயிற்று. கேட்டால்தானே? நான் இருக்கிறபடிதான் இருப்பேன்... உங்களால் ஆனதைப் பாருங்கள் என்றான். அந்த அடாவடிக்கு ஒரு அளவேயில்லை.

நடு மத்தியான வெய்யிலில், சூரிய வெளிச்சத்தில் கிணற்றுத் தண்ணீரின் அடியில் டைப்ரைட்டர் மெஷின் பளபளத்தது. அது நாள் வரை அதை ஏன் கண்டுபிடிக்கவே முடியவில்லை இருக்கும் செடி கொடிகளையெல்லாம் வெட்டி வெட்டி கிணற்றில் வீசியிருந்தானே... அது இதற்குத்தானா? இயந்திரத்தை மறைக்கச் செய்த வேலையா? அந்தக் கிணற்றுத் தண்ணீரை யாரும் பயன்படுத்துவதில்லைதான். அதற்குச் சகடையும் இல்லை. அதனால் யாரும் அதன் பக்கத்தில் போனது மில்லை. மேலே கம்பி வலையடித்து, சதுரமாய் இடம் விட்டு மூடியிருந்ததில் ஏராளமான குப்பைகளும் அடைந்திருக்க...யாருக்குச் சந்தேகம் வரும்? எல்லோரும் அதைப் பேய்க் கிணறு என்பதுபோலல்லவா நினைத்துப் பயந்தார்கள்? பெண் பணியாளர்கள் தனியே கொல்லைப் பக்கம் போவதேயில்லை. அந்தச் சூழல் பகலிலேயே ஒருவிதமான அமானுஷ்யத் தன்மை வாய்ந்ததாயிருந்தது.

அய்யா... நா சொல்றனேன்னு தப்பா நினைக்காதீங்க... அந்தக் கிணத்துல ஒருவாட்டி பார்க்கச் சொல்லிடுங்க... அதுல தூக்கிப் போட்டிருப்பானோன்னு எனக்கு ஒரு சம்சயம்... இந்த ஆளு என்ன வேணாலும் செய்வான். சதா போதையில இருக்கிறவனுக்கு... எதுதான் புத்தில நிக்கும்? இவனுக்குப் பயந்து நான் ஆபீசுக்குள்ள படுத்து தூங்குறதேயில்லைங்கய்யா... வெளில தகர ஷெட்டுல தான் படுக்கிறேன்... உள்ள விட்டம்னா... என்ன கிருத் திருவம் பண்ணுவான்னு யாராலயும் ஊகிக்க முடியாதுங்கய்யா... -பஞ்சகாருண்யம் துல்லியமாய்ச் சொன்னார்.

வீரணன் தான் செய்யவில்லை என்று பிடியாய் நின்றான். சாட்சி இல்லை. யாரென்று தெரிந்தால் அவர்கள் தொலைந்தார்கள்!. அந்த அளவிற்கான பயமிருந்தது அவனிடம்.

பின்ன எப்டிய்யா...? நீதான அன்னைக்கு இருந் திருக்க... பஞ்சு லீவு போட்டிருந்த நாலுநாள்லதான இது காணாமப் போயிருக்கு... உன்னத்தான பொறுப்பு போட்டிருந்தது. அப்போ நீ என்ன பண்ணின? ஆபீசுக்கு வந்து காவல் இருக்கலியா? வீட்டுலயே கிடந்தியா? டைப்ரைட்டர் அதுவா நடந்து போய் கிணத்துக்குள்ள உட்கார்ந்துக்கிருச்சா?

ஒரு மாதம் சஸ்பென்ஷனில் இருந்தான் வீரணன். ஒரு இன்கிரிமென்ட் தற்காலிகமாக மூன்று மாதங்களுக்குத் தள்ளிப் போயிற்று. போகட்டும் பாவம்... அப்போதும் இரக்கம் தலையெடுக்கத்தான் செய்தது வித்யாபதிக்கு.

பின்பக்க அபார்ட்மென்டிலிருந்து ஒருவர், தான் இதைப் பார்த்ததாகச் சொன்னதிலிருந்து வீரணன்தான் இதைச் செய்தது என்பது உறுதியாயிற்று. ஒரு ஆளைக் கிணற்றுக்குள் இறங்கச் செய்து, கயிறு வழி இறக்கிய பெரிய வாளியில் தட்டச்சு இயந்திரத்தை மேலே கொண்டு வந்து, பின் அது ஒன்றுமில்லாமல் போனது என்பது தனிக்கதை. புதிய தட்டச்சு இயந்திரம் ஒன்று வேண்டும் என்று கேட்டு, இதைக் கன்டெம்டு என்று முத்திரை குத்தி அனுப்பியாயிற்று. எழுதுபொருள் அச்சுத்துறையிலிருந்து கேட்டிருந்த புது மிஷின் அத்தனை சீக்கிரம் வந்து விடக் கூடாதே என்று சாமியை வேண்டிக் கொண்டிருந்தார் வித்யாபதி. இருக்கும் இன்னொரு மிஷினில் ஏதோ வேலையாகிக் கொண்டிருந்தது. போதாக் குறைக்கு பக்கத்துக் கட்டிட ஆபீசுக்குச் சென்று பெண் தட்டச்சர் ரெகுலராக தட்டச்சு செய்து வரைவுகளைக் காலி செய்து கொண்டிருந்தார்.

வீரணன் அதற்குப் பின்னும் நிறுத்தினானா அவனது கிருத்திருமத்தை? அதுதான் இல்லை. தனது பணிப் பதிவேட்டினையே தூக்கி ஸ்டீல் பீரோவின் பின்பக்கம் தூக்கியெறிந்து ஒளித்து வைத்தவனாயிற்றே அவன்? எங்கே... எங்கே என்று தேடு தேடு என்று தேடி ஓய்ந்தது தான் மிச்சம். மொத்த சர்வீசும் போச்சு என்று அலமந்து போனார் வித்யாபதி. ஒரு டூப்ளிகேட் தயாரித்து வைக்காதது எவ்வளவு தப்பாய்ப் போயிற்று என்று அப்போதுதான் உணர்ந்தார். அலுவலகமே பயந்து செத்தது. இனியும் அவனை அங்கு வைத்திருப்பது மகாத் தவறு என்கிற முடிவுக்கு வந்தது அப்போதுதான். காலையில் ஆபீஸ் கூட்டும் பொன்னாள்தான் அதைக் கண்டு பிடித்தது. அந்தப் பெண்ணிடமே தன் கை வரிசையைக் காட்டியவன் வீரணன். ஓங்கி கன்னத்தில் விட்ட ஒரு அறை, செவுளியோடு சேர்த்து இன்னும் அவன் காதுகளில் ரீங்கரித்துக் கொண்டுதான் இருக்கும். அடி உதவுற மாதிரி அண்ணன் தம்பி கூட உதவ மாட்டான் என்பது எத்தனை சரி? தன் தவறை அது ஒன்றில்தான் வீரணன் உணர்ந்தான் போலும்? அதற்குப் பிறகு கப்சிப் என்று ஆகி விட்டான்.

துறைத் தலைமைக்கு முழுத் தகவலையும் தெரிவித்து, அலேக்காக அவனைச் சென்னைக்குத் தூக்கி மாற்றி விட்ட நிகழ்வு வித்யாபதியால் மறக்க முடியாதது. அவனோடு இருந்த பொழுதுகள் தனக்கான ஒரு கண்டம் என்று இன்றும் நினைத்துக் கொள்வார் வித்யாபதி.

போகும்போது வீரணன் ஒன்று சொன்னான். சரியா மூணு மாசத்துல இதே ஊருக்கு வர்றேனா இல்லையா பாருங்க சார்...

இதே ஊருக்கு என்றுதானே சொல்கிறான். தான் இருக்கும் இதே ஆபீசுக்கு என்று சொல்லவில்லையே என மனச் சமாதானமாயிருந்தது வித்யாபதிக்கு.

அதையும் செய்தாலும் செய்வான் அவன். அந்தத் திறன் உண்டு அவனுக்கு என்றுதான் தோன்றியது அவருக்கு. அரசியல்வாதிகளின் பழக்கம்பற்றித் தெரியும். அவன் மீது துறை நடவடிக்கை தீவிரமடையாததற்கு அதுவே காரணம் என்பதையும் அவர் அறிவார். பியூன்தானே என்றோ, துறை நடவடிக்கைகளில் யார் தலையிட முடியும் என்றோ அவனைப் பொறுத்தவரை நினைத்து விட முடியாதுதான்.

வீரணன் தன்னுடைய மாறுதல்களைப் பொறுத்தவரை உள்ளூரிலேயே எந்த அலுவலரையும் எப்போதும் கண்டோ, கேட்டோ இயங்கியது இல்லை. எல்லோமே நேரடியாக சென்னையிலிருந்துதான் அவனுக்கான உத்தரவு வரும். வாய்மொழி உத்தரவு வந்தவுடன் அது ஆணையாகும். ஒருமுறை அவன் கேட்ட இடம் கிடைக்கவில்லையென்று இருக்கும் ஆபீசில் திடீரென்று விடுப்பில் சென்றான். பின்பு அந்த ஆணை நேரடியாகச் சென்னையிலிருந்தே வந்தது. அலறியடித்துக் கொண்டு அவன் வீட்டிற்குச் சென்று உத்தரவைக் கொடுத்து வெற்றிலை பாக்கு வைத்து அழைத்தார்கள்.

துஷ்டனைக் கண்டால் தூர விலகு என்கிற கதை தான் இன்றும்கூட வீரணனைப் பொறுத்தவரை நடை முறையில் இருந்து கொண்டிருக்கிறது என்பதை இப் போதும் நினைத்து வியந்து கொண்டார் வித்யாபதி.

3

யூனிட் ஆபீசுக்கு இவர் வந்து சேர்ந்த ஒரு மாதத்தில் அதை நிறைவேற்றினார். பதிவேட்டை எடுத்துப் பார்த்தபோது கௌஸ்பாயின் விண்ணப்பங்கள் பதிவு செய்யப்பட்டதாகவே தெரியவில்லை. எல்லாமும் குப்பைக் கூடைக்குப் போய்விட்டதோ? நான்கு ஆண்டுகளுக்கு முந்தைய ஒரு பதிவில் மட்டும் அவர் பெயர் இருந்தது. அதற்குப் பிறகு அதற்கான கால வரிசையை யாரும் கண்டு கொள்ளவில்லை என்பதை உணர்ந்தார். அவர் பெயருக்குப் பின்னால் இருந்த யார் யாரோ இன்று உள்ளூர் வந்து வெவ்வேறு கிளை அலுவலகங்களில் பணியாற்றுவதைக் கண்ணுற்றார். பாவப்பட்டவன் என்னைக்கும் பாவப்பட்டவன்தான் போல்ருக்கு? அப்பாவிகள் எப்போதும் கடைசிநிலையில் இருப்பவர்கள். அல்லது தங்களை அவர்களே அந்த இடத்தில் இருத்திக் கொள்கிறார்கள். அதுதான் யதார்த்தம்.

இதென்ன அநியாயம்? வாயில்லாப் பூச்சியாக ஒருவன் இருந்தால் அவனை அப்படியே ஒதுக்கி விடுவதா? சீனியாரிட்டி என்ற ஒன்று எதற்காக இருக்கிறது? அதற் கான பதிவேடு என்பது பெயருக்குத்தானா?

நிறைய இடைவெளி விட்டு விட்டு பதிந்திருக்கிறார்கள். வரிசை எண் இடப்படவில்லை. எதற்காக இப்படி? இடைச் செருகல் செய்யவா? எது எதில் எப்படியெப்படித் திருகுதாளம் பண்ணலாம் என்பதை இங்குதான் கற்றுக் கொள்ள வேண்டும் போலும்? இதுதான் ரிஜிஸ்டர் மெயின்டெய்ன் பண்ற அழகா? யூனிட் ஆபீஸ்னு அப்புறம் ஏன் பெயர் சொல்லிக்கணும், உள்ளே ஆயிரம் ஓட்டைகளை வைத்துக் கொண்டு?

அவர் ஒரு தடவை கூட நம்ப ஆபீசுக்கு வந்து பார்த்த தில்லை சார்... பாஸைப் பார்த்து ஒரு வார்த்தை சொல்லிட்டுப் போகலாமில்ல... அவர்பாட்டுக்கு இருந்தார்னா...? நேர்ல வரணும்னு எதிர்பார்ப்பங்கல்ல சார்... மத்தவங்கல்லாம் அப்டித்தான் சார் வந்து வந்து பார்த்தாங்க...

மனதுக்குள் சிரித்துக் கொண்டார் வித்யாபதி. இதென்ன நடைமுறை?

எதுக்குப் பார்க்கணும்? ஏன் பார்க்கணும்? அதுதான் கோரிக்கை விண்ணப்பம் வந்திருக்கிறதே? அது போதாதா? நேரில் வந்து தயங்கி நின்று, காத்திருந்து சொல்ல வேண்டிய அவசியம்தான் என்ன? விண்ணப் பத்தில் பணிவாய்த்தானே கேட்டிருக்கிறார்? விண்ணப்ப மூப்பின் அடிப்படையில் வழங்க வேண்டியதுதானே முறை? அதை ஏன் செய்யவில்லை?

அத்தனையையும் விட்டுவிட்டு நேரில் வந்து பார்த் திருக்கணும் என்பது என்ன விதி? சொல்லப்படாத, எழுதப்படாத விதியா அது? ஒரு பியூன் கூடவா தன் கோரிக்கைக்காக அப்படி வந்து காத்துக் கிடக்கணும்? இதென்ன தலையெழுத்து? யாருக்குமே அப்படியொரு விதி கிடையாதே? இதெல்லாம் எப்படி வழக்கத்துக்கு வந்தது? நிர்வாக நடைமுறைகள் படிப்படியாகக் கெட்டுப்

போக... இந்தக் குறுக்கு வழிகள் தங்கள் தலையை மெல்ல மெல்ல நுழைத்திருக்கின்றன. அதுதானே யதார்த்தம்?

அந்த நடைமுறையை மாற்றித்தான் கௌஸ்பாய்க்கு அவர் அலுவலகத்திலேயே மாறுதல் ஆணையைப் பிறப்பிக்கச் செய்து, வந்து பணியில் சேர வைத்தார் வித்யாபதி. அன்றிலிருந்துதான் ஆரம்பித்தது அவரது விளையாட்டு....! முதல் விளையாட்டே முற்போக்காய் நின்றதும் நிறைவேற்றியதும் பலருக்கு வியப்பு.

இந்த டிரைவர் சார்ட்டைப் பார்த்தீங்களா? - உள்ளே நுழையும்போதே கேட்ட செயற் பொறியாளரை நோக்கியவாறே "பார்த்துத்தான் சார் உள்ளே அனுப்பி வச்சேன்... நோட் போட்டிருக்கேன்... 'என்று சொல்லிக் கொண்டே அவர் எதிரே அமர்ந்தார் வித்யாபதி.

ஒரு கணம் அவர் பார்வை சற்றே தாழ்ந்தவாறே தான் அமர்வதை நோக்கியதை இவர் கவனிக்கத் தவறவில்லை.

பொதுவாக "அமருங்கள்" என்று அதிகாரிகள் சொல் வதேயில்லை. அப்படிச் சொல்லி விட்டால் எங்கே அவர்களது அதிகாரம் பறிபோய் விடுமோ கௌரவம் பாதிக்குமோ என்று நினைக்கிறார்கள். எதில் கௌரவம் அடங்கியிருக்கிறது என்று ஒரு கேள்வி உண்டு. அதை அவர்கள் பொருட்படுத்துவதில்லை. பரவலான அதி காரம் பெற்றவர்கள் அந்த அதிகாரத்தை, அதன் நியாயமான விஸ்தீரணத்தை அந்த நியாயத்திற்காகப் பயன்படுத்துவதேயில்லை. என் அதிகாரத்திற்குட்பட்ட இதை நான் இப்படித்தான் செய்வேன் என்று நிமிர்ந்து நிற்பதில்லை. அப்படி நிமிர்ந்து நிற்கும் நியாயமான செயல்களை அவர்கள் மேற்கொள்வதும் இல்லை. நெளிவு சுளிவோடுதான் போயாக வேண்டும் என்கிற தீர்மானத்தோடேயேதான் எடுத்த எடுப்பில் பதவிக்கே வருகிறார்களோ என்று தோன்றியது. அடிப்படையில்

அவர்களிடம் இருக்கும் கோளாறுகள் பரவலாகவே நிர்வாக அமைப்புகளில் விரிந்து கிடக்கின்றன என்பது தான் உண்மை.

வித்யாபதி, அமருங்கள் என்று அதிகாரி சொல்ல வேண்டும் என்று என்றுமே எதிர்பார்த்ததில்லை. அவர் உதவியாளராய் இருந்த காலத்திலிருந்தே அப்படித்தான். அதுதான் அவரது நடைமுறை. உட்கார்ந்த பிறகு ஏன் உட்கார்ந்தீர்கள் என்று அவர்களும் ஒரு நாளும் கேட்ட தில்லை. அப்படிக் கேட்பதற்கான தைரியம் அவர்களிடம் இருந்ததில்லை. அடிப்படையான பலவீனம் உடம்போடு, செயலோடு ஒட்டிக் கிடக்கும்போது அதை மறைப்பதற் கான வழிமுறைகளையே மனம் சிந்தித்துக் கொண்டிருக் கிறது. எங்ஙனமேனும் அது வெளியே அப்பட்டமாகத் தெரியாமல் காலம் கடந்தால் சரி என்கிற நிலைக்கு அதிகாரிகள் வந்து விடுகிறார்கள். அதில் ஒரு கீழ்நிலைப் பணியாளன் எதிரே அமர்ந்து விடுவதால் ஒன்றும் எதுவும் குறைந்து விடப்போவதில்லைதான். பிடிக்க வில்லை என்றாலும் மறுக்க முடியவில்லைதான். மறுப்பதை விட மறப்பதே மேல் என்கிற ஜாக்கிரதையுணர்வு.

ஒரு கோப்பினைச் சரியான முறையில் மனதில் ஏற்றிக் கொண்டு உள்ளே புகுந்தாரென்றால், அதற்கு எப்படி யெல்லாம் கேள்விகள் வரக் கூடும், அதற்கு என்ன பதில் சொல்ல வேண்டி வரும் என்று தனக்குத்தானே நிர்ண யித்துக் கொண்டுதான் அறையினுள் நுழைவார் வித்யாபதி.. இன்றுவரை அதில் தடுமாற்றம் இருந்ததில்லை அவருக்கு. ஒன்றைச் சரியாகச் செய்ய வேண்டும் என்று திட்டமிடுபவனுக்கு எதற்குத் தடுமாற்றம்? அது தவறு செய்ய நினைப்பவனுக்கல்லவா, செய்பவனுக்கல்லவா இருக்கும் குணம். அந்த விஷயத்தில் டோன்ட் கேர் மாஸ்டர் இவர். மானேஜர் ஆன பின்பும் எதிரே உட்காரத் தயங்கிக் கொண்டிருக்க முடியுமா? அது அந்தக் காலம்...!

அதுக்கில்ல... ஜாயின்ட் டைரக்டர் ஆபீஸ்லர்ந்து அந்த மேடம் விஜயலெட்சுமி கொண்டு வந்து கொடுத்தாங்களே... அதே லிஸ்ட்தானான்னு கேட்டேன்...! கேட்டுவிட்டு என்ன பதில் வருகிறது என்று பார்ப்பதற்குக் காத்திருந்தாற் போல் தலையைக் குனிந்தமேனிக்கே அவர் இருப்பதை வித்யாபதி கவனித்தார். அந்த லிஸ்ட்பற்றியும், அது அங்கே சிபாரிசுக்கு வருகிறது என்பதுபற்றியும் அவர் ஏற்கனவே அறிவார்.

அதுலேர்ந்து கொஞ்சம் சேஞ்ச் ஆகும் சார்... அவுங்க... எக்ஸ்டென்ஷன் சைடு இருக்கிற ஓட்டுநர்களுக்கு இங்கங்க டிரான்ஸ்பர் போடுங்கன்னு இந்தச் சார்ட்டைப் பிரிப்பேர் பண்ணியிருக்காங்க... நம்ப இன்ஜினியரிங் சைடு இருக்கிற ஓட்டுநர்களுக்கு நாமதானே போட்டு ஆகணும். நம்ப சப்-டிவிஷன் போஸ்டிங்கை நாமதானே நிர்ணயிக்கணும்...அதுக்கும் சேர்த்தே ரெண்டு மூணு இடங்களுக்கு சார்ட் தயாரிச்சிருக்காங்க... எக்ஸ்டென்ஷன் சைடு இருக்கிறவங்க... இன்ஜினியரிங் சைடு வரணும்னா இந்த யூனிட் ஆபீசுக்கு அந்த இன்ட்வியூஜுவலோட அப்ளிகேஷன் ப்ராப்பர் சேனல்ல ரெக்கமன்ட் ஆகி வரணும்...பிறகுதான் நாம அந்த விண்ணப்பத்தைக் கன்சிடர் பண்ண முடியும்... டேரக்டா அவுங்களே இடத்தை நிர்ணயிக்க முடியாது. அப்டிச் செய்தா அவுங்க கைல அதிகாரம் போயிட்டதா அர்த்தம். அதுக்கு நாம இடம் கொடுக்க முடியாது. எக்ஸ்டென்ஷன், இன்ஜினியரிங் ரெண்டுக்கும் சேர்த்து டிரைவர் போஸ்டிங், டிரான்ஸ்பர் நாமதான் சார் இன்சார்ஜ்...எம்ப்ளாய்மென்ட் மூலமா போஸ்ட் ஃபில்லப் பண்ணணும்னாலும் நம்மகிட்டச் சொல்லி, நாமதான் எம்ப்ளாய்மென்ட் எக்ஸ்சேஞ்சுக்கு எழுதி கேன்டிடேட்ஸ் வாங்கி, இன்டர்வியூ வச்சு செலக்ட் பண்ணி அவுங்களுக்குக் கொடுக்கணும். இது உங்களுக்குத் தெரியாதது இல்ல... டிரைவர் போஸ்டிங் டிரான்ஸ்பர் போத் இன்ஜினியரிங்

அன்ட் எக்ஸ்டென்ஷன் ரெண்டுக்கும் யூனிட் ஆபீஸ்தான் இன்சார்ஜ்..இதுக்க அவுங்க வரணும்ங்கிற அவசியமே யில்லை. லிஸ்ட் கொடுத்தாலே போதும்... அவுங்க போஸ்டிங்கே போட்ருவாங்க போலிருக்கு?

ஓ.கே... ஓ.கே... ஐ நோ... இருந்தாலும் அவர் ஜே. டி.ஏ.ங்க... நம்பள விடப் பெரிய ஆபீஸ்... நம்ப எஸ்.இ. ரேங்கிற்கு சமானம். உங்களுக்கென்ன தெரியாதா? அதனால அந்த ஆபீஸ் அட்மின் போட்டுக் கொண்டாந் திருக்காங்க... அதிலென்ன தப்பு? - சொல்லிவிட்டு ஏதோ ஒரு கோப்பைக் கவனிப்பதுபோல் இருந்த அவரைக் கூர்ந்து நோக்கினார் வித்யாபதி. ஒரு முடிவோடுதான் அவர் இருக்கிறார் என்பதை உணர முடிந்தது.

எதிரே வி.ஆரோக்கியசாமி, செயற் பொறியாளர் என்ற பெயர்ப்பலகை அவர் கண்ணில் பட்டது. அதே சமயம் ஆரோக்கியசாமி ஆரோக்கியமாய் இல்லை என்றும் மனசுக்குத் தோன்றியது. உடல் ஆரோக்கியம் என்பது வேறு. மன ஆரோக்கியம் என்பது வேறு. இது இரண்டாவது சம்பந்தப்பட்டது. மன ஆரோக்கியத்தில் சொந்த வாழ்க்கை நிகழ்வுகளோடு பணியாற்றும் இடத்தின் நிர்வாக நடைமுறைகளும் உள் பொதிந்து கிடப்பதால், அது நேர்க்கோட்டில் இல்லாமல் இஷ்டத்துக்கு வளைந்து காணப்படுவதால் இந்த நிலை ஏற்படுகிறது என்று தோன்றியது இவருக்கு.

தனக்குள்ள அதிகாரத்தை உணர்ந்திருந்தும் அதைச் சரியாய்ப் பயன்படுத்தாதவர்கள் அந்தப் பதவியில் இருந்துதான் என்ன பயன்? முறையாக ஒன்றைச் செய் வதில் இவர்களுக்கு ஏன் அக்கறையே இருப்பதில்லை? நிர்வாகம் நெளிவு சுளிவானதுதான் என்பது விதிகளை மீறும் தன்மையுடைத்தா? அதிக அதிகாரம் உள்ள ஒருவன், தன் கீழ் உள்ளவர்களின் அதிகாரத்தை அவர்கள் அறியாமலேயே அல்லது அவர்களின் ஒப்புதல்

இல்லாமலேயே பிடுங்கினால் அது செல்லுபடியாகுமா? அதுமுறையாகுமா? இதையும் நிர்ணயிக்கும் அதிகாரம் எனக்கும் உள்ளதுதான் என்பதுபோல ஒரு செயலைச் செய்வதும், அதை அறிந்தும் அறியாதது போல கீழுள்ளவர்கள் கடந்து போவதும், அதனால் நியாயமாய்க் கிடைக்க வேண்டிய பலன் கிடைக்காமல் பலர் பாதிக்கப்படுவதும், அதுபற்றி எந்தவிதமான அக்கறையோ வருத்தமோ இல்லாமல் கடந்து போவதும், அல்லது கடந்து போக நினைப்பதும் எந்தவகையில் நியாயம்? தன் மேல் விழுந்து பிடுங்காமல் இருந்தால் சரி என்ற சுயநலம் எவ்வளவு கோழைத்தனமானது?

நீங்க பார்த்திட்டிருக்கிறது அந்த மேடம் கொண்டு வந்தது சார்..கீழே ஒரு ஸ்டேட்மென்ட் இருக்குது பாருங்க... அது நான் பிரிப்பேர் பண்ணின சார்ட்...நம்ப யூனிட்ல, இன்ஜினியரிங்ல இருக்கிற டிரைவர்கள் கொடுத்த ரிக்வெஸ்டைக் கன்சிடர் பண்ணிப் போட்டிருக்கேன்... அவங்களுக்குத்தான் சார் முதல் பிரிஃபரன்ஸ்... அதையும்... சீனியாரிட்டிப் படிதான் செய்திருக்கேன்... அந்த மேடம் ரெண்டு பேரை நம்ப இன்ஜினியரிங் சைடுக்கு மாத்தியிருக்காங்க... அப்படி மாற்ற முடியாது. அதை நாமதான் செய்யணும்.அதுக்கு ரிக்வெஸ்ட் கொடுக்கணும். அதனால இங்கிருக்கிற ரெண்டு பேர் அவங்க சைடு போக வேண்டியிருக்கு. விருப்பமில்லாம அவங்களை அங்க அனுப்புறது சரியில்ல சார்...அதோட அந்த ரெண்டு பேரும் நம்ப சப் டிவிஷன்ல ஜாய்ன் பண்ணி ஒரு வருஷம் கூட ஆகலை... அதோட ப்ராஜெக்ட் முடியப் போற நேரம். ஸ்கீம் ஒர்க் எங்கெல்லாம் நடக்குதுங்கிறது அவுங்களுக்கு அத்துபடி. சுலபமா எல்லா இடத்துக்கும் போக வரன்னு இருக்கிறவங்க... இந்த நேரம் புது ஆட்கள் வந்தாங்கன்னா நமக்குத்தான் கஷ்டம். மலைப்பகுதிகளுக்குப் போறது, ப்ராஜெக்ட் சைட்டுகளுக்கு வண்டியப் பாதுகாப்பாக் கொண்டு போய் நிறுத்தி,

இராப்பகலா ஓட்டி சேஃப்டியாத் திரும்பறது இதெல்லாம் பழகினவங்களுக்குத்தான் சார் பொருந்தி வரும். கொஞ்சம் யோசிங்க...ஜே.டி.கிட்ட டிஸ்கஸ் பண்ணுங்க. மார்ச்சுக்குப் பிறகு அவுங்க ஆட்களை உள்ளே கொண்டு வரலாம்னு சொல்லிடுங்க..... இது ஃபினான்ஷியல் இயர் முடியுற நேரம். இந்த வேளைல ஆட்களை மாத்துறது, அதுவும் பழகின ஓட்டுநர்களை இடம் மாத்துறது அவ்வளவு சரியில்ல. இதை நீங்கதான் சார் எடுத்துச் சொல்லணும்...

பிரதி ஆண்டும் மே, ஜூன் மாதங்களில்தான் மாறுதல் ஆணைகள் பிறப்பிக்கப்பட வேண்டும் என்று நடைமுறைகள் இருந்தாலும் இடையிடையில் இம்மாதிரி நடப்பதை நிறுத்தவே முடியவில்லைதான். நிர்வாக வசதிகளுக்காக என்று காரணம் சொல்லப்படுவது வழக்கமாயிருந்தது. அதிகாரிகளை நம்புவதை விட அரசியல்வாதிகளை நம்புவது சாலச் சிறந்தது என்று பணியாளர்கள் முயலுவது எப்போதோ வழக்கத்திற்கு வந்திருந்தது. யார் கையில் யார் இருக்கிறார்கள் என்று புரியாமல் அதிகாரிகளே பயப்படும் காலமாய் இருப்பதை உணர்ந்தார் வித்யாபதி. ஒன்றை சொல்லத்தான் முடியும். எழுதத்தான் முடியும். நடைமுறைப்படுத்தும் அதிகாரம் அங்கல்லவா இருக்கிறது. சொல்ல வேண்டியதைச் சொல்லாமல் விட்டால் ஆலோசனைக்கு லாயக்கில்லாத ஆள் என்றுதானே கொள்வார்கள்? விதிமுறைகளையும், நடைமுறைகளையும் சுட்டிக் காட்டத்தானே தன்னை உட்கார்த்தி வைத்திருக்கிறார்கள்? தன் கடமையைத் தான் செய்வதில் தயக்கம் கொண்டால் எப்படி? ஆகையால் ஊதும் சங்கை ஊதி விடுவோம் என்றுதான் தன்னை நிறுத்திக் கொண்டிருந்தார் வித்யாபதி. இப்போது முன் நிற்கும் இந்தப் பிரச்னையும் அந்த வகைமைதானே என்று நினைத்துக் கொண்டார்.

4

வித்யாபதி சொன்னதையெல்லாம் தலை குனிந்து அமைதியாகக் கேட்டுக் கொண்டிருந்தார் செயற்பொறியார் ஆரோக்கியசாமி. கேட்கிறாரா அல்லது தூங்கிவிட்டாரா என்று சற்றுச் சந்தேகமாய் இருந்தது. காலையில்தான் ஊரிலிருந்து வந்திருந்தார். நாலு மணி நேரப் பிரயாணம். அப்படியே நேரடியாக அலுவலகத்திற்கு வந்து விட்டதால் அயர்ச்சியாய் இருக்கலாம். அறைக்குச் சென்றாரென்றால் இன்று மதியம் வர வாய்ப்பில்லை இருக்கும் சோர்வில் என்ன முடிவெடுப்பார் என்றும் சந்தேகமாயிருந்தது. முக்கியமான கோப்புகள் அவர் மேஜையில் நிறைந்திருந்தன. எதையும் உருவி எடுத்து ஒப்புதல் பெறும் நிலை தற்போது இல்லை என்று தோன்றியது. சரியாக மூளையில் வாங்காமல் கூட ஒப்புதல் அளித்து விடலாம்தான். அப்படியும் ஒன்றிரண்டு சமயங்களில் நிகழ்ந்து விடுகிறதுதானே? பிறகு நாமளா இந்த ஆர்டர் போட்டோம்? என்ன மடத்தனமா இருக்கு? என்று தனக்குத்தானே சொல்லிக் கொண்டு உடனடியாக அதைக் கான்சல் செய்ததும் உண்டு. அதனால் எதையும் வற்புறுத்துவதில்லை வித்யாபதி. தன் நிலையில், முழு உணர்வில் அவர் சுறுசுறுப்பாக இயங்கும்போதே போடட்டும் என்று விட்டு விட்டார். ஒரு குறிப்பிட்ட

விநாடிக்கு மேல் அவர் எதிரே அமர்ந்திருப்பதும் அத்தனை பொருத்தமாய்த் தோன்றவில்லை. சொல்லாமல் கொள்ளாமல் கமுக்கமாக எழுந்து வெளியே வந்து விடுவார். அதுதான் தன் மதிப்பைக் காப்பாற்றிக்கொள்ளும் தன்மை.

சரி...மதியத்துக்குமேலே நான் ஜாயின்ட் டைரக்டரோட பேசிட்டு வர்றேன். அப்புறம் ஃபைனலைஸ் பண்ணலாம் இதை... என்று விட்டு கோப்பினை மூலையில் தள்ளினார்.

அதிகாரியால் ஒரு விஷயம் ஒத்தி வைக்கப்படுகிற தென்றால் அது அப்போதைக்கு என்பதுதான் நிதர்சன மான உண்மை. அநேகமாக, தான் போட்டிருக்கும் நோட்டிற்கு ஒப்புதல் கிடைக்கப் போவதில்லை என்றே தோன்றியது வித்யாபதிக்கு. இவ்வளவு மெனக்கெட்டே யிருக்க வேண்டாம். ஓட்டுநர்கள் எதிரே நின்று தான் போடும் மாதிரி அட்டவணையையே ஆர்வத்துடன் பார்த்துக் கொண்டிருந்தனர். தங்களுக்காக நல்லது செய்ய வந்தவர் என்று இவரை நினைத்திருக்கக் கூடும்.

தன் முன்னே கீழே வைக்கப்பட்டிருக்கும் அதிகாரம் மிஞ்சிய அந்த இன்னொரு நீள் குறிப்பினை தான் எதிரே இல்லையென்றால் ஒப்புதல் அளித்து விடுவார்... அதற்கு இப்போது தானே இடைஞ்சல் என்று நினைத்துக் கொண்டார் வித்யாபதி.

அவர் எண்ணங்களில் அப்போது டிரைவர் மருதமலை நிழலாடினார்.

சார்... நான் பத்து வருஷத்துக்கும் மேலே இங்க குப்பை கொட்டிக்கிட்டு இருக்கேன்... எத்தனையோ வாட்டி ஐயாகிட்ட வாய்மொழியாச் சொல்லிப் பார்த்துட்டேன். அப்ளிகேஷனும் கொடுத்துப் பார்த்துட்டேன். இங்க நம்ம ஆபீசுக்கு ரெகமன்ட் பண்ணவே மாட்டேங்கிறாரு. என் முன்னாடியே என் விண்ணப்பத்தைக் கிழிச்சிப் போட்டுடறார் சார். இங்க என்ன குறைச்சல் உனக்கு..

பேசாமக் கிடன்னுவாரு. சமயங்கள்ல பார்ப்போம், செய் வோம்னுதான் சொல்றாரேயொழிய இன்னைவரைக்கும் செய்யல சார்....எனக்குத் திருமங்கலம்தான் ஊருன்னும், அங்கதான் குடும்பம் இருக்குன்னும் தெரியும் சார் அவருக்கு. வாரத்துல ஒரு நாள் கூட நான் வீடு போக முடியறதில்ல சார்...சனி, ஞாயிறுல கூட ஆபீஸ்ல இரு... அங்கயே படுத்துக்கன்னுதான் சொல்றார்...ஆனா அவுரு கரெக்டா ஊர் போயிட்டு வந்திடுறார் சார். என்னை அந்த சப் டிவிஷனுக்குப் போ...இந்த சப் டிவிஷனுக்குப் போன்னும், ஜாயின்ட் டைரக்டர் கூப்பிட்டிருக்கிறார்னும் போய் நிக்க விட்டிடுறார் சார்...ஒரு மாசத்துல ஒரு வாட்டி கூட வீட்டுக்குப் போகாம இருக்கிற ஒரே டிரைவர் நானாத்தான் இருப்பேன் சார்... எனக்கும் என் வீட்டுக்குப் போகணும், என் பெண்டாட்டி பிள்ளைகளப் பார்க்கணும்னு ஆசை இருக்காதா சார்...? மத்த டிரைவர்ங்களையும் மாத்தி மாத்தி ஷிப்ட் போட்டு இருக்க வைக்கலாமில்ல சார்? என் ஒருத்தனையே குறிவச்ச மாதிரி, பழி வாங்குற மாதிரி டெபியூட் பண்ணினா என்ன அர்த்தம் சார்? வேணும்னே செய்யிறாருன்னு தோணுது சார்...அவர் இழுத்த இழுப்புக்கு நான் ஒத்துக்கலைங்கிறது ஒரு காரணம்தான் இல்லைன்னு சொல்லலை... பி.ஏ., இருக்காருல்ல சார்... நா வேறே எதுக்கு? கூட்டுக் களவாணித்தனம் பண்ணக் கூப்பிட்டா அதுக்கு நான் ஆளுல்ல சார்... பத்துதோ பத்தலையோ எனக்கு சம்பளக் காசு போதும்னு வம்பில்லாம ஓட்டிக்கிட்டிருக்கேன் சார்...

அப்பப்போ வர்றத வாங்கி வச்சிக்கோன்னு என்கிட்டே கொடுக்கிறாரு. கான்ட்ராக்டர்கள் இவருக்குக் கொடுத் தாங்கன்னா... அதை நேரா பாங்க் அக்கௌன்ட்டுக்கு அனுப்பிடுங்கன்னு சொல்லலாமுல்ல... அவுங்க கேஷாக் கொடுக்கிறத சுமக்கிறதுக்கு நாந்தானா ஆளு? திடீர்னு ரெய்டு வந்திச்சின்னா நான் பிடிபட்டுக்கிட்டு முழிக் கிறதா?...தினசரி செத்துச் செத்துப் பிழைக்க வேண்டிர்க்கு...

தப்பா நடந்திட்டிருக்கு சார்... உண்மையா வேலை பார்க்கணும்னு நினைக்கிறவனுக்கு அடி வயிறு கலங் கிட்டேதான் இருக்கும். அப்படியாப்பட்ட நிலமைதான் இன்னிக்கு இருக்கு...நா சொல்றனேன்னு நினைக்காதீங்க... கொஞ்சம் அதிகமாப் பேசிட்டதாக் கூடத் தோணும். ஆனா நா சொல்றது அத்தனையும் சத்தியம் சார்...

அங்க ஜே.டி. ஆபீசுக்குப் போனா... பழியாக் கிடக்க வேண்டிர்க்கு. எங்கயும் போ, வான்னு கூடச் சொல்றதில்ல. அநியாயத்துக்குக் காத்துக் கிடக்க வேண்டிர்க்கு. எந்த வேலையும் இல்லாம ஒரு பியூன அனுப்பிச்சு, அக்கரைக்குப் பாலம் தாண்டிப் போய் விசாலம் காபி வாங்கிட்டு வான்னு அனுப்புறார் சார்... இல்லன்னா, வீட்டுல சினிமாப் போகணும்னாங்க... சாயங்காலம் கூட்டிக் கொண்டு போய் விட்டிட்டு, திரும்பக் கூட்டி வந்திரு... ன்னு அனுப்பிடுறாரு... நீயும் போய்ப் பாருன்னு ஒரு நாள் கூட எனக்கு ஒரு டிக்கெட் எடுத்துக் கொடுத்ததில்ல சார்... எனக்கு வாணாம்னு வைங்க... ஒரு பேச்சுக்குச் சொல்றேன்...தியேட்டர் வாசல்ல பழியாக் கிடப்பேன்... பத்தரை மணி ஆயிடும் வீடு கொண்டு சேர்க்கைல... பெறவு எங்க சார் நான் திருமங்கலம் போறது? ஆபீஸ்லயே படுத்துக்கிடுவேன்..... பொருட்காட்சி கூட்டிப்போ... கோயில் கூட்டிப் போன்னு..அன்அஃபிஷியலாத்தான் அனுப்புவாரே தவிர ஒரு நாள் கூட ஆபீஸ் வேலைன்னு போனதில்ல சார்... உங்ககிட்ட உண்மையைச் சொல்றதுக் கென்ன... இதான் நடைமுறை...நீங்க கொஞ்சம் முயற்சி பண்ணி, ஐயாகிட்டச் சொல்லி எனக்கு சொந்த ஊர் வாங்கிக் கொடுத்தீங்கன்னா புண்ணியமாப் போகும். படுத்த படுக்கையான அம்மா, ஒரு பையன், ஒரு பொட்டப்பிள்ள, அடிக்கடி உடம்பு முடியாமப் போகுற எம் பொஞ்சாதின்னு அல்லாடிக்கிட்டிருக்கேன் சார்.... என் குடும்பத்தக் காப்பாத்தி விட்டீங்கன்னா கோயில் கட்டிக் கும்பிடுவேன்...

ஆயிரம் சார் போட்டு மருதமலை கண்கள் கலங்க அவன் குறைகளை என்னிடம் கொட்டிய போது என் மனம் கசிந்து போனது. மருதமலை கை நீட்டும் பழக்கமில்லாதவர். ஐயா... ஐயா... என்று யாரிடமும் தலையைச் சொறியாதவர். ஒப்பந்ததாரர்களின் பின்னே கொடுக்கு மாதிரி அலையாதவர். அவர்கள் வாங்கிக் கொடுக்கும் டீ, பஜ்ஜி, வடை என்று போய் நிற்காதவர். அப்பப்போ தருவதை வாங்கித் திணித்துக் கொள்ளத் தெரியாதவர். அலுவலக வாகனத்தில் ஏற்றி, பஸ்-ஸ்டான்டு வரைக்கும் கொண்டு விட்டிட்டு வந்திரு... என்று சொல்லும் அதிகாரிகளைப் பார்த்திருக்கிறார். அரசு ஜீப்பும், காரும் இந்தப் பன்னாடைகளுக்கா? என்று வெதும்புவார். அந்த டீசல் செலவை எந்தக் கணக்குல எழுதறது? என்று தவிப்பார்.

என்னய்யா... நேத்துத்தான பத்து லிட்டர் நிரப்புன... அதுக்குள்ளயுமா தீர்ந்திருச்சு...? - இதை நானே காதால் கேட்டிருக்கிறேன். டீசலைத் திருடி என்ன செய்யப் போகிறார் மருதமலை? வண்டியா வைத்திருக்கிறார், போட்டு ஓட்ட? இல்லை விற்கப் போகிறாரா? அந்த மாதிரிச் சில்லரைத்தனமெல்லாம் செய்யத் தெரியாது மருதமலைக்கு. பயணம் போன நாட்களுக்கே ஒழுங்காய் பயணப்பட்டியல் எழுதத் தெரியாதவர். ஆபீசர் கூடத்தானே நீங்களும் போனீங்க..அதே தேதிகள் உங்க பில்லுக்கும் வரணுமில்ல... விட்டுட்டீங்க...? என்றால் போனாப் போகுது சார்..என்பார் சாதாரணமாக.

வேணும்னா பஸ்ல போகட்டும் இல்ல ஆட்டோல போயிட்டுப் போறாங்க... அதென்ன ஆபீஸ் வண்டிய அனுப்புறது? இதெல்லாம் நல்லாவா இருக்கு? என்று ஒரு முறை மருதமலை கிசுகிசுத்தது எப்படியோ தலைமையின் காதுகளுக்குப் போய்விட அன்று முதல் கண் வைக்கப் பட்டார் அவர்.

நிர்வாகத்துல ஆயிரம் நெளிவு சுளிவு இருக்கும். இந்தாளுக்கு எதுக்கு இதெல்லாம்? சொன்னமா... வாய மூடிக்கிட்டுச் செய்தமான்னு இருந்திட்டுப் போக வேண்டிதானே? முடியுமானா அந்தாள்கிட்டருந்து ஏதாச்சும் அடிக்கடி கறக்கப் பார்க்கணுமே தவிர, அவிங்க காது கேட்கவே இப்டியெல்லாம் பேசுறதும் முறைக்கிறதும் நமக்கெல்லாம் சரியா வருமா? நம்ம வேலை என்ன... வண்டிய எடுக்கச் சொன்னா எடுக்கணும், நிறுத்தச் சொன்னா நிறுத்தணும்... கிடைக்கிற எடத்துல கறக்கணும்... அவுகளாக் கொடுத்தாகன்னா வாய்மூடி வாங்கிக்கணும்... அநாவசியமா வற்புறுத்தக் கூடாது... அதுவா வர்றத எதுக்கு வாண்டாம்னு சொல்லணும்? ராப்பகல் பார்க் காம அலையுறோமுல்ல...? இது இந்தாளுக்குத் தெரி யலையே? ஏதோ அப்பப்போ மருந்து மாத்திர வாங்கவாவது ஆகுமுல்ல...? கூமுட்டையா இருக்கானே இவன்?

சொன்னாச் சொல்லிட்டுப் போறாங்க... நம்மாளுங்க தானே... என்று சிரித்துக் கொள்வார் மருதமலை. அதுவாக வருவதைக் கூடக் கை நீட்டி வாங்கியதில்லை அவர். குறைந்த சம்பளம் உள்ள பலரிடம், பற்றாக் குறையோடு குடும்பம் நடத்துகிற பலரிடம் இம்மாதிரி நல்ல பழக்கங்கள் இருப்பது எவ்வளவு ஆச்சரியம்? எத்தனை துணிச்சலானது, எவ்வளவு தீர்மானமானது? என்று எண்ணியிருக்கிறார் வித்யாபதி.

பிரதி மாதமும் தன் பார்வைக்கு வரும் பயணப்படிப் பட்டியலிலும் கூட மருதமலை தன் துல்லியத்தைக் கடைப்பிடிப்பதில் சமர்த்தர் என்பதைக் கண்டிருக்கிறார். ஆனால் அவர் மனது ஏற்காததை எழுத மாட்டார். அது தனிக்குணம். அவருடையதையும், அலுவலருடையதையும் ஒப்புமை நோக்கிப் பார்த்தால் தேதி, நேரம் முதற்கொண்டு எல்லாமும் ஒத்துப் போகும் தன்மையும், பயணத்தை

நீட்டித்து அலுவலரின் பட்டியல் காணப்பட்டாலும் கூட... அது என்னன்னு எனக்குத் தெரியாது சார்... நான் போனது இங்க மட்டும்தான்...என்று துணிச்சலாகக் கூறும் அவரின் தைரியம் யாருக்குமே வராது என்பதுதான் சத்தியமான உண்மை. லாக் புக் பேசும் அவரது உண்மை யான பயணத்தை. அதே லாக்புக்தான் வேறொன்றையும் பேசுகிறது என்னும்போது, இத எதுக்கு நான் கையில வச்சிட்டு அலையணும்? இஷ்டம்போல எழுதறவங்க கிட்டல்ல இது இருக்கணும்... உண்மையான ரெக்கார்டா இது? என்று அலுத்துக் கொள்வார்.

அதுக்கப்புறமும் சில சைட்டுகளுக்குப் போனதா அதுல இருக்கே... அத நீங்களும் சேர்த்துக்க வேண்டி தானே... என்றால்... அவர் போயிருக்கலாம் சார்... அது பத்தி நமக்குத் தெரியாது. ஆனா என் வண்டி போகலயே...! நான் போகலியே... நான்பாட்டுக்குப் போனது, வந்ததுன்னு எழுதினேன்னா, டீசல், கி.மீ.ன்னு காட்டியாகணும். ஏற்கனவே காப்பி வாங்கப் போனதுக் கும், சினிமாத் தியேட்டர் போனதுக்குமே சமாளிக்க முடியாமத் தவிக்கிறேன் நான்...இன்னும் அந்தத் தலவலிய வேறே சேர்க்கணுமா... என்னால முடியாது....

அது சரி மாசங்கூடி லாக் புக்கை நீங்களா க்ளோஸ் பண்றீங்க...? இல்ல அப்பப்ப, அந்தந்த கேம்ப் முடிஞ்ச வுடனே எழுதிப் பதிவு செய்றீங்களா? தனித் தாள்ல குறிச்சு வச்சு சாவகாசமா லாக் எழுதறதுதான வழக்கம்?

அதனாலதாங்க சொல்றேன். அத டிரைவர்ட்டதான் இருக்கணும்னு ஏன் வச்சிருக்கீங்க... ஆபீசரே தன் பொறுப்புல வச்சிக்க வேண்டிதானே? எப்படியெப்படி எழுதணுமோ அப்படிச் சொல்லிட்டா, மாசக் கடைசில அதுக்கேத்தாப்ல எழுதிக் கொடுத்திட்டுப் போறாங்க...? நாளைக்கு என்கொயரி... அது இதுன்னு எங்கிட்ட ஆடிட்ல வந்து கேட்டாங்கன்னா... அதெல்லாம்

எனக்குத் தெரியாதுன்னு கைய விரிச்சிட்டுப் போறேன்... உண்மையே அதாத்தானே இருக்கும்...

எல்லோரும் மருதமலையைக் கிறுக்கன் என்றுதான் சொன்னார்கள். அவர் அவர்களைப் பார்த்துச் சிரித்தார். பதிலுக்கு அவர்களும்தான் சிரித்தார்கள். ஆனால் யார் சிரிப்பு உண்மை என்பது வித்யாபதிக்குத்தானே தெரியும்? ●

5

வாசல் கேட் திறக்கும் சத்தம் கேட்டு யாராயிருக்கும்? என்கிற சந்தேகத்தோடும், சற்றே பயத்தோடும் வெளியே வந்தாள் கெஜலட்சுமி. கேட்டைத் திறந்து வண்டியை வெளி வராண்டாவுக்குக் கொண்டு வரும் கணவனைக் கண்டு அதிசயித்துப் போனாள்.

மழைதான் வரப்போகுது இன்னிக்கு... என்ன அதிசயம்? என்றாள்.

ஒரு அதிசயமும் இல்ல. நோ உறரிபரி... அதனால சித்த முன்னே கிளம்பி வந்துட்டேன்... தப்பாப் போச்சா... வேணும்னா சொல்லு... கொஞ்சம் வெளியில சுத்தியடிச்சிட்டு சாவகாசமா வர்றேன்...

போதுமே... சொன்னாப் போதாதா? ஊர் சுத்துறதுக்கு? நேரா சங்கத்துக்குப் போய் உட்கார்ந்துடுவீங்க... அங்கயே கூடப் படுத்துக்குவீங்க... ஆளப் பிடிக்க முடியுமா அப்புறம்? வாங்க உள்ளே... – கிண்டலும் கேலியமாக அவள் பேசுவதும் இவர் கேட்பதும்..அதுவே ஒரு சுவாரஸ்யம்தான். சிரித்துக் கொண்டே உள்ளே நுழைந்தார் வித்யாபதி.

ஜே.டி.யைப் பார்க்கப் போகிறேன் என்று கிளம்பிப் போன அதிகாரியிடமிருந்து எந்தத் தகவலும் இல்லையே

என்கிற எண்ணம் அவர் மனதில் ஓடிக் கொண்டிருந்தது தான். ஃபோன் வரும் என்று காத்திருந்து காத்திருந்து ஒன்றும் பலன் இல்லாமல் போனது. மணி ஆறரை ஆகிப் போனது. சாப்பாட்டிற்கு மேல் அங்கே போய் வருவதாகச் சொல்லிக் கிளம்பிப் போனவர். பிறகு எந்த ஃபோனும் இல்லை. கூடே போன பி.ஏ.விடமிருந்தும் தகவல் இல்லை. அவர்களாகக் கூப்பிட்டுச் சொன்னால் கேட்டுக் கொள்வார். இவராகக் கேட்பதில்லை. அவர்கள் அமர்ந்திருக்கும் சூழல் எவ்வாறிருக்குமோ? பி.ஏ.வும் கூட இருப்பாரோ அல்லது வெளியே காத்துக் கொண்டிருக் கிறாரோ? பேசி முடித்த பின்னால்தானே அழைப்பது வழக்கம். இதைச் செய், அதைச் செய் என்று அப்புறம்தானே தெளிவாகக கூற முடியும்? டூ வாட் ஐ ஸே...! தான் எல்லாமும். நாமும் அந்த இடத்தில் இருந்தால் அப்படித் தானோ?

கூடச் சென்று மீட்டிங் அட்டெண்ட் பண்ணுவதை விட ஆளைவிட்டால் சரி என்றுதானே பலரும் இருக்கிறார்கள்! பி.ஏ. லிங்குசாமியும் அந்த ரகம்தான். அந்த அலுவலகத்தைச் சேர்ந்த நாலு பேரை இழுத்துக் கொண்டு கோயிலுக்கு அருகே இருக்கக் கூடிய பிரபல மான டீக்கடையில் போய் நிற்பதும், புகைவிட்டுக் கொண்டு ஆடி ஆடிப் பேசிப் பொழுதைக் கழிப்பதும், எந்த நேரமும் கூப்பிட்டால் என்ன செய்வது என்ற கவலையே இல்லாமல் பொழுதைப் போக்குவதும்... இன்றைய நாள் கழிந்தால் சரி என்கிற கதையாகத்தான் இருக்கும் அவரைப் பொருத்தவரை.அந்தக் கோயிலைச் சுற்றிய சூழலே அப்படி இழுக்குமோ என்னவோ?

என்ன முடிவு செய்யப்பட்டது என்கிற தகவலே வித்யாபதி மூலம்தான் பி.ஏ.வுக்கே சமயங்களில் தெரியவரும். அத்தனை ரகசியம். அப்படிப் பார்த்தால் பி.ஏ.வுக்குத் தெரிந்த பல விஷயங்களும் முடிவுகளும் தன் காதுக்கு வந்ததில்லையே!. இப்படிப் பலவாறாக

இருக்கும்தான் நிர்வாகம். எல்லாவற்றையும் உடம்பில் வாரிப் போட்டுக்கொண்டு அலைய முடியுமா? எவ்வளவோ அரசியல் இருக்கிறது அதனுள்ளே. நமக்கெதற்கு? சொன்னதை மட்டும் செய்துவிட்டு ஒதுங்கிக் கொள்ள வேண்டியதுதான். அலுவலக நிர்வாகத்தைக் குறையின்றிப் பார்த்துக் கொண்டால் போதாதா? நினைத்துக் கொள்வார் வித்யாபதி. அதுவே தலைக்கு மேல் கிடக்கிறதே..!

டிரைவர் மாறுதல்கள் ஜே.டி.யின் மேஜையின் முன்னே வைத்தே அநேகமாய் இறுதி செய்யப்படக் கூடும் என்று எதிர்பார்த்திருந்தார் வித்யாபதி. ஒருவேளை அப்படி நடக்கக்கூடுமானால் அவர்கள் தன்னை அழைக்கலாம் என்றும் காத்திருந்தார். கோப்பையும் எடுத்துப் போயிருக் கிறாரே? பி.ஏ., லிங்குசாமியிடமிருந்து கூட ஃபோன் வரும் என்ற எதிர்பார்ப்பும் இருந்ததுதான். எதுவுமில்லை. அங்குதான் போனார்களா என்பதே தெரியாதே? அலுவலக வளாகத்தை விட்டு ஜீப் வெளியேறியது மட்டும்தான் தெரியும் பலருக்கும். சாப்பாட்டு நேரத்துக்கு அப்படி வண்டி கிளம்பிப் போகிறதென்றால் அது நேரே ஓட்டல் பிரசிடென்டிற்குத்தான் போய்ச் சேரும் என்பது பலருக்கும் தெரியும்.

ஏதேனும் ஒரு ஒப்பந்ததாரரை அங்கே நிற்கச் சொல்லியிருப்பார்கள். அல்லது அவர் அங்கிருந்து அழைத்திருப்பார். ஜே.டி.யின் பிரசன்னமும் நிச்சயம் அங்கிருக்கும். மூன்று நட்சத்திர ஓட்டலான அங்கு மிகப் பெரிய விருந்தே அவர்களுக்காகக் காத்திருக்கும். அதை ஒரு பிடி பிடித்துவிட்டுத் திரும்பினால் அதற்கு மேல் மதியம் ஆலோசனைக் கூட்டமா நடக்கும்?

எந்தத் தகவலும் வராத போது நாமாக ஏன் இதையெல்லாம் கற்பனை செய்து கொள்ள வேண்டும்? இதற்கு முன்னாலான நடைமுறைகள் இந்த எண்ணங்களை ஏற்படுத்துகின்றனவா?

என்னென்னவோ நினைப்பில்தான் கிளம்பி வந்திருந்தார் வித்யாபதி. பிடித்தோ, பிடிக்காமலோ, பிடிக்கிறதோ இல்லையோ... மாதச் சம்பளம் என்கிற வட்டத்திற்குள் அடங்கியாயிற்று. விட்டுப் போக முடியாது. வேலையை ராஜினாமாவா செய்ய முடியும்? பிறகு சிங்கி அடிக்க வேண்டியதுதான். வேலையை விடுவதென்றால் என்றோ விட்டிருக்க வேண்டும். இப்போது விருப்ப ஓய்வுதான் கொடுக்க முடியும். அதுவும் தேவையில்லைதான். இன்னும் சில ஆண்டுகள். இருந்து ஓட்டிவிட்டுப் போக வேண்டியதுதான்.

ஒரு இடத்தில் அதிருப்தியில் வேலை பார்ப்பது போன்ற கொடுமை வேறேதுவுமில்லை. மனதுக்குப் பிடிக்காத விஷயங்களைச் செய்ய வேண்டியிருக்கிறது. தலையாட்ட வேண்டியிருக்கிறது. கண்டும் காணாமல் விட்டு ஒதுங்க வேண்டியிருக்கிறது. வலம் போனால் என்ன, இடம் போனால் என்ன, மேலே விழுந்து பிடுங்காமல் இருந்தால் சரி என்று கிடக்க வேண்டியிருக்கிறது. தினசரி நடக்கும் வேலைகளில் பலவும் தப்புத் தப்பாய்த்தான் இருந்து கொண்டிருக்கிறது. தெரிந்தும் அதைச் செய்யத்தான் வேண்டியிருக்கிறது. நம்மளவில் மட்டும் ஓரளவு சரியாக இருக்க முடிகிறதே தவிர நடக்கும் மற்றவைகளைத் தடுக்க முடிவதில்லை. இதை என்னால் செய்ய முடியாது என்று கூற முடியவில்லை. இது தப்பு என்று ஒதுக்க முடியவில்லை. இப்படிச் செய்தால் இப்படித் தீங்கு வரும், அதை எதிர் கொள்வதும், ஒன்றுமில்லாமல் ஆக்குவதும் கடினம் என்று தெரிவிக்க முடிவதில்லை. துணிந்து தெரிவித்தாலும் அது நடக்காமல்தான் போகிறது. தப்புத் தப்பாகப் பலவும் நடப்பதற்கு ஒரு அலுவலகமா? அதற்கு ஒரு நிர்வாகமா? ஆள், அம்பு, படை, சேனை என்று ரத கஜ துரக பதாதிகளா? நிர்வாகம் என்றாலே எங்கும் நிறைந்த பரம்பொருளாய் இப்படித்தான் இருந்து தொலைக்குமோ?

சரி... சரி... என்று தலையாட்டியே பழக்கமாகிப் போனது. தன் தலை தன்னையறியாமல் ஆடிக்கொண்டேயிருக்கிறதோ என்று கூடச் சந்தேகம் வந்தது.

சும்மா போட்டு ஏன் மண்டையைக் குழப்பிக்கிறீங்க...? போனமா... ஏதோ வேலையைச் செய்தோமா... வந்தமான்னு இருங்க...எதுலயும் பட்டுக்காம இருந்தாத்தான் எல்லாருக்கும் நல்லவனா இருக்க முடியும்? எல்லாத்தையும் கேள்வி கேட்டுக்கிட்டிருந்தா கெட்ட பெயர்தான் வரும். அப்புறம் எல்லாரும் உங்கள விட்டு ஒதுங்கத்தான் பார்ப்பாங்க... உங்களுக்குன்னு ஆளே இருக்க மாட்டாங்க... நீங்க தனிமைப்படுத்தப் படுவீங்க... உங்களுக்கே ஏதாச்சும் சிக்கல் வர்றபோது யாரும் வந்து உதவ மாட்டாங்க...ஒண்ணு நஷ்டத்த ஏத்துக்க வேண்டியிருக்கும்... இல்லன்னா அட்ஜஸ்ட் பண்ணிட்டுப் போக வேண்டியிருக்கும். அப்படிப்பார்த்தா நாம நம்மளையே ரொம்ப நேர்மையான ஆளா நினைச்சிக்கிறதே தப்புதான். நாம நேர்மையா இல்லங்கிறதுதான் யதார்த்தம். எப்போ நம்மளச் சுத்தி நடக்கிறதைக் கண்டுக்காமப் போகப் பழகிட்டமோ அப்பவே நாம தோத்துட்டோம்னுதான் அர்த்தம். அதே கலங்கலான குளத்துலதான் நாமளும் குளிச்சிட்டிருக் கோம்ங்கிறதுதான் நிஜம். உங்க ஒத்துழைப்போட மற்றவங்க நல்ல லாபம் அடைஞ்சிருப்பாங்கங்கிறது உண்மை. ஆனா நீங்களும் அந்தக் கூட்டத்துல இருந்திருக்கீங்கங்கிறதுதான் பட்டவர்த்தனமான உண்மை. நான் எதிலயும் தலையைக் கொடுக்கலேன்னு சொல்ல முடியாது. உதறிட்டு வெளியே வராதவரைக்கும் எல்லாத்துலயும் நமக்கும் பங்கு இருந்திருக்குங்கிறதுதான் உண்மை.

ஜெலட்சுமி இப்படியெல்லாம் யோசித்துப் பேசுவாள் என்பது ஆச்சரியமாய் இருந்தது வித்யாபதிக்கு. நிறையப் புத்தகங்கள் படிக்கிறாள். அதன் விளைவுதான் இந்தத் தெளிவு. தன் சிந்தனைப் போக்கை அறிந்து அது நடைமுறை உலகத்துக்கு எவ்வளவு தூரம் பொருந்திப்

போகும் என்பதை அவள் நன்கு அறிந்திருக்கிறாள். அதனால்தான் தன்னை அவளால் நிதானப் படுத்த முடிகிறது. அவள் யோசனையையும் கருத்தில் கொள்ளத் தான் வேண்டியிருக்கிறது. அதிகாரப் படியில் இல்லாதவ னுக்கு எதற்கு ஆழ்ந்த யோசனையும், மனச் சுணக்கங்களும்? தன்னளவில் அடக்கமாக என்ன செய்ய முடியுமோ அதைச் செய்துவிட்டு, மற்றவற்றைக் கண்கொண்டு நோக்காமல், காதில் விழாததுபோல் இருக்க வேண்டியது தானே? எதற்காக மண்டையைப் போட்டு இத்தனை குழப்பிக் கொள்ள வேண்டும்? ஆளை விடுங்கடா சாமி... என்று விட்டு விலகும் நாள் என்று வரும் என்று காத்துக் கொண்டுதான் இருக்கிறார் வித்யாபதி. அதுவரை ஜாக்கிரதையாக இருந்து கழிப்பது என்பதே மிகுந்த கஷ்டமான காரியமாய்த்தான் இருக்கும் என்று அவர் மனது உணர்த்தியது. பணி உயர்வு கிடைக்கக் கிடைக்கப் பொறுப்புக்கள் அதிகமாகத்தான் ஆகும். எது சரியோ அதை உணர்த்துவதுதான் தன் வேலை. அது எழுத்தில் பதிவாகியிருந்தாலே போதும். அந்த அளவுக்கேனும் நிம்மதி கொள்ள முடிகிறதே!

கிடக்கிறது கிடக்கட்டும்... எப்பயும் உள்ளதுதான் இது... ரிடையர்ட் ஆகுறவரைக்கும் பின்னாலயே வரத்தானே செய்யும்... பார்த்துக்கலாம்... என்று பொதுவாகச் சொல்லிக் கொண்டே... அது சரி... நான் உள்ளே நுழைஞ்சவுடனேயே என்னவோ சொல்ல வந்தியே...? மறந்துட்டியா? என்று கெஜலட்சுமியை நோக்கிக் கேட்டார் வித்யாபதி. ●

6

சொல்ல வந்தது அந்த விஷயமாய் இருக்கும் என்று வித்யாபதி நினைக்கவேயில்லை. கெஜலட்சுமி உடம்பு பூராவும் அந்த ஒரு விஷயம் வியாபித்து இருப்பதாகவும், சதா சர்வகாலமும் அவள் அந்த நினைப்பிலேயே இயங்குவதாகவும் தோன்றியது வித்யாபதிக்கு. எவ்வளவோ கோயில்களுக்குச் செல்கிறாள்... நேர்ச்சை நிறைவேற்று கிறாள்..ஸ்லோகங்கள் படிக்கிறாள், புராணங்களை அலசுகிறாள்... மிகுந்த இறை நம்பிக்கையோடு விரதங்களை மேற் கொள்கிறாள்... ஆனால் பாழாய்ப் போன மனது இன்னும் அவளுக்குப் பக்குவப்படவில்லை. அவளின் கட்டாயத்திற்காக இவரும் எவ்வளவோ செய்து விட்டார். அவள் கூப்பிட்ட இடங்களுக்கெல்லாம் அலைந்தார். அவளோடு பயணம் செய்தார். செய்முறைகளைக் குறைவைக்காமல் நிறைவேற்றினார். எல்லாமும் அவளின் திருப்திக்காகச் செய்ததுதானே தவிர, செய்யும் ஒவ்வொரு காரியங்களிலும் அவருக்கு ஒரு சிறு விலகல் என்பது இருந்துகொண்டேதான் இருந்தது. அவளுக்காகவே டாக்டரிடம் செக்கப் என்று சில முறை அவளோடு, அவள் வற்புறுத்தல் தாங்க மாட்டாமல் சென்று வந்து விட்டார்தான்.

இதை நினைத்தபோது அவர் உடம்பு நடுங்கியது. சட்டென்று உணர்ச்சி வசப்பட்ட நபராக அங்கு ஏன்

அன்று அப்படி நடந்து கொண்டோம்? பலரும் நிறைந் திருக்கும் அந்த மருத்துவமனையில் எதையும், யாரையும் பொருட்படுத்தாது, தன்னை மறந்து அப்படிக் கத்துவதற்கு எது தூண்டியது? மருத்துவரின் ஆலோசனைக்கு என்று போயாயிற்று. அப்படியிருக்கையில் அவர் சொல்படியான சோதனைகளுக்கு உட்பட்டுத்தானே ஆக வேண்டும். அதற்கு இஷ்டமில்லையென்றால் போயே இருக்கக் கூடாது. ஆனாலும் அவர் சொன்ன அந்தச் சோதனை பெரிய கொடுமை. அதுவும்... முடியவில்லையென்றால் துணைவியோடு சென்று நிறைவேற்றுங்கள் என்று நர்ஸ், கெஜலட்சுமியிடம் சொன்னது அதைவிட அபத்தம். அதைத் தன்னிடமா சொல்வது? தன் மனையாளிடம் சொல்ல வேண்டும் என்கிற இங்கிதம் கூட அந்த நர்ஸ் பெண்ணுக்குத் தெரியவில்லை. ஒரு பேஷன்டை பேஷன்டாக எதிர்நோக்கும் மனநிலையில் சொன்ன வார்த்தைகள் அவை. அதற்கு மேல் அதில் ஒன்றுமில்லை என்று கொள்ளலாமா? மருத்துவ ரீதியாக நோக்கினால் எல்லாமும் வெறும் அட்டவணைகள்தானா? அவை களுக்கு உணர்ச்சிகள் என்பதே கிடையாதா? பேசும் வார்த்தைகள் கூட ஜடப் பொருள்களா? இதை டாக்டரே தன்னிடம் கூறியிருக்கலாமே? ஒருவேளை அவர் சொன்னதைத் தான் சரியாக உள்வாங்கவில்லையோ? அதனால்தான் நர்ஸ் வந்து தன்னிடம் திருப்பிச் சொல்கிறதோ?

நானும் வேணா வரட்டுமா? - என்று கெஜலட்சுமி கேட்டாளே?

என்ன அபத்தமான கேள்வி இது? இப்படிக் கேட் கறதுக்கு உனக்கு வெட்கமா இல்லை? - சட்டென்று கோபப்பட்டார் வித்யாபதி.

நானா கேட்கலைங்க... நர்சுதான் சொன்னாங்க... தேவைன்னா நீங்களும் கூடப் போங்கன்னு... அதனால தான் கேட்டேன். இதிலென்ன தப்பிருக்கு?

என்ன சொல்ற? திருப்பிச் சொல்லு... திருப்பிச் சொல்லு... பொது எடத்துல இப்டிக் கேட்கிறியே... வெட்கங்கெட்டவளே! இதிலென்ன தப்பா? வலியச் செய்யப்படுற எதுவுமே தப்புதான். ரகசியமா செய்ற எதுவுமே தப்புதான். அதப் புரிஞ்சிக்கோ. ஒரு குடும்பப் பெண் இப்டிக் கேட்கலாமா? இங்க உட்கார்ந்திருக்கிற எல்லார் முன்னாடியும் நீயும் நானும் பகிரங்கமா பாத்ரூமுக்குள்ள போக முடியுமா? அசிங்கமில்லே?

அவுங்களும் இந்த மாதிரிச் சோதனைக்கின்னே வந்திருந்தா? எல்லாருக்கும் பொதுதானே இது? எதுக்குக் கோபப்படுறீங்க? ஐயோ... கடவுளே... தெரியாமக் கேட்டுட்டேன்... நான் வரலை... நீங்களே போயி... எடுத்திட்டு வந்து கொடுங்க... இந்தாங்க சீசா... இதுலதான் எடுத்துக் கொடுக்கணுமாம்...

சுற்றுமுற்றும் திரும்பிப் பார்த்தார் வித்யாபதி. பலரும் தங்களைக் கவனித்துக் கொண்டிருப்பது தெரிந்தது. ஒதுங்கி நின்றாலும் பார்வை பலருக்கும் இங்குதான் இருக்கிறது. மனிதர்களுக்கே இப்படி ஒரு புத்தி. மற்றவர்கள் என்ன பேசுகிறார்கள் என்று கவனிப்பது... தாங்கள் உண்டு, தங்கள் வேலையுண்டு என்று இருக்க மாட்டார்களோ? தங்கள் கஷ்டம் குறைவா அல்லது அடுத்தவன் கஷ்டமா? என்று ஆராய்கிறார்களோ? தங்களைப் போலவே பலரும் சிகிச்சைக்காக வந்திருப்பதில் ஒரு ஆறுதல். இது மனித இயற்கை என்று கொள்ளலாமா? வியாதி என்பதும், குறைபாடு என்பதும் பொதுவான விஷயம்தானே? ஒவ்வொரு ஜீவனுக்கும் ஒவ்வொரு வகை... அதுதான் வித்தியாசம்.... அவரவர் பாடு அவரவருக்கு...!

ஒவ்வொருவரும் ஒவ்வொரு குறைகளுக்காக என்று தானே இங்கு வந்து அமர்ந்திருக்கிறார்கள்? பிறகென்ன மற்றவர்கள் பேச்சைக் கவனிப்பது? ஆறுதல் கொள்கிறார் களோ? மனித மனங்கள் எவ்வாறெல்லாம் இயங்குகின்றன...

தங்களின் ஒவ்வொரு செயலிலும் பிறரின் ஆதரவைத் தேடும் மனங்கள்... தன்னைப் போலவேதான் ஒவ்வொரு வருக்கும் ஒவ்வொருவிதமான கஷ்டங்கள் என்று அறிந்து மானசீகமாய்த் தங்களை தைரியப்படுத்திக் கொள்ளும் மனப்பான்மை. அதில் தவறென்று எதுவும் சொல்வதற் கில்லை. எளிய மனிதர்கள் இப்படித்தான் இருக்கக்கூடும். வாழ்க்கை அவலங்களில் அமிழ்ந்து போனவர்கள்... ஆனாலும் பொது இடம் எனும்போது ரொம்பவும் கூச்சமாகத்தான் இருந்து தொலைக்கிறது. என்னதான் செய்வது? நமக்கென்று குடும்ப டாக்டர் வைத்துக் கொண்டால்தான் யாருக்கும் தெரியாமல் இதையெல்லாம் செய்யலாம். அதற்குப் பெரும் பணக்காரனாய் அல்லவா இருக்க வேண்டும். நடுத்தரவர்க்கம் அப்படியெல்லாம் யோசிக்க முடியுமா என்ன?

கொஞ்சம் மெதுவாப் பேசு...எல்லாரும் பார்க்கிறாங்க... - குரலைத் தாழ்த்தி கெஜலட்சுமியை நோக்கிப் பல்லைக் கடித்தார் வித்யாபதி.

உனக்கும் ஒரு விவஸ்தையே கிடையாது. எதை எங்கே எப்போ எப்படிப் பேசறதுன்னு? நர்சு சொன்னாங்கன்னா அப்டியே வேத வாக்காக் கேட்டுட்டு வந்து சொல்வியா? நீயா யோசிக்க மாட்டியா? அவங்க சொல்றது எனக்குப் பிடிக்குமா, பிடிக்காதா... சொல்லலாமா வேண்டாமான்னு எந்த யோசனையும் உனக்குக் கிடையாதா?

இதிலென்னங்க இருக்கு... ஆஸ்பத்திரிக்கு வந்தா டாக்டர் சொல்றபடி கேட்குறதுதானே நம்ப வேல... அவுங்க சொல்ற டெஸ்டையெல்லாம் எடுத்தாத்தானே என்ன ரிசல்ட்ன்னு பார்க்க முடியும்? அப்பத்தானே மேற்கொண்டு என்ன செய்யலாம்னு முடிவு செய்ய முடியும்? இதுக்கெல்லாம் சங்கடப்பட்டு முடியுமா?

சங்கடப்பட்டுத்தான் ஆகணும். அதுதான் கௌரவ மானவங்களோட நடத்தை. டாக்டர் சொல்றாருங்கிறதுக்

காக எல்லாத்தையும் கண்ணை மூடிட்டுச் செய்ய முடியாது. அப்படி ஒண்ணும் அவசியமில்லை...உடம்பை செக்கப் பண்ணிட்டு என்ன மருந்து கொடுக்க முடியுமோ அதைக் கொடுக்கட்டும்... சாப்பிடுவோம்... ஆறு மாசம் இல்ல ஒரு வருஷங்கூட சாப்பிடுறதுக்கு நான் தயார்... அதைத்தான் செய்ய முடியும்... அதுக்காக இப்ப உடனடியா வேணும்னு அவர் சொல்றதையெல்லாம் செய்றதுக்கு நான் ஆளில்லை...

உடலுறவுங்கிறது இயற்கையா நிகழ்ற விஷயம். ரெண்டு பேர் மனசும் உடம்பும் மானசீகமாய் இணங்கி நிகழ்த்துற மாயம் அது. அது ஒரு தனி உலகம். அங்கே செயற்கையான விஷயங்களுக்கே இடமில்லை. ஒரு வகைல பார்க்கப் போனா அது தெய்வீகமான விஷயம்னுகூடச் சொல்லுவேன். ஏன் கணவன் மனைவி படுக்கிற தனி அறைல கடவுள் படங்களை மாட்டி வைக்கிறாங்க? அழகழகான குழந்தை படங்களை அங்க கொண்டுபோய் ஏன் வைக்கணும்? மனசும் உடம்பும் லயிச்சு, இணங்கி, ஒருங்கிணைந்து தன்னை மறக்கச் செய்யும் ஒருவகையான பக்தி பூர்வமான செயலாக்கம் அது. கடவுளால் கொடுக்கப்படுற வரம். அதை இப்படி மருத்துவ ரீதியாக் கொச்சைப் படுத்தி அட்டவணைப்படுத்துறது சரியா? என்னால முடியாது... இப்படி எல்லார் முன்னாடியும் இந்தச் சின்ன பாட்டிலைக் கைல வாங்கிக்கிட்டு பாத்ரூமுக்குள்ள போக முடியாது. அப்படியே போனாலும் என்னால அதைச் செய்ய முடியாது. அதுக்கெல்லாம் எனக்குப் பழக்கமில்லை. அப்படியெல்லாம் நான் வளரலை. எங்கப்பாம்மா என்னை அப்படி வளர்க்கலை... நானும் என்னை அந்தக் கோணத்துல வளர்த்துக்கலை. என்னைப் பொறுத்தவரைக்கும் அது ஒரு இழி செயல். அதை ஒரு கட்டாயத்துக்காகக் கூட என்னால நிறைவேற்ற முடியாது...கெட்ட பழக்கங்கள் உள்ளவங்கதான் உடனடியா அதைச் செய்ய முடியும்... ஓகேன்னிட்டு பதட்டப்படாம இயங்க முடியும்... என்னால ஆகாது...

ஐ ஆம் நாட் எ லோஃபர்...யூ நோ... - அந்த அறையே கிடுகிடுக்கும்படி கத்தினார் வித்யாபதி. கட்டடமே அதிர்ந்ததுபோல்தான் இருந்தது.

ஒரு ஒழுக்கங்கெட்டவனாலதான் இதையெல்லாம் செய்ய முடியும். அப்டிச் செய்துதான் இந்தச் சோதனை யோட முடிவைத் தெரிஞ்சிக்கணும்னா அது எனக்குத் தேவையில்லை...வா போவோம்... - கத்தியவாறே கெஜலட்சுமியின் கையைப் பிடித்து இழுத்துக் கொண்டு வெளியேறினார் வித்யாபதி. மூலையில் கிடந்த குப்பைத் தொட்டியில் அந்தச் சிறு பாட்டிலை வீசினார். தூர நின்று கொண்டிருந்த நர்ஸ் இத்தனையையும் பார்த்துக் கொண்டிருந்தது அவருக்குத் தெரிந்தே இருந்தது. அவளும் எளிய சராசரி ஜீவன்களில் ஒருவள்தானே...! அமைதியாய் நின்றாள் இவர்களைப் பார்த்தவாறே...!

கெஜலட்சுமி திரும்பித் திரும்பி டாக்டர் இருக்கும் அறையைப் பார்த்துக் கொண்டே நகர்ந்தாள். நர்ஸின் பார்வை பரிதாபமாய் இருந்ததைக் கவனித்து அவள் மனம் ஆறுதல் பட்டது.

அத்தோடு அந்த விஷயம் அன்று முடிவுக்கு வந்தது. இப்போது மீண்டும் எதையோ துவக்குகிறாளே? என்று நினைத்தபோதுதான் சுருக்கென்று அவர் மனதில் தைத்தது அது.

7

பழையபடி ஆரம்பிச்சிட்டியா? என்றார் வித்யாபதி. சுழற்சி முறைல இந்த எண்ணம் வந்திட்டே இருக்கும் போல்ருக்கு என்று நினைத்துக் கொண்டார். இதைச் சொல்ல முடியாது. சொன்னால் அழ ஆரம்பித்து விடுவாள். தன்னால்தான் இந்தக் காரியம் தாமதப்படுகிறது என்பதான நினைப்பு உண்டு அவளுக்கு. தான் தாய்மைப் பேறு அடைய முடியாமல் போனதைச் சுட்டிக் காட்டிப் பேசுவதாகவே எடுத்துக் கொள்வாள். அந்த நினைப்பில் அவர் அவளை என்றுமே பார்த்ததில்லை என்பதுதான் உண்மை. குழந்தையில்லாதது ஒன்றும் பெரிய குறை என்று அவர் மனதில் என்றுமே தோன்றியதில்லை. தனக்குத் துணை அவள். அவளுக்குத்துணை நான். போதாதா? என்று மன நிறைவு கொண்டிருந்தார்.

தாய்மைக் பேறு தாமதத்திற்கு நானும்தானே காரணம்... என்னையும் சேர்த்துத்தானே சொல்றேன். உன்னை மட்டும் சொல்றதா நீயா ஏன் நினைச்சுக்கிறே? எந்த டெஸ்டும் தேவையில்லை... கடவுளா இரக்கப்பட்டுக் குழந்தை பாக்கியத்தைக் கொடுத்தா கொடுக்கட்டும் இல்லன்னா இப்டியே இருந்திட்டுப் போவோம். இதுவென்ன இழிவா? உலகத்துல எத்தனையோ பேர் நம்மளப் போல இருக்கத்தானே செய்றாங்க... சொல்லப்

போனா குழந்தை குட்டிகளைப் பெத்து வளர்த்தவங்களை விட புருஷன் பொண்டாட்டின்னு ரெண்டே பேரா இருக்கிறவங்கதான் சந்தோஷமா இருக்காங்கன்னு சொல்லுவேன். அவுங்கதான் வாழ்க்கையை நல்லா அனுபவிக்கிறாங்க... நிறையக் கோயில் குளம்னு வெளியூர், வெளி மாநிலம், வெளிநாடுன்னு கூடச் சுத்துறாங்க... காசுக்குச் செலவு வேணுமே? சேமிச்சு வச்சு என்ன செய்ய? செலவுக்கு ஆளில்லையே? ஏதேனும் வியாதி வெக்கைன்னு வந்தா அதுக்கு மட்டும் கொஞ்சம் சேமிப்பு இருந்தாப் போதும்..மத்தப்படி நல்லா மனசாரச் செலவு பண்ணிட்டு ஜாலியா இருந்திட்டுப் போக வேண்டிதானே... உனக்கு நான் குழந்தை... எனக்கு நீ குழந்தை... இதவிட வேறென்ன பாக்கியம் வேணும்...சும்மா மனசைப் போட்டு உழட்டிக்காதே...

அவரின் வழக்கமான பல்லவியை கௌலட்சுமியை நோக்கிப் பாடினார் வித்யாபதி. அந்த ராகம் எப்போதும் மாறுவதில்லை அவரைப் பொறுத்தவரை. ஆனால் அது அவளைச் சமாதானப்படுத்தினால்தானே?

பொறுப்பு வந்திடுமோன்னு பயப்படுறீங்க... எதுக்கு வலிய இழுத்து விட்டுக்கிட்டு சங்கடப்படணும்னு தயங்குறீங்க....எல்லாத்துலயும் ஒரு யோசனை, தயக்கம், ஒரு பயம், ஒரு கோபம்... இப்படி ஏதாச்சும் ஒரு சுணக்கம்....!

கௌலட்சுமியின் குரல் எப்பொழுதும்போல் இல்லாமல் இன்று ஏன் அதிகத் துக்கமாய் வெளிப்படுகிறது? அவளுக்கு விளக்கிச் சொன்னால்தான் புரிபடும். இல்லையென்றால் குழந்தையின் பிடிவாதம் போல் ஒரே வீச்சாய் நின்று சாமியாடுவாள்...எப்படி ஆரம்பிப்பது என்று புரியாமல் தயங்கி நின்றார் வித்யாபதி.

இந்த பார்...நீ நினைக்கிற மாதிரி மர்ஃபி ரேடியோ குழந்தை போல எந்தக் குழந்தையும் அநாதை விடுதில

கொழு கொழுன்னு கிடைக்காது. எல்லாமும் சோனியாத் தான் இருக்கும்... வாங்கிட்டு வந்துதான் நாம புஷ்டி ஏத்தி சரி பண்ணனும்...அத முதல்ல புரிஞ்சிக்கோ...ஆஸ்பத்திரில வரிசையா மாட்டியிருக்கிற செழிப்பான குழந்தைகள் ஃபோட்டோவை மனசுல வச்சிட்டுக் கற்பனை பண்ணாதே...

கிடைக்குங்க... ஒரேயடியா அப்டி நான் தேடலைங்க... ஓரளவுக்கு செழுமையா இருந்தாப் போதும்...பஞ்சுப் பொதியா அப்டியே தூக்கிட்டு வந்து பொத்திப் பொத்தி வளர்த்திடமாட்டனா? எம்மேலே உங்களுக்கு நம்பிக்கை யில்லையா?

நீ நினைக்கிற மாதிரி அத்தனை சுலபமில்லே இந்த விஷயம். முன்னெல்லாம்தான் போனமா, பார்த்தமா, ஏதோ ரெண்டு ரிஜிஸ்டர்ல கையெழுத்துப் போட்ட மான்னு தூக்கிட்டு வந்திடுவாங்க... இப்பல்லாம் அத்தனை ஈஸியா இல்ல இந்த விஷயம். அரசாங்கமே, ஏன் கோர்ட்டே இந்த தத்து எடுக்கிற விஷயத்தை ரொம்பக் கடினமாக்கிடுச்சு... அதத் தெரிஞ்சிக்கோ...

கெஜலட்சுமி அமைதியாய் இருந்தாள். தான் சொல்வதில் அவளுக்கு நம்பிக்கை ஏற்படவில்லை என்று தோன்றியது இவருக்கு.

வலிய இந்த விஷயத்தைத் தள்ளிப் போடுவதாக அவள் நினைக்கிறாள். ஒருவகையில் பார்த்தால் அது சரிதான் என்றே இவர் நினைத்தார். குழந்தையைத் தத்து எடுப்பதில் ஏனோ அவருக்கு ஒரு பிடிமானம் இல்லாமல் இருந்தது. காலம் பூராவும் தத்துப் பிள்ளைதானே என்கிற எண்ணம் மனதில் ஓடிக் கொண்டேயிருக்காதா? அந்த ரகசியம் அந்தப் பிள்ளைக்குத் தெரியாமல் வாழ்நாள் பூராவும் எப்படிக் காப்பது? உற்றார், உறவினர், சுற்றத்தார் என்று எவ்வகையிலேனும் அது தெரிந்து விடாதா? யார் மூலமாகவேனும் அது வெளிப்பட்டு விடாதா?

வெளிப்படும் அந்தக் குறிப்பிட்ட நாள் நன்னாளாக அமையுமா? அமையாமல் போனால்? அதுவே துக்க நாளாக மாறிவிட்டால்? நன்றியுணர்ச்சி, பாசம், பந்தம் என்பது பின்னுக்குப் போய் விபரீதங்கள் தலையெடுத்தால்? உண்மை தெரிந்த பிறகு ஏற்படும் அன்றாட நடைமுறை என்பது அடியோடு மாறிப் போகுமே? வயதான காலத்தில் அதை எதிர்கொள்ளும் திறன் இருவருக்கும் வேண்டாமா? நல்லதே நினைத்து எல்லாமும் செய்வோம் என்று முற்பட்டாலும், பிற எதிர்வினைகளையும் நினைத்துப் பார்க்கத்தானே மனம் துணிகிறது?

தத்து எடுத்து வரும் பிள்ளை நாம் வளர்க்கும் சீரான நடைமுறையில் முறையாகப் பயணிக்கும் என்பதற்கு என்ன உத்தரவாதம்? அந்தந்தப் பிறவிக்கென்று அமைந்த ஜீன்ஸ் என்பது வேலை செய்யத்தான் செய்யும் என்று படிக்கிறோமே? அதெல்லாம் பொய்யா என்ன? எங்கேனும் சில அப்படியிருப்பதால்தானே அந்த வகையிலெல்லாம் அதை எழுதி வைத்திருக்கிறார்கள்?

தத்து எடுத்து வந்து அதிகாரபூர்வமாக வாரிசாக்குதல் என்கிற நடைமுறை இருக்கத்தான் செய்கிறது. அதை அத்தனை சீக்கிரம் நிறைவேற்றி விட முடியுமா? குழந்தையின் வளர்ச்சி, குணாம்சங்கள் எப்படியிருக்கின்றன, அதன் அறிவு ஜீவிதம் எங்ஙனம் வகைப்படுகிறது என்றெல்லாம் பார்ப்பதும் அதற்குப்பின் ஒரு குறிப்பிட்ட வயசில் ஒரு முடிவுக்கு வருவதும் தானே சரி. அதுவரை கௌலட்சுமி பொறுமை காப்பாளா? ஒரு குழந்தை கைக்குக் கிடைத்தால் போதும் என்று திருப்தி கொண்டு வாழ்க்கை மகிழ்ச்சியாக்கிக் கொள்வாளா? பின்னால் ஏற்படப் போகும் நடைமுறைகளை நினைத்துப் பார்க்கும் திறன் வேண்டாமா?எத்தனையோ விதிமுறைகளை வகுத்து தத்துக் கொடுப்பதில் நிறுவனங்கள், காப்பகங்கள கவனமாய் இருக்கும்போது, அவ்வாறு தத்து எடுப்பதில் நாம் எவ்வளவு அதிக கவனம் கொள்ள வேண்டும்?

இதையெல்லாம் முழுதும் கேட்டு நிதானப்பட அவளுக்கு முடியுமா?

மகாத்மா ஆதரவற்றோர் பாதுகாப்பு இல்லம், மனோன்மணீயம் குழந்தைகள் காப்பகம், அன்னை தெரசா அநாதைச் சிறார் வளர்ப்பு ஆதரவு மையம்... என்று என்னென்னவோ முகவரிகளைக் குறித்து வைத்துக் கொண்டு காத்திருந்தாள் கெஜலட்சுமி. ஏதேனும் ஒரு அரசு ஒப்புதல் பெற்ற நிறுவனத்தில் சென்று லட்டு மாதிரி ஒரு குழந்தையைத் தூக்கிக் கொண்டு வந்து வளர்க்க ஆரம்பித்து விட வேண்டும் என்பது அவள் வாழ்க்கையில் துரிதமான லட்சியமாக சமீப காலத்தில் விஸ்வரூபமெடுத்திருந்ததை அவர் உணராமலில்லை.

பேசாம நீங்க சென்னைக்கு மாறுதல் வாங்கிக்குங்க... அங்க போயிடுவோம். இந்த வீட்டை வாடகைக்கு விட்ருவோம். இந்த வாடகையை வாங்கி அங்க குடி யிருக்கிற வீட்டுக்குக் கொடுத்திடுவோம். கூடக் கொஞ்சம் போனாலும் பரவாயில்லை. அங்க இருக்கிறவங்களுக்குத் தெரியவா போகுது... தத்து எடுத்த குழந்தைன்னு... இங்கதானே சுற்றிலும் சொந்தக் காரங்க இருக்காங்க... என்ன கேள்வி வருமோன்னு பயப்படுறீங்க... இது நம்ம வாழ்க்கைங்க... நம்ப ரெண்டு பேரோட சந்தோஷம்தாங்க இதுல முக்கியம். இது நாம ரெண்டு பேரும் யோசிச்சு முடிவு செய்ய வேண்டிய விஷயம். மத்தவங்க என்ன சொல்றதுக்கு இருக்கு? ஊரும் உலகமும் ஆயிரம் சொல்லும்... அதுல நாலு நல்லதும் இருக்கும், கெட்டதும் இருக்கும்... எது நல்லதுன்னு எங்களுக்குத் தெரியும்னு நாமதான் தீர்க்கமா நிக்கணும்... இல்ல... இந்த ஊர்ல வேண்டாம்னு யோசனை வந்ததுன்னா மெட்ராசுக்கே போயிடுவோம்... அங்க இருக்கிற காப்பகங்கள்ல தேடுவோம்...யாரு நம்மளை கேட்க இருக்கு? எனக்காக இதை நீங்க செய்யக் கூடாதா? - இந்தக் கடைசி வார்த்தைதான் வித்யாபதியை உலுக்கிப் போட்டது.

அவளுக்காகத்தானே இந்த வாழ்க்கை... அவளும் எனக்காகத்தானே இருக்கிறாள்... அவள் சொல்கிறபடியே செய்தால் என்ன? ஆனால் தான் பார்த்துப் பார்த்து ஆசை ஆசையாய்க் கட்டிய இந்த சொந்த வீட்டை விட்டுப் போவோம் என்கிறாளே? அது சரியா? கனவில் அவரின் அந்த இல்லத்தைக் கைகளை விரித்து கட்டிக் கொண்டு சோகத்தில் மூழ்கினார் வித்யாபதி.

8

இந்த வீட்டை விட்டுட்டு எக்காரணத்தைக் கொண்டும் என்னால் வர முடியாது. இந்த ஊர்தான் நமக்குச் சரிப்படும். சென்னைக்குப் போனாத்தான் அங்க உள்ள கஷ்டங்கள் புரியும் உனக்கு. ஒவ்வொண்ணும் தூர தூரமா இருக்கும். ஒரு நாளைக்கு ஒரு வேலைதான் பார்க்க முடியும். பாங்க் வேலைன்னு எடுத்தா இங்க ஒரே நாள்ல எல்லாத்தையும் முடிச்சிட்டு ரெண்டு மணி, ரெண்டரை ஆனாலும் வந்திடுறேன். அங்க அப்படி முடியாது. ஒவ்வொரு பாங்கும் ஒவ்வொரு இடத்துல தள்ளித் தள்ளிக் கிடக்கும். டூ வீலர்ல போறது அவ்வளவு ஆபத்து. அவனவன் பற பறன்னு பறக்கிறான். அவங்களுக்கு இணையா நமக்கு வண்டி ஓட்ட பயமா இருக்கு. ஆக்ஸி டென்ட் ஆயிடுமோன்னு மனசு பதறுது. பதட்டத்தோடயே ஓட்டினா நிச்சயம் ஒருநாள் விபத்து ஏற்படத்தான் செய்யும். ஆட்டோ, டாக்சின்னு கொடுத்து மாளாது அங்கே... நமக்குக் கட்டுபடியாக வேண்டாமா? செலவு செய்யலாம். விரயம் பண்ண முடியுமா? நல்லா யோசி... என்றார் வித்யாபதி.

எதச் சொன்னாலும் கட்டையைப் போடுறானே என்று யோசித்திருப்பாள் ஜெலட்சுமி. வாய் மூடியிருந்

தாள். காலம் கனிந்து வரும் என்று காத்திருக்கிறாளோ என்னவோ?

உன் சொந்த ஊர் மெட்ராஸ்ங்கிறதாலே அங்க ஜாகையை மாத்திடுவோம்னு உற்சாகமாச் சொல்றே நீ...! அங்க தினசரி ஆபீஸ் போயிட்டு வர்றதே பெரிய சாதனையாயிருக்கும். நாமயிருக்கிற இடத்துலேர்ந்து அண்ணாசாலை பகுதிக்கு நான் தினமும் ஆபீஸ் போய் வந்தேன்னு வச்சிக்கோ... அதுலயே ஓஞ்சு போவேன் நான். நீ சொல்ற மாதிரியே இங்க வந்துடுங்கன்னு தலைமை இடத்துல என்னையும் கூப்பிடத்தான் செய்றாங்க... மனசு பயப்படுது... இங்க மாதிரி ஏதோ டூ வீலர எடுத்தோம், போனோம் வந்தோம்னு இருக்குமா? அதுவே உயிர் போய் உயிர் வர்ற மாதிரி அன்றாடப் பொழுதை பலி கொடுக்கணும்... வாழ்க்கை எப்பவுமே ஓட்டமும் பதட்டமுமா இருக்கக் கூடாது. நார்மலா இருந்தாப் போதும்...அதுக்கு இந்த மதுரைதான் நமக்கு ஏத்த எடம்...இல்லன்னா உன்னை ஏன் இங்க இழுத்திட்டு வர்றேன்... ஆரம்பத்துலயே அங்க வந்திருக்க மாட்டேன்? நம்ம முடிவு எப்பயும் ஒரே முடிவுதான். முதலும் முடிவும் இந்த மதுரை மாநகரம்தான். மீனாட்சி அம்மைதான் நமக்குத் துணை...

உங்கள யாரும் இப்பயே பொட்டியைத் தூக்கச் சொல்லலை... பதறியடிக்காதீங்க... ஒரு யோசனையாத்தான் சொன்னேன். நமக்குன்னு ஒரு குழந்தையை தத்து எடுத்திட்டோம்னா இந்த மாதிரி மனச் சலனமெல்லாம் இல்லாமப் போயிடும். அதுக்குண்டான முயற்சியைக் கொஞ்சம் தீவிரப்படுத்துங்க... அது போதும்.... - சற்றே இறங்கி வந்துதான் பேசுகிறாள் என்று நிம்மதியடைந்தார் வித்யாபதி.

தீவிரப்படுத்துங்கன்னா என்னென்னு சொல்றே? ஆபீசுக்கு லீவப் போட்டுட்டு தேடுங்கிறியா?

நானும்தானே கூட வரப்போறேன். ஒத்தையாவா அலையப் போறீங்க...? காலா காலத்துல நமக்கு வயசு இருக்கும்போதே தத்து எடுத்திட்டோம்னா நீங்க ரிடையர்ட் ஆகும்போது அந்தக் குழந்தைக்கு எப்படியும் பதினெட்டு இருபது வயசு ஆகும்...பெண் குழந்தைன்னா அடுத்த மூணு நாலு வருஷத்துல ஒரு கல்யாணத்தப் பண்ணிக் கொடுத்திட்டு கண் குளிரப் பார்த்திட்டு நிம்மதியா, சந்தோஷமா இருக்கலாம். அப்பப்போ அங்க போகலாம் வரலாம்... அவுங்கள இங்க வரவழைச்சு கூட வச்சிருந்து சந்தோஷப்படுத்தலாம். நல்லாத்தானே இருக்கும்...?

ம்... ம்... ம்... சொல்றதெல்லாம், கற்பனையெல்லாம் சுகமாத்தான் இருக்கு... ஆனா ஆண்டவன் கணக்குன்னு ஒண்ணு இருக்கே...அதை மாத்த யாரால முடியும்?

என்ன ஆண்டவன் கணக்கு? எப்பப் பார்த்தாலும் அபசகுனமாவே பேசிக்கிட்டு? நல்லதே நினைக்க மாட்டீங்களா? எந்த விஷயமானாலும் அதுல என்ன விபரீதம் வரும்னே யோசிப்பீங்களா? அப்படியிருந்தா எந்த விஷயத்தையுமே முன்னெடுக்கவே முடியாது. மனசு வராது. சோம்பிச் சோம்பி உட்கார வேண்டிதான்... எந்தக் காரியமும் நாம நினைக்கிற கால அளவுல முடியாது. இழுத்துக்கிட்டே கிடக்கும்... அதுதான் உங்க விருப்பம் போல்ருக்கு...!

மனசுக்குள் சிரித்துக் கொண்டார் வித்யாபதி. அவர் ஒன்றும் சும்மாயில்லை. வண்டியை எடுத்துக் கொண்டு அலையத்தான் செய்கிறார். தான் எங்கேயெல்லாம் இதுவரை சென்று வந்திருக்கிறோம் என்று அவர் கெஜ லட்சுமியிடம் சொன்னதில்லை. ஒவ்வொரு இடத்திலும் ஒவ்வொரு விதமாய்ப் பிரச்னைகள் இருந்தன. ஆற அமர்ந்து விசாரிக்கும்போதுதான் என்னெல்லாம் கண்டிஷன்கள் இருக்கின்றன என்றே தெரிய வருகிறது. அதையெல்லாம் சொன்னால், சொல்லப்புகுந்தால்

பிரமித்துப் போய் நின்று விடுவாள் கெஜலட்சுமி. கேள்விப்பட்டதை, விவாதித்ததையெல்லாம் எவ்வளவு சுருக்கி எப்படி அவளிடம் முன் வைப்பது என்று மனதுக் குள்ளேயே யோசித்துக் கொண்டிருந்தார் வித்யாபதி. போகாமலேயே ஏதேனும் புத்தகங்களில் படித்துவிட்டு, யாரேனும் சொல்வதைக் கேட்டு விட்டு வந்து அளக் கிறானோ என்று அவள் ஏளனமாய் நினைத்து விடக் கூடாது. அதே சமயம் தத்து எடுப்பதானால் என்னெல்லாம் கண்டிஷன்களுக்கு ஒப்புக் கொடுக்க வேண்டும் என்பதை யும் அவள் புரிந்து கொள்ள வேண்டும். இதுபற்றி தனக்குள்ளேயே ஒரு ஒருங்கிணைந்த கூட்டுச் சிந்தனைக்கு வந்த பின்புதான் அவளிடம் விளக்க வேண்டும் என்கிற முடிவிலிருந்தார் அவர். அலுவலகத்தில் ஒவ்வொரு கோப்பையும் அலசி அலசி நோட் எழுதும் பழக்கமும், இணக்கமான முடிவுக்குக் கொண்டு வரும் தன்மையும் அவரைப் பொறுத்தவரை படிப்படியாக உருவெடுத்துக் கொண்டுதான் இருந்தது.

9

மறுநாள் ஆபீஸ் போனபோது அவர் டேபிளில் அந்தக் கோப்பு அவரை வரவேற்றது. எந்தப் பதற்றமும் இன்றி தன்னை நிதானப்படுத்திக் கொண்டு இருக்கையில் அமர்ந்து வருகைப் பதிவேட்டில் முதலில் சுருக்கொப்ப மிட்டார் வித்யாபதி. எதிரே நிமிர்ந்து இருக்கைகளைப் பார்த்தார். பாதி காலியாயிருந்தது. இருக்கும் பணியாளர்களில் பாதிக்கு மேல் பெண்கள். தினமும் தாமதமாய்த்தான் வருகிறார்கள். பத்து மணி என்றால் பத்தேகால், பத்து இருபது. பத்தரை என்று இஷ்டம்போல் வருகிறார்கள். சொன்னால் கோபப்படுகிறார்கள். அல்லது பட்டென்று அழுது விடுகிறார்கள். சட்டென்று எப்படித்தான் அழத் தெரிகிறதோ தெரியவில்லை.

மனதில் ஏதேனும் துக்கம் எப்போதும் முட்டிக்கொண்டு நிற்குமோ என்னவோ? கரையுடைந்த வெள்ளமாய் பிரவகித்து விடுகிறதுதான். அதனாலேயே தொலையுது என்று விட்டு விடுகிறார் இவர். சுற்றிலும் நடக்கும் எத்தனையோ விதமான தவறுகளில் இது ஒன்றும் பெரிதில்லைதான். ஆனால் அலுவலர் பத்து மணிக்கு முன்பே வந்து உட்கார்ந்துகொண்டு, பத்து பத்துக்கு வருகைப்பதிவேட்டைக் கேட்டால் அவரும் என்னதான் செய்வார்?

சார்....அய்யா அட்டன்டென்ஸ் கேட்குறார் சார்... - கௌஸ் பாய் பயந்தவாறே தன்னிடம் வந்து நிற்பார்தான்.

இருக்கட்டுங்க... கொடுப்போம்... என்று இவர் தாமதப் படுத்துவார். பணியாளர்களைக் காட்டிக் கொடுக்க மனம் வந்ததேயில்லை. நுழைய நுழைய... ம்... ம்... போடுங்க... போடுங்க... என்று பதிவேட்டை நீட்டுவார். சுருக்கொப்பம் இட்டுவிட்டுத்தான் சீட்டிற்குப் போக வேண்டும் என்பது அவரது அன்பான உத்தரவு. அப்படி யிப்படி என்று பத்து இருபதுக்குள் உள்ளே பதிவேட்டை அனுப்பி விடுவார். கௌஸ் பாயும் அலுவலரின் அறைக்குள் புகுந்து கோப்புகளுக்கு நடுவே ஏற்கனவே வைத்துவிட்டதுபோல் நுழைத்து விடுவார். கோப்புகள் ஒவ்வொன்றாகக் கையெழுத்தாகும்போது அந்த வரிசையில் வருகைப் பதிவேடும் பார்க்கப்பட்டு விடும். வழக்கமான இயக்கமாய் அதுவும் இறுதி வரியில் அலுவலரின் ஒப்பம் பெற்று பச்சை மையில் ஒளிரும்போது - யப்பாடி.... தீர்ந்ததுப்பா ஒரு பிரச்னை... என்றிருக்கும் இவருக்கு.

இன்று மழைதான் வரப்போகிறது. என்ன அதிர்ஷ்டமோ? எல்லோரும் அடுத்த சில நொடிகளில் சரசரவென்று அலுவலகத்திற்குள் நுழைய... என்ன ஆச்சர்யம்..எல்லோரும் இப்படி ஒட்டு மொத்தமாய் வந்து நின்றால் எப்படி? என்று இவர் நினைக்க...மறந்திட்டீங்களா சார்... உங்களத் தேடினோம்... காணலையே... என்றார் செல்லப்பாண்டி உதவியாளர்...!

அப்பொழுதுதான் இவருக்கே ஞாபகம் வந்தது. பக்கத்து அலுவலகக் காவலர் ராமலிங்கம் பெண்ணுக்கு சடங்கு என்று. மொய் எழுத வசூலித்தபோது தொகை எழுதியதுதான். அத்தோடு மறந்து போனார்தான். மானேஜர் சாருக்கு வேலை அதிகம். பாஸ் வேறே வந்திருப்பார். அந்த நேரம் இவர் இல்லன்னா சரிப்படாது

அதனால அவரு வரமாட்டாரு... என்று வேறு ஒரு சலுகை உண்டு இவருக்கு.

சார்...ராமலிங்கம் இதை உங்ககிட்டக் கொடுக்கச் சொன்னாரு... என்றவாறே முனித்தாய் உதவியாளர் இவரிடம் ஒன்றை நீட்ட வாங்கிப் பிரித்தார். அதில் இரண்டு லட்டுகளும், சின்னச் சின்னதாக மூன்று முறுக்கு களும் இருந்தன. வெற்றிலை, பாக்கு, பழம், தேங்காய்.. என்று மங்கலம் பொங்கியது. ஆவலோடு ஸ்வீட்டை விண்டு வாயில் போட்டுக் கொண்டார். ஃபங்ஷன் நல்லா நடந்திச்சா...? என்று கேட்டார். சரியான கூட்டம் சார்... இம்புட்டுப் பேர எப்படி சமாளிக்கப் போறார்னு எங்களுக்கே மலைப்பாப் போச்சு...மூணாவது பந்திக்கே சாம்பார் இல்ல... முதல்ல ரசத்தத்தான் ஊத்தினாங்க... சிலபேர் ரசம், மோர்னு எழுந்திரிச்சிட்டாங்க. பலபேர் புது சாம்பாருக்காகக் காத்திருந்து சாப்பிட்டு வந்தாங்க... எல்லாரும் சாப்பிட்டு முடிச்சுக் கிளம்புறதுக்கு நேரமா யிடுச்சு சார்... இல்லன்னா இன்னும் சீக்கிரமா வந்திருப் போம்... ஐயையோ... சூப்பிரன்ட் சார் இன்னைக்குத் திட்டப் போறாருன்னு சொல்லிட்டேதான் வந்தோம்... எங்களுக்கெல்லாம் நீங்க சூப்பிரன்ட்தானே சார்... எங்களுக்கு அப்டிச் சொல்லித்தானே பழக்கம்...

பாய்... போய் டீ வாங்கிட்டு வர்றீங்களா...? - இனிப்பும் காரமும் சாப்பிட்டு முடித்த அந்தக் கணத்தில் உடனே சூடாய் ஒரு டீயை உள்ளே தள்ள வேண்டும் போலிருந்தது வித்யாபதிக்கு.

மனிதன் பழக்கத்திற்கு அடிமை. அந்த டீயைக் குடிப்பதனால் ஒன்றும் பெரிய உற்சாகம் வந்துவிடப் போவதில்லைதான். இல்லையென்றால் தூங்கி வழியப் போகிறோமா என்ன... சூடாய்க் கொஞ்சம் உள்ளே தள்ளினால் என்னவோ அந்த நேரத்திற்கு ஒரு திருப்தி. பழக்க தோஷம். அரசு அலுவலகங்களில் இது தவிர்க்க முடியாததாய்த்தான் இருக்கின்றது. பகுதி பகுதியாய்ப்

போய்க் குடித்துத் திரும்புவோம் என்பதில்லாமல் ஒட்டு மொத்தமாய்க் கிளம்பிப் போய்விடுகிறார்கள். சரி போனோம் வந்தோம் என்றில்லாமல்... நின்று கதைபேசினால் நேரம் போகத்தானே செய்யும். குறைந்தது அரை மணி நேரமாவது ஆகிவிடுகிறதுதான்.

யாரையும் எதுவும் சொல்வதற்கில்லை. ஆனால் என்ன... அந்தப் பாழாய்ப் போன அரை மணி நேரத்தில்தான் அந்த ஃபைலைக் கொண்டா... இந்த ஃபைல் என்னாச்சு...? என்று அலுவலர் கேட்கிறார். மாட்டிக் கொண்டு முழிப்பது ஆபீஸ் மானேஜர்தான். எல்லாரும் டீ குடிக்கப் போயிருக்காங்க சார் என்று ஒரு காரணத்தைச் சொல்லவும் முடியாது. ஏன் இவ்வளவு நேரம் என்று காட்டிக் கொடுக்கவும் முடியாது. போனமா வந்தமான்னு சீக்கிரம் வாங்க என்று, தான் வேண்டுமானால் கண்டிக்க முடியுமே தவிர, அலுவலரிடம் போட்டுக் கொடுக்கவா முடியும்? அப்படியே போட்டுக் கொடுத் தாலும் தீர்வு என்ன என்று யோசித்து மறுநாளே காம்பவுன்டுக்குள் ஒரு கான்டீனா ஓப்பன் பண்ண வழிமுறை செய்யப் போகிறார்? எதுவும் நடக்கப் போவதில்லைதான்.

கால காலமாக, வருஷக் கணக்காகப் பணியாளர்கள் காலையும் மாலையும் இப்படிப் போகவும் வரவுமாகத்தான் இருக்கிறார்கள். அது போகத்தான் ஆபீஸ் வேலை. அதிக வேலை நாட்களில் கூடுதல் நேரங்கள் அமர்ந்தும் வேலை செய்கிறார்கள்தானே? எட்டு, ஒன்பது என்று வீடு போய்ச் சேருகிறவர்களும் உண்டுதான். சனி, ஞாயிறு என்று வந்து தவங்கிடப்பவர்களும் உண்டுதான். அப்படி இப்படி என்று தட்டிக் கொடுத்துக் கொண்டு தான் சென்றாக வேண்டியிருக்கிறது. நினைத்துக் கொண்டார் வித்யாபதி.

மேஜையில் தன் எதிரே தயாராய் இருந்த அந்த ஃபைலை மறந்தே விட்டோமே என்று திடீரென்று நினைத்துக் கொண்ட போது வாசலில் ஓட்டுநர்

மருதமலை வந்து நிற்பது தெரிந்தது. தனக்கு மாறுதல் கிடைத்து விடுமா என்கிற ஆர்வத்தில் வந்து காத்துக் கிடப்பதாய்த் தோன்றியது இவருக்கு. வந்து வெகு நேரமாகிவிட்டதோ...? மருது... இந்தாங்க... கொஞ்சம் டீ சாப்பிடுங்க... என்று கௌஸ் பாய் வெளியே குரல் கொடுத்தது இவர் நினைவுக்கு வந்தது.

அடடா... அந்தாளுக்கு விமோசனம் பிறந்திருக்கான்னு பார்ப்போம்... என்று எண்ணியவாறே கோப்பைக் கையி லெடுத்து அதன் நாடாவைப் பிரித்தார் வித்யாபதி. ●

10

கோப்பில் கையெழுத்தாகியிருந்த பட்டியலுக்கும் இவர் சமர்ப்பித்திருந்த பட்டியலுக்கும் துளியும் சம்பந்தமில்லாமல்தான் இருந்தது. யார் யார் தன் மீது நம்பிக்கை வைத்து தங்களுக்கான இடம் வேண்டும் என்று தக்க காரணங்களைச் சொல்லி மாறுதல் வேண்டியிருந்தார்களோ அவர்களில் ஒருவருக்குக் கூட அவர்கள் கேட்ட இடம் கொடுக்கப்படவில்லை என்று அந்த மாறுதல் ஒப்புதல் பட்டியலைப் பார்த்தபோது புரிந்தது வித்யாபதிக்கு. பதிலாக இணை இயக்குநர் கேட்டிருந்த இரண்டு மூன்று கோரிக்கைகள் ஏற்கப்பட்டிருந்தது. மருதமலை இருக்கும் இடத்திலேயே தொடர்கிறார் என்பதைப் பார்த்தபோது அவரை எப்படி அழைத்து என்ன பதிலைச் சொல்வது என்று மிகுந்த தயக்கமாய் இருந்தது வித்யாபதிக்கு. தன் நேரமெல்லாம் வீண், தான் மெனக்கெட்டதெல்லாம் விரயம் என்று எண்ணி சலிப்பு ஏற்பட்டது.

கொஞ்ச நாளைக்குப் பொறுங்க... என்று சொல்லும் சமாதானமெல்லாம் அவருக்கு ஏற்புடையதாக இருக்குமா? இந்த முறை அவர் பொறுக்கப் போவதில்லை என்றுதான் தோன்றியது இவருக்கு. எதுவுமே கேட்காமல் இருக்கும் வேறு ஒரு சிலருக்கு அங்கேயும் இங்கேயும் என்று

மாறுதல் வழங்கியிருக்கும்போது ரொம்ப வருஷங்களாகக் காத்துக் கிடக்கும் ஒருவருக்கு அவர் கேட்கும் இடத்திற்கு வழங்கி உதவினால்தான் என்ன? ஓராண்டு, ஈராண்டு என்று குறுகிய கால இடைவெளியில் சட்டுச் சட்டென்று சிலருக்கு மாறுதல் ஆணையை அவர்கள் விரும்பினாலும், விரும்பாவிட்டாலும், போடும் இடத்திற்குப் போய்த்தான் ஆக வேண்டும் என்று உத்தரவிட்டு நீட்டும்போது அதற் கிடையில் இவரின் கோரிக்கையையும் ஒரு கருத்தாக எடுத்துக் கொண்டு நிறைவேற்றிக் கொடுப்பதில் என்ன தவறிருக்க முடியும்? விதி முறைகளை முறையாகப் பின்பற்றுவது என்றால் யாருக்கும் எந்தச் சலுகையும் வழங்காமல் ஒரே பார்வையாக, கண்டிப்பாக மூன்றாண்டு கள் பணியாற்றியே ஆக வேண்டும் என்று நிலை நிறுத்துவதும் நடைமுறைப்படுத்துவதும் நியாயம். அப்படித்தான் இங்கு எதுவுமில்லையே...! இணை இயக்குநர் பரிந்துரை என்று மட்டும் சில விண்ணப்பங்களை எடுத்துக் கொள்ள முடியுமானால், கூடவே இருந்து பல வருடங்களாய் வாடி வதங்கிக் கொண்டிருக்கும் தன் டிவிஷன் பணியாள் ஒருவனுக்கு அந்த உதவியைச் செய்யக் கூடாதா? சொல்லப்போனால் அதைச் சொல்லாமலேயே செய்து கொடுக்க வேண்டும் என்பதுதான் முறைமை. மருதமலைதான் ஆண்டுக் கணக்கில் விண்ணப்பம் கொடுத்து, பதிவேட்டில் முதுநிலையில் இருக்கிறாரே... வருடா வருடம் தன் முதுநிலையை நினைவுபடுத்தி மாறுதல் கேட்டு வேண்டிக் கொண்டே தவமிருக்கிறாரே... அவருக்கு ஏன் செய்ய மறுக்கிறார்கள்?

என்னவென்று அவரை அழைத்துச் சொல்வது? எப்படிச் சொல்லி அவரைச் சமாதானப்படுத்துவது? இருந்தது இருந்திட்டீங்க... இன்னும் கொஞ்ச நாள் பொறுங்க... நானே வாங்கித் தர்றேன் உங்களுக்கு... என்று சொன்னால் சமாதானம் ஆவாரா? தன் வார்த்தைகளே இங்கு எடுபடுவதில்லை என்பதை ஏற்கனவே உணர்ந்திருந் தாரானால்? பின் தானும் எப்படித்தான் உறுதிமொழி

கொடுப்பது அவருக்கு? அந்த உறுதிமொழியை நம்பி அவர் காத்திருப்பாரா? இல்லை நம்ம தலைவிதி இதுதான் போல்ருக்கு... குடும்பத்தோட சேரவே முடியாத சாபம்... என்று விரக்தியுறுவாரா?

கௌஸ் பாய் மாறுதலுக்கு ஒரே பிடியாய் நின்று நிறைவேற்றியதுபோல் இதை ஏன் தன்னால் சாதித்துக் காட்ட முடியவில்லை? எழுதி வைத்த அளவுக்கு சொல்லிப் புரியவைக்கவில்லையோ? அல்லது இதில் இணை இயக்குநர் அலுவலகமும் சம்பந்தப்பட்டிருக்கிறது என்கிற தயக்கம் என்னிடம் படிந்து என்னைப் பின்வாங்க வைத்து விட்டதா?

அந்த விஜயலெட்சுமி அத்தனை அதிகாரமாய் எதிரே வந்து கால்மேல் கால் போட்டுக் கொண்டு பேசுகிறது... அது பேசப் பேச... கீ கொடுத்த பொம்மையாய் அந்தாளும் தலையாட்டிக் கொண்டிருக்கிறார்... இப்படித்தான், நினைத்ததையெல்லாம் தான் பொறுப் பேற்றிருக்கும் இணை இயக்குநர் அலுவலகத்திலும் அது செய்து காட்டிக் கொண்டிருக்கிறது. பலரும் அந்தம்மாவின் நடவடிக்கைகளைப் பற்றி பராபரியாய்ப் பேசிக் கொண்டுதானே இருக்கிறார்கள். அதென்ன அந்தப் பெண்மணிக்கு மட்டும் அத்தனை அதிகாரிகளும் மடங்கிப் போகிறார்கள்? அப்படியென்ன வசியம் மாய்ந்து கிடக்கிறது அதனிடம்?

கம்பீரமான தோற்றம், கணீரென்ற பேச்சு, அலட்சிய மான புன்னகை... அதில் தொங்கி நிற்கும் வசீகரம்...! இத்தனைக்கும் துறை விதிமுறைகளையெல்லாம் அப்படி யொன்றும் கரைத்துக் குடித்தமாதிரியும் தெரியவில்லை. இப்படி இப்படித்தான் செய்ய வேண்டும் என்கிற துல்லியமான பேச்சும் இல்லை... பின் எப்படி அது தன்னிடம் வரும் கோரிக்கைகளை நிறைவேற்றி வைக்கிறது? பணியாளர்களுக்கு சாதகமானதைச் செய் கிறதா அல்லது அது நினைத்ததை நிறைவேற்றி

எல்லோரையும் அடங்கிக் கிடக்கச் செய்து கொண்டிருக் கிறதா? பேசாமல் மருமதலையை அந்தப் பெண்ணிடமே போய் நிற்கச் சொல்லியிருக்கலாமோ? தன்னிடம் சொல்வதற்குப் பதிலாக அந்தப் பெண்ணிடமே போய் வேண்டுகோள் வையப்பா... என்று மடை மாற்றி விட்டிருக்கலாமோ? அப்போது அது நடந்திருக்க வாய்ப்புண்டோ?

ஏன் சார்... என்ன சார் நீங்க போய் இப்படிச் சொல்றீங்க? இது இன்ஜினியரிங் சைடு...நம்ம ஐயாதான் டிரைவர் மாறுதல்களுக்குப் பொறுப்பு... அவுக நினைச்சா செய்ய முடியறதைப் போயி அந்தம்மாட்டச் சொல்லச் சொல்றீங்க...? நம்ப அதிகாரத்தையும் சேர்த்துப் பிடுங்கிக் கிடுச்சா அந்தப் பொம்பள? நல்லாயிருக்கு சார் கதை... அப்புறம் யூனிட் ஆபீஸ்னு எதுக்கு சார் இங்க இருக்கோம் நாம? நம்பள மிஞ்சி ஒண்ணை நடக்க விடலாமா? அப்படி நடந்தா நம்ம மதிப்ப விட்டுக் கொடுத்ததா ஆகாதா? பவர்ஸ் டெலிகேடட்.. டு.. இ.இ.ன்னு நீங்கதான சார் அடிக்கடி கம்பீரமா சொல்வீங்க... நீங்களே இப்போ தளர்ந்திட்டீங்களா? நீங்க எழுந்திரிச்சிட்டு பேசாம அந்தம்மாவ இங்க வந்து உங்க சீட்டுல உட்காரச் சொல்லுங்க... இன்சார்ஜா அப்பப்போ வந்து இந்த டியூட்டி யையும் பார்த்திட்டுப் போகட்டும்.... - மருதமலை எதிரே நின்று பொழிவதைப் போல் உணர்ந்து திடுக்கிட்டுத் திடீரென்று சுயநினைவுக்கு வந்து தன்னைத்தானே நிதானப்படுத்திக் கொண்டார் வித்யாபதி.

அதிகாரம் வெறுமே உத்தரவு அளவில் கையில் இருப்பது பெரிதில்லை. அதை நிறைவேற்றுவதிலும், முரண்படாமல் இருப்பதிலும்தான் ஒரு அதிகாரிக்குத் தக்க திறமை வேண்டும் என்று தோன்றியது இவருக்கு.

கௌஸ் பாய்... அந்த டிரைவரக் கொஞ்சம் வரச் சொல்லுங்க... - என்றவாறே வாயிலைப் பார்த்துக் குரல் கொடுத்தார் வித்யாபதி.

அவரு அப்பயே போயிட்டாரு சார்.... - என்றார் பாய்.

என்னது போயிட்டாரா? நல்லாப் பாருங்க... காம் பவுன்டுக்குள்ள எங்கயாச்சும் நின்னுட்டிருக்கப் போறாரு... இல்லன்னா பக்கத்து ஆபீசுக்குப் போயிருப்பாரு... பார்த்துக் கூட்டியாங்க...- என்றார் சத்தமாய்.

கௌஸ் பாய் ஓடுவது ஜன்னல் வழி தெரிந்தது.

நான் மெடிக்கல் லீவுல போறேன் சார்...எங்கம்மா படுத்த படுக்கையாக் கிடக்குது... பக்கத்துல ஒரு ஜீவன் இல்ல... அநாதையாச் செத்துரும் போல்ருக்கு... நாளைக்கு மெடிக்கல் சர்டிபிகேட்டோட லீவு லெட்டர் அனுப்பறேன்...தயவுசெய்து ஏத்துக்குங்க...

தான் இங்கு கோப்பில் மூழ்கியிருந்தபோது செயற் பொறியாளரின் அறைக்குள் பொறுமையிழந்து நுழைந்து மருதமலை இவ்வாறு சொல்லிவிட்டு வெளியேறிவிட்டதாக வரைவாளர் கருணாமூர்த்தி அதே வார்த்தைகளோடு விபரம் சொன்னபோது அந்தக் குறிப்பிட்ட கோப்பில் உத்தரவான நோட்டிற்கு உரிய ஆணைகளைப் பிறப்பிக்க பணி மாறுதல் பிரிவு உதவியாளர் செல்லப்பாண்டியை அழைத்து... நோட் ஆர்டர் கையெழுத்தாயிடுச்சு. எதையெதை ஓகே பண்ணியிருக்கார்ங்கிறதைக் கவனிச்சு அது எல்லாத்துக்கும் டிரான்ஸ்ஃபர் ஆர்டர் எழுதி வையுங்க... என்றார் வித்யாபதி.

நாளைக்கு வெள்ளிக்கிழமை... சாயந்திரத்துக்குள்ள எல்லாமும் டெஸ்பாட்ச் ஆயிடணும்... சரியா...? என்றார் கூடவே.

ஐயா... அவுரு போயிட்டாருங்கய்யா... ஆளு எங்கயும் இல்ல...என்று சொல்லிக் கொண்டே வந்து நின்றார் கௌஸ் பாய். தானும் லீவு போட்டுவிட்டு ஜெஜலட்சுமியின் விருப்பத்திற்காக ஒரு வாரம் அலைந்தால்தான் என்ன என்று அப்போது தோன்றியது வித்யாபதிக்கு.

11

மருதமலை போகும்போது தன்னிடம் சொல்லிக் கொள்ளாமல் போனதே உறுத்தியது வித்யாபதிக்கு. இவரை நம்பி ஒன்றும் புண்ணியமில்லை என்று கோபமோ என்னவோ? நேரடியாக அலுவலரையே போய்ப் பார்த்ததும், பேசியதுமே தன்னைப் பார்க்க அவர் விரும்பவில்லை என்பதை உணர்த்தியது.

அவர் ஒருத்தரோட ரெக்வெஸ்டை நீங்க கன்ஸிடர் பண்ணியிருக்கலாம் சார்... ரொம்ப வருஷமா கஷ்டப்பட்டுக்கிட்டு இருக்காரு... நீங்க செய்வீங்கன்னு ரொம்ப நம்பிக்கையோட இருந்தார் சார்... நானும் சொல்றேன்னு சொல்லியிருந்தேன். நம்ம ஸ்டாஃபுக்கு நாம செய்யாம வேறே யார்தான் செய்வாங்க...? இப்படிச் சொல்லிக் கொண்டுதான் போய் எதிரே அமர்ந்தார் வித்யாபதி.

அதுக்கென்ன இப்ப... மார்ச் முடியட்டும் அடுத்த டேர்ம்ல செய்திடுவோம்... இந்த ஃபினான்ஷியல் இயர் முழுக்க அவர் இருக்க வேண்டியது அவசியம். தங்கு தடையில்லாம சைட்டுக்குப் போக, வர...வி.ஐ.பி..ஸ் வந்தா கூட்டிட்டு வர்ற... தங்க வைக்க... கோயில்களுக்குக் கூட்டிட்டுப் போக... வெளியூர் இன்ஸ்பெக்ஷன்

கடைநிலை 69

போகன்னு எல்லாத்துக்கும் பொருத்தமானவர் அவர்தான்... அதனாலதான் அவரைத் தொடல....வர்ற ஏப்ரல்ல அவருக்குப் போட்டுக் கொடுத்திடுவோம்...நான் சொன்னதா நீங்களே சொல்லிடுங்க... அதுவரை பொறுத்துக்கச் சொல்லுங்க...

அதிகாரி இந்தளவுக்குச் சொன்னதே பெரிதாய்த் தோன்றியது வித்யாபதிக்கு. ஆனாலும் அவர் சொன்னதை வைத்து, தான் மருதமலையிடம் கியாரண்டி கொடுக்க முடியாது. மார்ச் முடிந்தவுடன் இவரே இருக்கிறாரோ இல்லையோ... திடீரென்று சூழ்நிலை முற்றிலுமாக மாறிப் போக வாய்ப்புண்டு. புதியவர் வந்தால்... நானே இப்பத்தானே வந்திருக்கேன்... கொஞ்ச நாள் இருங்க பார்ப்போம்... என்பார். அதுதான் யதார்த்தம். ஆனால் ஒருவேளை மருதமலையின் மெடிக்கல் லீவை இது தடுக்கக் கூடும். தன் தாயாருக்கு உடல் நலமில்லை... பக்கத்திலிருந்து கவனிக்க ஆளில்லை என்று சொல்லித்தான் விடுப்பில் செல்வதாகச் சொல்லி விலகியிருக்கிறார். வேண்டுமென்றே போவதாக நினைக்க வாய்ப்பில்லை. அப்படிப்பட்ட ஆளுமில்லை அவர். ஆனாலும் நல்லவர்களுக்குத்தான் சோதனைகளே வருகின்றன. கீழே கீழே போகப் போக அப்பணியாளர்களெல்லாம் அதிகாரிகளை நம்பித்தான் காலத்தை ஓட்டுகிறார்கள். அவர்களுக்குப் பணிந்து, வளைந்து, ஒடுங்கி, நடுங்கிப் பணி செய்கிறார்கள். சரியான சமயம் பார்த்துக் கொக்கியைப் போட்டு தங்களுக்கு வேண்டியதைச் சாதித்துக் கொள்கிறார்கள். ஒருவேளை அந்த சாமர்த்தியம் மருதமலைக்கு இல்லையோ? இவ்வாறு நினைக்கத் தலைப்பட்டார் வித்யாபதி. அரசியல் ரீதியாக அணுகி தங்கள் காரியங்களைச் சாதித்துக் கொள்பவர்களும் இருக்கத்தானே செய்கிறார்கள். அவர்களிடமெல்லாம் எந்தப் பாச்சாவும் பலிக்காது என்பதுவும், அம்மாதிரி நிகழ்வுகளை அதிகாரிகள் கண்டுகொள்ளாமல் விலகிக் கொள்வதும் நடைமுறையாயிருப்பதை உணர்ந்தார்.

வீட்டிற்குள் காலடி வைத்ததும் ஜெலட்சுமியின் வழக்கமான பல்லவி ஆரம்பிக்க..அதை ஏற்கவும் முடியாமல் மறுக்கவும் ஏலாமல் தவித்தார் வித்யாபதி. ரொம்பவும் பொறுமை காக்க வேண்டிய நேரம் என்று நினைத்துத் தன்னை நிதானப்படுத்திக் கொண்டார். தனக்கு அவளின் விருப்பத்தில் அத்தனை ஈடுபாடு இல்லை என்பதே அவரின் எண்ணமாக இருந்தது. அலுவலகத்தில் அல்லல்பட்டு, பலவிதப் பிரச்னைகளில் சிக்கிச் சீரழிந்து வீடு வந்து அக்கடாவென்று கிடப்போ மென்றால் அது வீட்டிலுள்ளோருக்குப் புரிந்தால்தானே ஆயிற்று? கொக்குக்கு ஒண்ணே மதி என்று தான் நினைப்பதிலேயே பிடிவாதமாய் இருந்தால்? அவளுக்கும் தன்னை விட்டால் வேறு யார்தான் இருக்கிறார்கள்? அவள் ஆசையை, தான் பூர்த்தி செய்யாமல் வேறு யார்தான் செய்வார்கள்? ஆனாலும் அந்தத் தத்து எடுக்கும் பிரச்னையில் அவருக்குப் பெருத்த தயக்கம் இருக்கத்தான் செய்தது. அதை நல்லபடியாய் அவளுக்கு விளக்கிச் சொல்ல வேண்டிய அவசியமுமிருந்தது அவருக்கு.

காப்பகங்களில், ஆதரவற்றோர் இல்லங்களில் குழந்தை களைத் தத்தெடுத்தல் தற்போது ரொம்பவும் அதிகாரபூ ர்வமாக்கப்பட்டிருப்பதைத் தேடித் தேடிப் படித்து அறிந்திருந்தார். டி.வி. மெகா சீரியல்களிலும், சினிமாக் களிலும் காண்பிப்பதுபோல தத்து எடுப்பது என்பது அத்தனை சுலபம் கிடையாது என்று அவருக்குத் தோன்றியது. ஓரிரு காட்சிகளில் முடியும் செயல் அல்லதான். போனோம்... பார்த்தோம்... சொன்ன இடத்தில் கையொப்பமிட்டோம், குழந்தையைத் தூக்கி வந்தோம் என்றெல்லாம் நடவாது என்பதாக உணர்ந்தார். மரபியல் காரணங்கள், விபத்து அல்லது நோய் காரண மாகக் குழந்தைப் பேரின்மை என்று தவிர்க்க முடியாத விஷயங்களாக இருத்தல் வேண்டும் என்று கண்டிஷன்கள் இருந்தன. தத்து எடுத்துச் சென்று பாலியல் கொடுமைகள்

நடத்தல் என்பதான பாபச் செயல்களும் அரங்கேறுகின்றன என்பதையெல்லாம் கேள்விப்பட்டபோது மனசு பதறியது. பின்பு ஏன் நடைமுறைகள் கடினப்படுத்தப்படாது? சரிதான் என்று தோன்றியது.

அதிகாரபூர்வ வாரிசாக்குதல், தத்துக்குப் பிறகு ரத்தத் தொடர்புடைய பெற்றோர்களுக்கு உரிமையில்லை யென்றும் தத்துப் பெற்றோர்களுக்கே முழு உரிமையும் என்றெல்லாம் இருப்பதைச் சொல்லக் கேட்டார்.

இந்தக் கண்டிஷன்களெல்லாம் ஒத்து வரணும்... முதல்ல இதப் படிங்க... என்று ஒரு இல்லத்தில் விதி முறைகள் நூலை எடுத்துப் போட்டபோது தற்போதைய உலக நடைமுறைகளைக் கருத்தில் கொண்டு விதிமுறை களை மிகவும் கடினமாக்கி வைத்திருப்பது நியாயம்தான் என்று எண்ணத் தலைப்பட்டார். அப்படியும் தவறுகள் நடந்து விடுகின்றனவே... அரசாங்கம் கோலத்துக்குள் புகுந்தால், திருடர்கள் அல்லது தப்பு செய்பவர்கள் தடுக்குக்குள் புகுகிறார்கள். எவ்வளவுதான் மண்டையைப் போட்டுப் பிய்த்துக் கொண்டு விதிமுறைகளை வகுப்பது? அப்படியும் ஓட்டைகளை உணர்ந்து நுழைந்து விடுகிறார்களே? எதிலும் தவறு செய்ய முடியும் என்றல்லவா காட்டுகிறார்கள்.

அதிகாரபூர்வமாய்த் தத்து எடுத்த பிறகு வளர்ப்புப் பெற்றோரின் சொத்துக்களோடு பிற்காலத்தில் சொந்தப் பெற்றோர்களிடம் செல்ல முடியாது என்றிருந்தது விதி. என்ன அற்புதமாய்ச் சிந்திக்கிறார்கள் என்று நினைத்துக் கொண்டார் வித்யாபதி. முழுமையாக அங்கீகரிக்கப்படாத சேவை மையங்களில் எங்கேயோ கண்டெடுத்த குழந்தைகளை எடுத்து வளர்த்தல், பின்னர் பாலியல் கொடுமைகளில் ஈடுபடுத்தல் என்பதான முறைகேடான செயல்களெல்லாம் இருப்பதைக் கண்ணுற்றுத்தான் அரசாங்கம் இத்தனை மெனக்கெட்டிருக்கிறது என்று தோன்றியது.

புராண காலத்திலேயே..புராணங்களிலேயே இந்தத் தத்துக் கொடுக்கும் முறை இருக்கத்தானே செய்திருக்கிறது என்று நினைத்துக் கொண்டார் வித்யாபதி. கண்ணுக்கு முன்னால் பகவான் கிருஷ்ணனின் கதைதான் அவரின் கருத்தில் உதித்தது. கம்சனுக்கு அஞ்சித்தானே நந்த கோபனிடம் தன் பிள்ளையான குழந்தை கிருஷ்ணனை வளர்க்க ஒப்படைத்தார் வசுதேவர். கடைசிவரை தன் தந்தையாரான வசுதேவருடன் பகவான் கிருஷ்ணர் செல்லவேயில்லையே? அந்த ரத்த உறவு இல்லாமலே போனதே? என்பதை நினைத்தபோது ஆண்டவனுக்கே இது நிகழ்ந்திருக்கிறது என்று மனம் சமாதானப்பட்டது அவருக்கு.

தத்து எடுக்கும் பிள்ளைக்கும் அல்லது பெண் குழந்தைக்கும் தத்து எடுப்பவருக்கும் இடையே குறைந்தது பதினைந்தாண்டுகளாவது வித்தியாசம் இருக்க வேண்டும் என்ற கண்டிஷன்களெல்லாம் தகவல் அறிந்து கொள்ளும் அம்சமாகவே இருந்தது என்றாலும், படிப்படியாக எவ்வளவு யோசித்திருக்கிறார்கள் இவ்விஷயத்தில் என்பதையெல்லாம் சொல்லிச் சொல்லி கௌலட்சுமியிடம் விரிவாகப் பகிர்ந்து கொண்டார் வித்யாபதி. அத்தனை யையும் பொறுமையாகக் கேட்டுக் கொண்டிருந்த அவள் எந்த பதிலுமே சொல்லாமல் இருந்ததும்... அப்போ எடுக்க முடியுமா முடியாதா ? என்று கடைசியாகக் கேட்ட கேள்விதான் அவள் மேல் பரிதாபத்தை ஏற்படுத்தியது இவருக்கு. ஆனாலும் அந்த விஷயத்தில் அவள் தளர்ந்தவளாய்த் தோன்றவில்லை வித்யாபதிக்கு. கௌலட்சுமி சற்றுப் பொறுத்துப் பேச ஆரம்பித்தபோது அவள் முகத்தில் பொலிந்த தீவிரத்தைக் கண்கொட்டாது பார்த்துக் கொண்டிருந்தார் இவர்.

12

ஏங்க... நீங்க மட்டும்தான் குழந்தைகளைத் தத்து எடுக்கிறதைப்பற்றித் தெரிஞ்சிக்கிட்டிருக்கீங்கன்னு நினைக்கிறீங்களா? எனக்கும்தான் தெரியும். நானும் சிலதைப் படிச்சிருக்கேன்... கேட்டிருக்கேன்... பல வருஷங்களா குழந்தைப் பேறு இல்லாதவங்க தத்து எடுக்கிறதுல என்ன பிரச்னைங்க...? நமக்கென்ன விபத்து ஏதேனும் ஏற்பட்டிருக்கா? இயற்கையா அமைஞ்ச உடம்பு அதுக்கு ஒத்துழைக்கல... அதற்கான உயிரணுக்கள் உடம்புல இல்லை... அது இம்ப்ரூப் ஆகலை... நம்ம முயற்சிகள் பலிக்கலை... அவ்வளவுதானே... இல்லாட்டா என்ன? ஒரு குழந்தையைத் தத்தெடுத்து வளர்த்திட்டுப் போறோம்... ஒரு நாயை வீட்டுல கொண்டு வந்து வச்சு வளர்த்தாக் கூட அது மேல பாசம் வந்திடுது... அதோட பிரிவைத் தாங்க முடியறதில்லை. எதிர்த்த வீட்டுல வளர்த்த நாய் செத்துப் போச்சு... வீட்டு வாசல்லயே குழியைத் தோண்டிப். புதைச்சிட்டு துக்க வீடாட்டம் அவுங்க நாலஞ்சு நாள் சோகமாக் கிடக்கலியா...?

குழந்தை வேண்டாம்னு சொல்ல யாருக்காச்சும் மனசு வருமா? எடுத்து வந்து வளர்க்க ஆரம்பிச்சம்னா நாளாவட்டத்துல அதுதான் நம்ம உசிருன்னு ஆயிடும்...

பிறகு அதை விட்டுப் பிரியவே முடியாது... அதுதான் யதார்த்தம்...

இரக்க குணமும், கருணையும் உள்ளவங்களுக்கு அதுவே பெருமளவு துணை நிற்கும்னு நான் படிச்சிருக் கேன்... எடுத்து வளர்க்கிற குழந்தையை நம்மளால நல்லாப் பராமரிக்க முடியும்... தத்து எடுத்து வளர்க்கிறதுங் கிறதே ஒரு உயர்வான சிந்தனைதானே... விபத்துக்களாலோ இல்லைன்னா வேறு மருத்துவக் காரணங்களாலோ புருஷன் பெண்டாட்டி இருவர்ல ஒருத்தர் குழந்தை பெற்றுக்கொள்ளும் தன்மையை இழந்தாக் கூட அந்தக் காரணத்தைச் சொல்லி... அதற்கான ஆதாரங்களைக் காட்டி நாம ஒரு குழந்தையைக் காப்பகத்துலர்ந்து தத்து எடுக்க முடியும்... இவ்வளவு எதுக்குங்க... எனக்குக் கல்யாணமே வேணாம்னு எத்தனை பேர் இருக்காங்க... அவுங்க கூட தத்து எடுத்துக்க முடியும்னு ரூல் இருக்கு... அது தெரியுமா உங்களுக்கு...?

கௌலட்சுமி பேசிக்கொண்டே போனாள். இந்த விஷ யத்தில் ஏதோ தான்தான் அதிகமாகச் சிந்தித்திருக்கிறோம், தேடியிருக்கிறோம் என்று நினைத்தால் இவளும் எவ் வளவோ விஷயங்களைச் சேகரித்திருக்கிறாளே? இறைவா... இப்படியான மனசுள்ளவளுக்கு ஏன் குழந்தைப் பேறை மறுக்கிறாய்? என்னைப் போன்ற ஒரு கணவனை அவளுக்குத் துணையாகக் கொடுத்து ஏன் வதைக்கிறாய்? என் லட்சிய நடைமுறைகளுக்கு அவள் ஏன் ஒத்துப் போக வேண்டும்? என்ன கட்டாயம் வந்தது அவளுக்கு? எனக்கு மனைவி ஆகிவிட்டதனாலேயே என்னோடு எல்லாவற்றிற்கும் அவள் ஒத்துழைத்துத்தான் ஆக வேண்டுமா? அவள் ஆசையைப் பூர்த்தி செய்வது என் கடமையில்லையா? அவள் ஆசைக்காக நான் என் உறுதிப்பாடுகளை விட்டுக் கொடுக்கக் கூடாதா? சற் றேனும் தளர்த்தக் கூடாதா? அப்படியென்ன பிடிவாதம் எனக்கு? - மனசு இளகிப் போய், நெகிழ்ந்து நின்று

அவள்பால் தன் சிந்தனை ஓட்டத்தைத் திருப்பிப் பாய விட்டார் வித்யாபதி.

ஒரு குழந்தையை எடுத்து வளர்க்கிறதுக்கே நாம இவ்வளவு யோசிக்கிறோமே... தனக்குன்னு குழந்தைகள் பெத்துக்கிட்டு, அது போதாதுன்னு வெளிலர்ந்து குழந்தைகளைத் தத்து எடுத்து, சேவை மனப்பான்மையோட எத்தனை பேர் வளர்த்துக்கிட்டு வர்றாங்க தெரியுமா? அநாதரவான குழந்தைகளுக்கு வாழ்வளிச்சதா இருக் கட்டும்னு நினைக்கிறது எத்தனை பெரிய தர்மம்? எவ்வளவு உயர்வான சிந்தனை?

வயது கடந்து போய் தாமதமா திருமணம் செய்துக் கிட்டவங்க, ரொம்ப நாள் யோசனைலயே இருந்து, காலம் தப்பினாலும் பரவால்லன்னு நாற்பது, நாற்பத்தஞ்சு வயசுக்கும் மேலே குழந்தைகளைத் தத்து எடுக்கிறவங் கன்னும் சிலபேர் இருக்காங்களே... சொந்தக் குழந்தைகள் இருந்தாலும் கூட தத்துக் குழந்தைகளுக்கும் எதிர்காலத்துல ஒரு நல்ல குடும்ப அமைப்பை ஏற்படுத்திக் கொடுக் கணும்ங்கிற தியாக மனப்பான்மைல, சமூக ஆர்வத்துல, தங்களோட சொத்துக்களை, உடல் உழைப்பை வழங்கக் கூடிய தியாகிகளும் இருக்காங்கன்னு தெரியுதே... அவங்களையெல்லாம் நினைக்கும்போது நாம இவ்வளவு யோசனை செய்றதே தப்புங்க...தொடர்ந்து தேடுவோம்... எந்த இல்லத்துல, எந்தக் காப்பகத்துல நமக்குப் பிடிச்ச குழந்தை அமையுதோ, ரெண்டு பேருக்கும் மனசுக்குப் பிடிக்குதோ அந்தக் குழந்தையை முழு மனசோட மகிழ்ச்சியா தத்து எடுத்துக்கிட்டு வந்து வளர்ப்போம்... அதுவரை நிதானமாத் தேடுவோம்... பதட்டப்பட வேண்டாம். இன்னும் பலபேர்ட்ட யோசனை கேட்கணும்னு உங்களுக்குத் தோணிச்சின்னா செய்ங்க... நான் காத்திருக்கேன்...-

இவ்வளவு தூரம் பொறுமையாகவும், பொறுப்பாகவும் கெஜலட்சுமி பேசுவாள் என்று வித்யாபதி நினைக்கவே

யில்லை. ஒன்று இன்னும் தொடர்ந்து பரிசோதனைகளை மேற்கொண்டு குழந்தை பெற்றுக் கொள்வதற்கான முயற்சிகளைச் செய்ய வேண்டும்... அல்லது அவளின் தீர்க்கமான யோசனைப்படி ஒரு குழந்தையைக் காப்பகத்திலிருந்து தத்து எடுத்து வளர்க்க வேண்டும். அப்படிச் செய்யும்போது அது காலங்கடந்த ஒன்றாக ஆகிவிடக் கூடாது. இதை நினைத்தபோது தன்னோடு திருச்சியில் பணியாற்றிய அலுவலக நண்பர் ஒருவரின் தியாகச் செயல்கள் அவர் எண்ணத்தில் வட்டமிட ஆரம்பித்தன.

எவ்வளவு ஆசை ஆசையாய் வளர்த்தார் அந்தப் பெண்ணை? அன்பைக் கொட்டி, ஆதரவை அள்ளி வழங்கி, உயர்கல்வி கற்க வைத்துப் பட்டதாரியாக்கிக் கடைசியில் திருமணம் செய்து கொடுத்த போது அது நிலைக்காமல் போனதே? ஒன்று நிலைக்காவிட்டால் என்ன என்று மனம் தளராமல் மீண்டும் முயன்று இன்னொரு வரனைப் பார்த்துக் கட்டி வைத்தபோது அதுவும் சேராமல் நின்றதே...!

நான்தான் சொன்னனே... எனக்குக் கல்யாணமே வேணாம்னு... நீங்கதான் என் பேச்சைக் கேட்கவேயில்லை... கட்டாயக் கல்யாணம் பண்ணி வச்சீங்க...என் குணத்துக்கு... எனக்கு சுதந்திரமா இருக்கிறதுதான் விதி...நான் மேலும் மேலும் படிக்கப் போறேன்...வெளி நாட்டுல போய் சம்பாதிக்கப் போறேன்...உங்களையும் அங்க கூட்டிக்கிட்டுப் போய் சந்தோஷமா, வசதியா வச்சிக்கப் போறேன்.... அது ஒண்ணுதான் என்னோட லட்சியம்... கல்யாணம்ங்கிறது என்னோட ஜாதகத்துல இல்லை.... என்று சொல்லி கடைசியில் தன் வாழ்க்கை லட்சியத்தையே அது நிறைவேற்றிக் கொண்டதே...!

இப்போது அந்த மனோகரனும், ஆண்டாளும் நியூ யார்க்கில் அந்தப் பெண்ணோடு வாழ்ந்து வருகிறார்கள். இருவருமே தாங்கள் பார்த்த அரசாங்க வேலையைத் துணிந்து விருப்ப ஓய்வு கொடுத்துவிட்டு வேற்று

கடைநிலை 77

நாட்டுக்குப் பறந்து விட்டார்களே... என்ன குறைந்து போனார்கள்? அவர்களின் அதிர்ஷ்டம் அப்படி... அப்படியான அதிர்ஷ்டமும் நிம்மதியும் நமக்கும் அமையுமா? ஆழ்ந்த யோசனையில் அமிழ்ந்தார் வித்யாபதி. அப்போது தொலைபேசி அழைத்தது. அதன் வழி வந்த அந்தச் செய்தி அவரைத் திடுக்கிட வைத்தது.

13

அலுவலகத்திலிருந்து வந்த செய்தி அவருக்கு அதிர்ச்சி யாய்த்தான் இருந்தது. அதிர்ச்சி, பணிமனையின் வாட்ச்மேனில் ஒருவர் இறந்துவிட்டார் என்பதோடு மட்டுமல்ல. அவர் சார்ந்த இறுதிக் கடமைகளுக்காக... இறந்த அவரை நினைத்தபோது மனதுக்கு வருத்தமாய்த் தான் இருந்தது. ரொம்பவும் முடியாமல் இருந்த அவர் இன்னும் இரண்டாண்டுகள் எப்படித் தாக்குப் பிடிக்கப் போகிறார் என்று நினைத்திருந்த வேளையில் இந்தச் சாவு நடந்திருந்தது. ஆனால் வித்யாபதிக்கு மனதில் தோன்றிய தெல்லாம் அவருக்கான பணப்பலன்களை அந்த அலுவலகத்தில் ஒழுங்காக, முறையாக வழங்க வேண்டுமே என்கிற கவலைதான்.

இரண்டு சம்சாரம் என்றார்கள் அந்தாளுக்கு. ஒன்று எடுப்பு... இன்னொன்று தொடுப்பு. எப்படியோ இருந்து விட்டுப் போகட்டும்... அது அவர்களின் தனிப்பட்ட விருப்பம். ஆனால் அரசுப் பணியில் அவர் பெயருக்கு இருக்கும் ஆவணங்கள்தானே பேசும்..! சட்டப்படியான அடுத்த வாரிசு என்றால் அது அவரின் தாலிகட்டிய முதல் மனைவிதானே... யார் பெயரை அவர் "லீகல் ஹர்...." என்று கொடுத்திருக்கிறாரோ, எது கணக்காயரால் பதிவு செய்யப்பட்டு ஒப்புதல் செய்யப்பட்டிருக்கிறதோ,

எது அவர் பெயருக்கான பதிவேட்டில் இடம் பெற்றிருக் கிறதோ அதன்படிதானே அவருக்கான பணப்பலன்கள் எல்லாம் போய்ச் சேரும்? அதை முதலில் அவர்களுக்குச் சொல்லி வரைமுறை செய்தாக வேண்டும். அதில் ஏதும் தவறுகள் நடந்து விடக் கூடாது.

இப்போது எடுத்த எடுப்பில் அதைப்பற்றி வாயைத் திறக்கக் கூடாது. இறுதிக் காரியங்கள் அனைத்தும் முடிந்த வேளையில் சமயம் பார்த்து அதை எப்படிச் செய்ய வேண்டும் என்பதை அந்த அலுவலகத் தலைமைக்கு விளக்கியாக வேண்டும். பணிமனைத் தொழிலாளர்கள் யாரும் குறுக்கே வராமல் பார்த்துக் கொள்வது ரொம்ப ரொம்ப முக்கியம். பலதையும் சொல்லிக் கொண்டு வந்து நிற்பார்கள். எங்களுக்குத் தர வேண்டிய பணம் என்றும், அதை நீங்களே பிடித்துக் கொடுத்துவிட வேண்டும் என்றும்... இல்லயென்றால் அது வராமலே போகும் அபாயம் உண்டு என்றும் நெருக்குவார்கள். தங்களுக்குள் நடந்த கடன் பரிமாற்றத்தை அலுவலக ரீதியாக்கி வரிசை கட்டுவார்கள். அதற்கு இடம் கொடுக்கக் கூடாது என்பதில் தீர்மானமாக இருந் தார் வித்யாபதி. அவரின் முன் அனுபவம் அப்போது மனதில் வந்து முட்டிக் கொண்டு நின்றது. தக்க ஆணைகளைப் பிறப்பிக்க வழி செய்தார். அத்தனை டென்ஷனிலும் அவர் மனதில் அந்த அலுவலகத்தினுட னான பழைய நிகழ்வுகள் ஓடிக்கொண்டுதான் இருந்தன.

அவர் அங்கு பணியாற்றிய அந்த கால கட்டத்தின் காட்சிகள், அதிலும் அந்தக் குறிப்பிட்ட நிகழ்வு அவர் வாழ்வில் மறக்கவே முடியாதது. அது அந்தக் கணம் அவர் மனதில் படமாய் விரிந்தது. அழியாத தடங்களாக அமைந்து விட்ட அந்த விபரீத அனுபவங்கள் அவரால் சாகும்வரை மறக்க முடியாதது.

ஏன் அதையே நினைச்சிட்டிருக்கீங்க..? அதான் அந்த ஆபீசை விட்டு வெளியே வந்தாச்சில்ல... இனிமே அங்க

போகவா போறீங்க? விடுங்க - கெஜலட்சுமியும் எத்தனையோ முறை சொல்லிப் பார்த்து விட்டாள்.

திரும்ப இந்தப் பக்கம் வந்திராதீங்க... - அந்தப் பணியாளர்கள் சொன்ன கடைசி வார்த்தைகள் இவை. அவர் வெறுக்கப்பட்டு வெளியேறிய அலுவலகம் அது. அப்படித்தான் அவருக்குத் தோன்றியது. இத்தனைக்கும் இயன்ற அளவு அவர்களுக்கு நல்லவைகளை, விதிப்படி யான பலவற்றையும் தாமதமின்றி செய்து கொடுத்திருக் கிறார் இவர். அவைகளைப் பற்றி யாரும் நினைக்கவே யில்லை.

உங்க கடமையை நீங்க செய்தீங்க... அதுல உங்களுக்குத் திருப்திதானே... அவ்வளவுதான். அதுக்கு மேலே அதுல வேறொண்ணுமில்லை. எவ்வளவு செய்தாலும் அவுங் களுக்குக் குறைகள் இருந்திட்டேதான் இருக்கும். இன்னும், இன்னும்னு எதையாவது சொல்லிட்டேதான் இருப்பாங்க... மனுவ எழுதி நீட்டிட்டேதான் இருப்பாங்க... அந்த அலுவலக விதிகளுக்குட்பட்டுத்தானே செய்ய முடியும். மற்றதைப் பரிந்துரை வேணா செய்யலாம். நிறைவேற்ற முடியாதே...! அதுக்கு உத்தரவு வரணுமே... அதை மேலிடம்தானே கொடுக்கணும். அதை வாங்கிக் கொடுக்கிறது உங்க கைலயா இருக்கு? தலைமை கைல தான் இருக்கு. இவங்க அங்க போய் நிற்க வேண்டிதானே...? அங்க போனா நடக்காதுங்கிறது தெரியும். அதனால உங்கள முடுக்கிவிட்டுட்டே இருக்காங்க... இதுக்காக நீங்க நிம்மதியில்லாம அலைய முடியுமா? விடுங்க... சர்வீஸ்ல இப்படி எத்தனையோ பார்க்க வேண்டியிருக்கும். இப்படியான சிக்கல்களெல்லாம் இந்தப் பணிமனை ஆபீஸ்ல இருக்குன்னு தெரிஞ்சிதான் யாரும் இங்கே வரமாட்டேங்கிறாங்க... லீவுல கூடத் தொடர்ந்து இருந்திடலாம்... ஆனா இங்க வந்து சிக்கக் கூடாதுங்கிறதுல உறுதியா இருக்காங்க... நீங்க என்னைப் போடுங்கன்னு கேட்டு வந்தீங்க... உங்களால முடிஞ்சதை... விதிமுறை

களுக்குட்பட்டுச் செய்தீங்க... அதை அவுங்க புரிஞ்சிக் கலை... அதுக்கு நாமென்ன பண்றது? லீவ் இட்.....!!

அலுவலகத் தலைமையே தனக்குச் சமாதானம் சொன்ன போதும் இவர் மனது ஆறவில்லை. அந்த நிகழ்வு கல்வெட்டுப் போல் மனதில் பதிந்திருந்தது.

அப்படி ஒரு கேள்வி வரும் என்று எதிர்நோக்கித்தான் காத்திருந்தார் வித்யாபதி. அதற்கான பதிலையும் மனதில் தயார் படுத்தி வைத்திருந்தார். எப்படிச் சொன்னால் இவர்களுக்கு சரி வரும் என்பது அவர் மனதில் தீர்மானப் பட்டிருந்தது. எந்த லெவலுக்கு அவர்களின் கேள்வி இருக்கும் என்பதும் அறிவார்தான். மொத்தத் துறையின் ஞானமே அந்த அளவுதான், ஒரு சிலரைத் தவிர என்பதில் அவருக்கு அதீத நம்பிக்கையிருந்தது. யாரும் ஸ்ட்ரெயின் பண்ணி ஆழ உள் நுழைந்து வேலை பார்க்கும் திறனில்லாதவர்கள். மூளைச் சோம்பல் நிறைந்தவர்கள். சுருக்கமாய்ச் சொன்னால் சம்பளத்துக்கு வேலை பார்ப்பவர்கள். அங்கே எப்படி அர்ப்பணிப்பு உணர்வு பரிமளிக்கும்?

நீங்க ஒண்ணும் கவலைப்படாதீங்க... நான் பார்த்துக் கிறேன்... என்று அலுவலருக்குச் சொல்லியிருந்தார். அப்படிச் சொன்னது நடந்ததை மறைப்பதற்காக அல்ல. அதை அதன் நியாயப்படி எதிர்நோக்குவதற்காக. செய்து முடிப்பதற்காக. அவரை அந்த வார்த்தை எவ்வளவு நிம்மதிப்படுத்தியிருக்கும் என்று வித்யாபதிக்குத் தெரியும். தன் மீதான நம்பிக்கை. அதற்கு பங்கம் இல்லாமல் பார்த்துக் கொள்ளும் தன்னுடைய தன்மை.

பாவம்... அப்பாவி...பயந்து பயந்து அதிகாரியாயிருப்பவர். தப்பு செய்யத் தெரியாது. எதெல்லாம் சரி என்பதிலும் தெளிவில்லை. தன் அலுவலகத்தில் பணியாற்றுபவர்கள் தன்னை ஏமாற்ற மாட்டார்கள் என்கிற அதீத நல் லெண்ணம். நல்ல ஸ்டாஃப்... நிம்மதியான ஆபீஸ்...! அரணாய் ஒரு மானேஜர்.

அறையில் தன் இருக்கைக்கு எதிரே மாலை மரியாதை யோடு தொங்கும் சாமி படங்கள். குங்குமம், சந்தனம் பதித்து, பத்தி ஏற்றி வைத்து நெற்றியிலும் துலங்க பய பக்தியோடு அமர்ந்திருக்கும் காட்சி. பெருமாள்சாமி, பி.இ., (மெக்) ஏஎம்ஐஇ., எம்.ஐ.எஸ்.ஏ.இ.,! நேம் போர்டு பளபளத்தது.

நீங்க கொஞ்சம் இங்கயே இருங்க...!. ஏதேனும் ஒரு சந்தேகமோ, பயமோ அதில். முகத்தில் தீராத சோகம். இது சரியா? என்று தொக்கி நிற்கும் கேள்வி. படிப்பிற்கும் பயத்திற்கும் ஏது சம்பந்தம்? எது பிழைப்போ... எது சோறு போடுகிறதோ... அதை நன்றாகக் கற்க வேண்டாமா? மேலோட்டமாகவே ஓட்டிக் கழித்துவிடலாம் என்று காலத்துக்கும் பெஞ்சைத் தேய்க்க முடியுமா?

என்ன இப்படித் தொடர்ந்து அப்ளிகேஷன் கொடுத் திட்டே இருக்காங்க...? அசோசியேஷன் லெட்டர் பேடுல வேறே எழுதிக் கோரிக்கையா வைக்கிறாங்க...? இன்டிவீஜுவல் அப்ளிகேஷனுக்கு ஆபீஸ்ல நடவடிக்கை எடுப்பாங்கன்னு தெரியாதா? இந்த ஒர்க் ஷாப் ஸ்டாஃப் தானே அவுங்க... அவுங்களுக்குக் குறை உண்டுன்னா தன் பேரைப் போட்டு எழுதிக் கொடுத்தா ஆச்சு...எதுக்கு இந்த சங்கத்துப் பெயர்லெல்லாம் விண்ணப்பம்? பயமுறுத்துறாங்களா? நெருக்கடி கொடுக்கிறாங்களா? இங்க எப்பயுமே இப்டித்தானா? - வந்து ஒரு ஆண்டு கூட இன்னும் முடியவில்லை. அந்தச் சூழல் இன்னும் அவருக்குப் பொருந்தி வரவில்லை. முழு ஈடுபாட்டோடு இயங்க விடவில்லை. எந்த நேரம் எவன் என்ன பிரச்னை பண்ணுவானோ என்கிற நடுக்கத்துடன் கூடிய பயம்.

பயப்படுகிறாரோ இல்லையோ... பயமுறுத்துகிறார்கள் என்பதைப் புரிந்து கொண்டிருந்தார். அவரவர் கோரிக்கை விண்ணப்பமும், சங்க ரீதியிலான கேட்பும் சேர்ந்து நெருக்கிப் பிடிக்கிறது. இவர்ட்டயாவது வாங்கிப் புடணும் எப்படியாவது! எவ்வளவு செய்தாலும் தீராத

குறைகள். வாங்கும் சம்பளத்திற்கு உண்மையாக உழைக் காத மனநிலை. எப்போதும் பலன்களைப் பெறுவதிலேயே கவனம். அதற்கு விதிமுறைகள் ஒத்துழைக்கிறதா என்று கூடப் பார்க்கப் பொறுமையில்லாத கண்மூடித்தனமான வேகம்.

ஒவ்வொரு மூணு மாசத்துக்கும் இப்டி எதையாச்சும் கொடுத்திட்டேதான் சார் இருப்பாங்க... விதி முறைப்படி நாம அவுங்களுக்கு என்ன செய்ய முடியுமோ அதைத் தானே செய்ய முடியும்...? அவுங்க அப்ளிகேஷனை நிறுத்தி வச்சாத்தானே தப்பு? அதைத்தான் ஃபார்வேர்டு பண்ணிடுறமே... சென்னைல இருக்கிற துறைத் தலைமைதானே இதையெல்லாம் பரிசீலிக்கணும்? லோக்கல்லயே இன்னும் ரெண்டு ஆபீஸ் தாண்டணுமே...! பதில் வரட்டும்னு சொல்லுவோம்... இங்கேயிருந்து நகண்டிருச்சுன்னு அவுங்களுக்கு சொல்லிட்டாப் போச்சு...! நாம இருத்தி வச்சாத்தானே சங்கடம்?

அது சொல்லலாம்... ஆனாலும் அவுங்க அதை நம்பத் தயாரில்லை. நாமளே செய்ய வேண்டியதை, அநாவசியமா அங்க தள்ளி விடுறோம்னு நினைக்கிறாங்க...! அது மட்டுமில்லே... நீங்க செய்றேன்னு வேறே சொன்னீங் களாம்...! அதையும் ஞாபகப்படுத்துறாங்க...! - இப்படிச் சொல்லிவிட்டு அவரையே கூர்ந்து பார்த்தார் பெருமாள்சாமி.

என்னைக் கேட்காமல் ஏன் இப்படியெல்லாம் வாக்குறுதி கொடுக்கிறீர்கள்? அவர்கள் கேட்பதெல்லாம் இந்த அலுவலக அளவில் செய்ய முடியாது என்பது உங்களுக்குத் தெரியாதா? -இந்தக் கேள்விகளெல்லாம் அவரது பார்வையில் தொக்கி நிற்பதாக வித்யாபதி உணர்ந்தார். அதிகார இருக்கையை எதிர்நோக்கி நிற்கும் நானும் ஒரு பணியாளன். அப்படியிருக்கையில் நான் எப்படி வாக்குறுதி கொடுக்க முடியும்? மொட்டையாக, மேம்போக்காக அவர்கள் சொல்வதை இவரும்

அப்படியே நம்பினால்? பார்ப்போம்... முடிஞ்சதைச் செய்வோம் என்பது எப்படி உறுதிமொழி ஆகும்?

அப்போ நீங்க என்னை நம்பலயா சார்...? - எதிர்க் கேள்வி போட்டார். அப்போதுதான் அவரை சலனப் படுத்த முடியும்.

அப்டிச் சொல்லலை... எதுக்கு அநாவசியமா அவுங்ககிட்டே பேச்சுக் கொடுத்திட்டுன்னு சொல்றேன்... வாயக் கிளறி எதையாச்சும் வாங்கிடுவாங்கல்ல...? - தள்ளியே நில்லுங்க என்று சொல்லாமல் சொல்கிறார். ஒரேயடியாய் அப்படி விலகி நிற்கவும் முடியாதே. நட்பு பாராட்டுவது மிக முக்கியம் என்று இவர் உணர்ந்தார்.

விண்ணப்பங்களை ரிட்டர்ன் பண்ண முடியாது சார்... கூட்டமா வந்து முற்றுகையிடுவாங்க... வேலை செய்ய விடாமத் தடுப்பாங்க...பிரச்னையாகும்... அதனாலதான் இங்கயிருந்து தள்ளிவிட்றது. இதுக்கு முன்னாடியும் இதான் நடைமுறை. லோக்கல்லயே மத்த ரெண்டு பெரிய ஆபீசுக்கும் இது தெரியும். இவங்களுக்கு வேறே வேலை யில்ல... ன்னு அவுங்களும் கொஞ்ச நாள் வச்சிருந்து திருப்பிடுவாங்க...இதான் நடந்திட்டிருக்கு...இவங்க பெரிய ஆபீஸ் வளாகத்துலயும் போய் நின்னு கோஷம் போடுவாங்க... முன்னறிவிப்பே இருக்காது...கோஷம் போட்டுட்டு அவுங்களே கலைஞ்சு போயிடு வாங்கன்னு அங்கயும் கண்டுக்காம இருந்திடுவாங்க...! இதுவரை வெறும் எதிர்ப்பு மட்டும்தான் காண்பிச்சிருக் காங்க. கூடிக் கலைதல் என்கிற நடைமுறை.

ஒரு புன்னகை அவரிடம் மலர்ந்தாற்போல் இருந்தது. ம்ம்ம்... தலவலிதான்...முடியாதுன்னு தெரிஞ்சும் இப்படி டார்ச்சர் கொடுக்கிறாங்களே? - முனகிக் கொண்டார். மனதிற்குள் சங்கடம் கொள்வதுபோல் தெரிந்தது. அலுவலக நடைமுறையில் இப்படிப் பலவும் இருக்கத்தான் செய்யும். அதைத் தீர்க்கத்தானே நாம் இருக்கிறோம் என்கிற உறுதி எல்லோருக்கும் அமைவதில்லையே?

உங்களுக்கு நியாயமாக் கிடைக்க வேண்டியது உரிய காலத்துல கண்டிப்பாக் கிடைக்கும் அதுக்கு நான் பொறுப்பு... அதை ஆபீசரிடம் விளக்கி அல்லது வாதாடி வாங்கிக் கொடுக்கிறேன். அதுல தாமதம் இருந்தாச் சொல்லுங்க...மற்றப்படி இந்த அலுவலக அளவுல செய்ய முடியாததை ரெக்கமன்ட் பண்ணி வேணும்னா தலைமையகத்துக்கு அனுப்பலாம். அப்படி அனுப்பாம நிறுத்தி வச்சாச் சொல்லுங்க... ஏன் நிறுத்தினீங்கன்னு? - இதான் சார் நான் அவுங்ககிட்டச் சொன்னது. உங்க சார்பா நான் இதச் சொன்னதுல என்ன சார் தப்பு? அதுக்கு எனக்கு உரிமையில்லையா சார்?

எதிர்த்தரப்பில் அமைதி. உரிமை எடுத்துக் கொள்வது பிடிக்கவில்லையோ? தன்னிடம் பேசியதையே பிடிப்பாக வைத்துக் கொண்டு அவர்களிடம் போய் என்ன வாக்குறுதி கொடுப்பது? அப்படியென்ன தன்னதிகாரம்? - என்று நினைக்கிறாரோ? நான் என்ன அத்தனை யோசனையில்லாதவனா? நிதானம் என்கிற கொடியினை எப்போதும் அறிவில் ஏந்தியிருப்பவன் தடுமாறுவதில்லை தான். ஆனால் கேள்விகளைத் தடுக்க முடிவதில்லையே?

கண்ண மூடிட்டு அனுப்பிடுவீங்களா? நேர்ல அழைச்சு விளக்கிச் சொல்ல வேண்டிதானே? ம்பாங்க... அதுதான் பெரிய ஆபீஸ் வழக்கம். சொல்லிட்டு கொஞ்ச நாள்ல அவுங்களும் ரிஜெக்ட் பண்ணிடுவாங்க...உங்க ஆபீச உங்க கன்ட்ரோல்ல வச்சிக்க முடியாதான்னும் கேட்பாங்க... வெறும் ஆபீஸ் ஸ்டாஃப்வோட மட்டும் ஒரு அலுவலகம் இயங்குறதுக்கும் ஐம்பது அறுபது தொழிலாளிங்களோட ஃபங்ஷன் பண்றதுக்கும் உள்ள வித்தியாசத்த உணர மாட்டாங்க... பிராக்டிகல் டிஃபிகல்டீஸ் தெரிஞ்சிருந்தாலும் காட்டிக்க மாட்டாங்க... இது பெரியண்ணன் நடைமுறை... நமக்கும் இதெல்லாம் தெரியும்தானே?

இவ்வளவையுமே ஏன் இப்பவே வலியச் சொல்லணும்...? அதது வர்ற போது பார்த்துக்கலாமே...? மேலிடத்துல

கேட்டா வேறே வழியில்ல... அனுப்பித்தான் ஆகணும்னு வோம்...நாம என்ன பண்றது?

ஏன்யா தலவலிய உண்டாக்குற? - என்று கேட் கிறாறோ...? இவரே இப்படிச் சொன்னால்? அங்கு போனால் திருகுவலி ஆரம்பிக்கலாம் என்கிற கவலையோ என்னவோ?

சார்... அப்ப ஒண்ணு செய்ங்க... ஒரு டாய்லெட்டும், பாத்ரூமும் முன் பக்கத்துல வலது பக்கம் ஓரமாக் கட்டுற துக்கு ஏற்பாடு பண்ணுங்க... ஆபீஸ் ஸ்டாஃபும், நீங்களும் உபயோகப்படுத்திக்கிறதுக்கு...அதுக்குன்னு பின்னாடி தொலைவாப் போக வேண்டியிருக்காது... அவுங்களையும் பார்க்க வேண்டி வராது. கேள்வி கேட்க வேண்டி வராது... இப்டியே வந்து ஆபீஸ்ல உட்கார்ந்து வேலைகளைப் பார்த்திட்டு, இப்டியே வெளியே போயிடலாம். அவுங்க மூஞ்சியப் பார்த்தாத்தானே பிரச்னை?

என்ன சொல்றீங்க வித்யாபதி? அதுக்கும் இதுக்கும் என்ன சம்பந்தம்? இல்லன்னா இதுக்குன்னு வந்து இங்கே கூட்டம் போடுறதுக்கு அவுங்களுக்கு எவ்வளவு நேரம் ஆகும்?

சம்பந்தம் இல்லாமயா... சார்? நீங்க அதிகாரி... பின்னாடி பாத்ரூம் பக்கம் போகைல ஒதுங்கி மறைஞ்சு நின்னுக்குவாங்க... கண்ணுல பட மாட்டாங்க... அது ஒரு மரியாதை...ஆனா மானேஜரான நான் அப்டியா? ஆபீஸ் ஸ்டாஃப்பும் போகைல, வர்றைல... பிடிச்சிக்கிறாங்களே... அதுலயும் கிளார்க்குகள ஒண்ணும் கண்டுக்கிறதில்ல... என்னத்தான் சுத்தி வளைச்சிடுறாங்க...! கேள்வி மேல கேள்வியாக் கேட்குறாங்க... அந்த நேரம் எவ்வளவு பொறுமை தேவைப்படும்னு நீங்களே யோசியுங்க! எத்தனை நிதானத்தை நான் கடைப்பிடிக்க வேண்டி யிருக்கும் தெரியுமா? இல்லைன்னா அடி விழும் சார்... அடி விழும்...நிலைமை பெரிய சிக்கலாயிடும்...

அதிகாரியின் பார்வை கூர்மையாய்த் தன் மீது படிந்திருப்பதை உணர்ந்தார் வித்யாபதி. தொடர்ந்தார்... அடி விழுமா? என்ன சொல்கிறார் இவர்? அவ்வளவு மோசமானவர்களா தொழிலாளிகள்? அவர்களின் தேவைகளைக் கேட்பதில் என்ன தவறிருக்க முடியும்? நாம அந்த இடத்துல இருந்தாலும் அவுங்கள மாதிரித் தானே இருப்போம்?

சார்..டீ சாப்பிடுறீங்களா?ன்னுதான் ஆரம்பிப்பாங்க... நீங்க பதில் சொல்றதுக்குள்ளயும், ஏய்... சாருக்கு ஒரு வடை டீ சொல்லுப்பா... ன்னுடுவாங்க... வேண்டாம்னு நீங்க மறுக்கவும் முடியாது. இப்டி உட்காருங்க சார்... எங்க நழுவப் பார்க்குறீங்கன்னு இழுத்து உட்கார்த்திடு வாங்க... ரொம்பப் பட்டவர்த்தனமாத்தான் பேச்சு இருக்கும். நகர்ந்தேன்னா அடி விழும்ங்கிறத மறை பொருளாப் புரிய வைப்பாங்க...!

அவுங்க கொடுக்கிற டீயையும் குடிச்சிக்கணும்... கேட்கிற கேள்விகளுக்கும் பொறுமையா பதில் சொல்லி யாகணும். அந்த பதில் அவுங்களுக்கு சாதகமா இல்லாட் டாலும் பாதகமா இருக்கிறதாத் தெரியக் கூடாது. அந்த மாதிரி ஒரு பதிலை, அந்த நேரம் சட்டுன்னு சொல்லத் தெரியணும்...அதுக்கு நிரம்ப நிதானமும், பொறுமையும் புத்திசாலித்தனமும் வேணும்...மலர்ந்த முகம்ங்கிறது படு முக்கியம்...! நட்பு ரீதியாத்தான் பேச முடியும். முறைச்சிக்கிற ஜோலியே ஆகாது...இதுக்கெல்லாம் ஒரு பெரிய தந்திரம் தேவை. அத நாம நம்ம புத்தில ஏத்திக்கணும்...

என்ன பதில் சொல்வது என்று தெரியாமல் அவர் சிவனே என்று பார்த்துக் கொண்டிருப்பதாய் இவருக்குத் தோன்றியது. ஆனாலும் இருக்கும் நடைமுறைச் சிரமங் களைச் சொன்னால்தான் புரியும் என்று தொடர்ந்தார் வித்யாபதி. அதிகாரி பெருமாள்சாமி கோப்பில் மூழ்கியிருப்பதைக் கண்ணுற்றார். பல சமயங்களில் அதிலேயே விழுந்து உறங்கியும் விடுகிறார்.

ஆமா... உங்ககிட்டே ஒண்ணு கேட்கணும்னு நினைச் சேன். எல்லாரும் சொல்றாங்களே... நீங்க டிசிப்பிளினரி கேஸ்கள்ல பிரில்லியன்டாமே...! கரைச்சுக் குடிச்சவராமே...! அப்டியா? –சற்றே தன்னைக் குஷிப்படுத்திக் கொண்டது போல் அவர் கேட்டது வித்தியாசமாய் இருந்தது வித்யாபதிக்கு.

இந்தக் கேள்வியை சற்றும் எதிர்பார்க்கவில்லைதான். இருந்தாலும் தன்னடக்கத்தோடு பதில் சொன்னார் ஜாக்கிரதையோடு.

அப்டித்தான் சார் சொல்லிப்பாங்க... அதெல்லாம் ஒண்ணுமில்லே...நானும் எல்லாரும் மாதிரிதான்...இதச் சொல்லி இன்னும் என்னென்ன தலைல சுமத்துவாங்களோ? ரொம்ப ஜாக்கிரதையாய் இருக்கணும் இங்கே...! அந்த ஃபைல்ஸ்களைத் தொட்டுட்டா பைல்ஸ் வர்றது நிச்சயம்...நினைத்து மனதுக்குள் சிரித்துக் கொண்டார் வித்யாபதி.

அதான் உங்களை இங்க போட்டாங்களாமே...! நல்லா டீல் பண்ணுவீங்கன்னு...அது சம்பந்தமா இந்த ஆபீசுக்கு மாறுதலில் வந்ததும் நான் என் பொறுப்பிலே வாங்கி வச்ச ஃபைல்ஸெல்லாம் இதோ இந்த டிராயர்லதான் வச்சிருக்கேன்... எப்ப வேணாலும் நீங்க எடுத்துப் பார்க்கலாம். இந்த ஃபைல்ஸ் சம்பந்தமான விஷயங்கள் நம்ம ரெண்டு பேருக்கு மட்டுமே ரகசியம்... புரிஞ்சிதா? யார் யார் பேர்ல என்னென்ன கேசிருக்குன்னு ஒரு ரவுன்ட் பார்த்திட்டேன்... உங்களுக்கும் தெரிஞ்சிருக்கும்... இது நம்ம கைவசம் இருந்தாத்தான் நமக்குப் பாதுகாப்பு. இது எதையும் சீக்கிரம் முடிக்கக் கூடாது. நீட்டிக்கணும்... அதான் சாமர்த்தியம்...ஓகே.யா? அவங்க நம்மைத் தொல்லைப் படுத்துறது இதன் மூலம் கொஞ்சமாவது குறையும்ங்கிறது என் அபிப்பிராயம்.

அப்படிப் பேசுவார் என்று கொஞ்சங் கூட எதிர் பார்க்கவில்லை. அரண்டவன் கண்ணுக்கு இருண்ட

தெல்லாம் பேய் என்று நினைத்துக் கொண்டார். பயந்தவராத் தெரிஞ்சாலும் ஆளு வினயம்தான்...! இதுக்குச் செலவழிக்கிற நேரத்தை அவுங்களுக்கு நல்லது செய்றது எப்படின்னு யோசிக்கலாமே...! நாலுல ரெண்டு செஞ்சாலும் கொண்டாடுவாங்களே...! அந்த எண்ணம் ஏன் மேலிடங்களுக்கு வரமாட்டேங்குது? எய்தவங்க மேலே... நாமதான் அம்பு...! தைக்காத அம்பு...!

ரெண்டு நாளைக்கொருமுறை அந்தப் பணியாளர்களை எதிர்நோக்கும் கஷ்டங்களை அலுவலருக்கு சுருக்கமாக விவரித்தாலும் அதன் முழுக் காட்சி அவர் கண் முன்னே அப்பொழுதே விரிந்து அவரைக் கொஞ்சம் பயமுறுத்தத் தான் செய்தது.

உங்களுக்காகத்தான் பழைய ஸ்டாக் ஃபைலையெல்லாம் எடுத்து நான் விடாது படிச்சிட்டேயிருக்கேன்... உங்க போஸ்டெல்லாம் ஒரே சமயத்துல சாங்ஷன் பண்ணின தில்லே... அது தெரியுமா உங்களுக்கு...? படிப்படியா தேவை ஏற்பட ஏற்பட உண்டானது. மொத்த மாநிலத்துக்கு மில்லே. எங்கெங்கே தேவையிருக்கோ, அதுக்கேத்தாப்ல... உருவாகியிருக்கு. அது போல ஒவ்வொரு போஸ்டின் எண்ணிக்கையும் அப்பப்போ கூடியிருக்கு... குறைஞ் சிருக்கு... கூடின போது கொண்டாடின நீங்க... குறைஞ்ச போது ஏன் குரல் கொடுக்கலை? அந்தப் போஸ்டுகளுக்கும் வேலையிருக்கு, எடுக்காதீங்கன்னு ஏன் சொல்லலை? ஏன் அதை நிதானமா முன் எடுத்து வைக்கல... எடுத்த எடுப்புல ஸ்டிரைக்... போராட்டம்னு உட்கார்ந்திருக்கீங்க... இந்த ஒரு ஒர்க் ஷாப்புல மட்டும் ஸ்டிரைக் பண்ணினாப் போதுமா? தமிழ்நாடு பூராவும் எத்தனை ஒர்க் ஷாப் இருக்கு நம்ம துறைல... மொத்தமும் போராட வேண்டாமா? எல்லாரும் சேர்ந்து கோரிக்கை வைக்க வேண்டாமா? அப்பத்தானே நீங்க கேட்குற பணியாளர் குறைப்புங்கிறதை நிப்பாட்ட முடியும்? இங்க வெவ்வேறே டெக்னிகல் போஸ்ட்ல இருக்கிற முப்பது நாற்பது பேர்

மட்டும் சேர்ந்து வாசல்ல மறிச்சு உட்கார்ந்திருக்கிறீங்க... ஊருக்கு வெளில முப்பது கி.மீ. தள்ளி அத்துவானமா இருக்கிற இந்தக் காட்டுல நீங்க பண்ற ஸ்டிரைக் எவனுக்குத் தெரியும்? யார் காதுக்குப் போகும்? இந்த ஆபீஸ் மூலமா செய்தி போனாத்தான் ஆச்சு. இல்லன்னா காத்தோட காத்தாப் பறந்து மறைஞ்சிடும்... அப்டியும் இல்லன்னா டிஸ்டிரிக்ட் ஆபீசோட நின்னு போயிடும். அவங்கவுங்க தலைவலி அவுங்கவுங்களுக்கு. அப்டித்தானே பார்ப்பாங்க... அதயும் மீறி நியாயத்தைக் கன்ஸிடர் பண்றவங்க யாரு இருக்காங்க?

போதாக்குறைக்கு சி.எம். இந்தப் பக்கமா கார்ல போன போது மறிச்சு... உங்க கோரிக்கையை வேறு எழுதிக் கொடுத்திருக்கீங்க... சி.எம்.கிட்டயே நேரடியாக் கொடுத்திட்டோம்னு ஆபீசை பயமுறுத்துறீங்க... இத மாதிரி எத்தனாயிரம் விண்ணப்பங்களை அவுங்க வாங்கியிருப்பாங்க...? உங்க சிறு கும்பலக் கண்டு நிறுத்தி உங்க கோரிக்கைகளை வாங்கிட்டுப் போனது அவுங்க பெருந்தன்மை... அரசியல். வழி மறிச்சுக் கொடுத்ததே வெற்றின்னா என்ன அர்த்தம்?

பார்த்து செய்றேன்னு சி.எம். சொன்னாங்கன்னு பெருமைப் பட்டுக்கிறீங்க... அது சம்பிரதாயமான வார்த்தை. பலருக்கும் சொல்றது. அப்படித்தான் சொல்ல முடியும். அதுதான் ஜனநாயகம். அதுக்காக போய்ச் சேர்ந்தவுடனே அந்த ஒர்க் ஷாப் ஒர்க்கர்ஸோட அப்ளிகேஷனை எடுங்கன்னா சொல்லப் போறாரு? அது கடல்ல கரைச்ச பெருங்காயம்...

கிரேடு-2வுல இருக்கிறவங்கள கிரேடு-1ஆ மாத்தணும்ங் கிறீங்க... டேரக்ட் அப்பாய்ன்மென்ட்டைத்தான் கிரேட் 1 க்குக் கொண்டு போக முடியும். ப்ரமோஷன் கொடுக்க முடியும். அப்படித்தான் ஆர்டர் இருக்கு. கீழ்நிலைலருந்து படிப்படியா வந்தவுங்க... கிரேட்-2 வரைக்கும்தான் வர முடியும். வேறே சில போஸ்ட்களுக்கு இந்த மாதிரி விதி

இல்லைன்னு சுட்டிக் காண்பிக்கிறீங்க... அது போல உங்களுக்கும் வேணும்னா அதுக்கு ஆணை வேணும். மேலிடத்துக்குத்தான் விண்ணப்பிக்கணும்... இங்க செய்ய முடியாது. உங்க விண்ணப்பங்களை ஒருங்கிணைச்சு... பரிந்துரை வேணும்னா செய்யலாம். அதுக்கு நான் கியாரன்ட்டி. அதை அனுப்ப முடியாதுன்னு ஆபீசர் சொன்னா, எடுத்துச் சொல்லி நான் ஒப்புதல் வாங்கித் தர்றேன்...அதுதான் என்னால செய்ய முடியும்...

என்னா சார்... இப்டி பல்டி அடிக்கிறீங்க...? உங்களுக்கு வேணும்ங்கிறதையெல்லாம் செய்து கொடுக்கத்தான் நான் இங்கே வந்திருக்கேன்னு சொன்னீங்களே சார்... இப்போ இப்டிப் பேசுறீங்களே...?

இல்லைன்னு சொல்லலையே... இந்த ஆபீஸோட விதிகளுக்குட்பட்டு உள்ளதைக் கண்டிப்பா, தாமத மில்லாமச் செய்து கொடுப்பேன். அது உறுதி. அதுக்கே இதுக்கு முன்னாடி நீங்க திண்டாடினதெல்லாம் எனக்கும் தெரியும். எல்லாத்தையும் விசாரிச்சு, மண்டைக்குள்ள போட்டுக்கிட்டுத்தான் நான் இந்த ஆபீசுக்குள்ளயே நுழைஞ்சேன். அதை முதல்ல தெரிஞ்சிக்குங்க... என் கைக்கு மீறினதை நான் எப்டிச் செய்றது? அதுக்கு நீங்க என்னை பிரஷர் பண்ணலாமா? அது சரியா? அப்டியே குருட்டாம் போக்குல, பாஸைக் கன்வின்ஸ் பண்ணிச் செய்தாலும் அந்தப் ப்ரபோசல் துறைத் தலைமைக்கு அனுப்பப்பட்டு, அங்கிருந்தும் ரெக்கமன்ட் ஆகி மேல போயி ஆர்டராகணுமே...! அப்பத்தானே செல்லுபடி யாகும்? நாமபாட்டுக்கு எடுத்தேன் கவிழ்த்தேன்னு தொட்டதெல்லாம் ராசின்னு செய்துட முடியுமா?

இந்த ஆபீசுக்கு வந்து போறவுங்களெல்லாம் ஆரம்பத்துல மலையையே புரட்டிப்புடுவேன்னு சொல்லிட்டுத்தான் வருவாங்க... போகப் போக தேஞ்சு மாஞ்சு தேவட்டையாப் போயிடுவாங்க... நீங்களும் அந்த

ரகம்தான்ங்கிறது எங்களுக்கு இப்பத்தான் புரியுது... ஒரே குட்டை... ஒரே மட்டை....!

மன்னிக்கணும்... நான் சொல்றதை நீங்க இன்னும் சரியாப் புரிஞ்சிக்கலைன்னு நினைக்கிறேன். புரிஞ்சிருந்தா என் மேலே உங்களுக்குக் கோபமே வராது...சார் என்னங்க செய்வாரும்பீங்க...இல்ல..புரிஞ்சிருந்தும் பிடிவாதம் பண்ணனும்னு நிக்கிறீங்களோ என்னவோ...?

பிடிவாதம் என்ன சார் பிடிவாதம்...? பாம்பும் தேளும் நட்டுவாக்காளியும் ஓடுற இந்தக் காட்டுப் பகுதில ஒர்க் ஷாப்புங்கிற பேர்ல இங்க வந்து கெதியாக் கெடக்கமே... எங்களச் சொல்லணும்... எத்தனவாட்டி கிளார்க்குகள் டேபிளுக்குள்ளர்ந்து பாம்பு பிடிச்சுப் போட்ருக்கோம் தெரியுமா? நடந்து வர்றலயே அதத் தாண்டித்தான சார் வர வேண்டியிருக்கு? ரெக்கார்டு ரூமுக்குப் போகவே ஏன் எல்லாரும் பயப்படுறாங்க? நாங்க துணைக்குப் போயித்தானே ஃபைல்களையே எடுக்க முடியுது? எவனாச்சும் இந்த டேஞ்சர் பிடிச்ச எடத்துல வேல பார்ப்பானா சார்? கொஞ்சமாவது நினைச்சுப் பார்க்குறீங்களா? ஒரு நல்ல தண்ணி உண்டா இங்க தாகம் தீர்க்க...? அத்துவானக் காடு. எங்க கோரிக்கைக்கு செவி சாய்க்கிறதுக்கு ஒரு ஜீவன் இல்லே...! எத்தனையோ ராத்திரி நாங்க வீட்டுக்குக் கூடப் போனதில்லே. அவ்வளவு மெஷினரீஸ் வரிசையா வந்து வெட்ட வெளில நிக்குது. ஷெட்டுகளா போட்டுக் குடுத்திருக்கீங்க? போன மழையின் போது பார்த்திங்கல்ல கண்ணால... எத்தனை மெஷின்களை ஜரூரா ரிப்பேர் பண்ணி அனுப்பிச்சோம்னு... மத்த மாவட்ட வண்டிக பூராவும் இங்கதான சார் வந்திச்சு. கலெக்டர் ஆபீசு ஜீப்பும், கார்களும், ஃபயர் இன்ஜின் வண்டிகளும் இங்கதான வரிச போட்டாங்க... எடமில்லேன்னு வெளில ரோட்டோரமா நின்னு கெடக்கல?

அப்போ நாங்க மனசு வச்சிருந்தா... எங்க காரியத்தை நிறைவேற்றியிருக்க முடியாதா? அது முறையில்லைன்னு விட்டுட்டோம்... அவ்வளவு வண்டிகளும் இங்கயே ஏன் வந்திச்சு? நாங்க நல்லா வேல பார்ப்போம்ங்கிற நம்பிக்கைல தான?... அதுக்கெல்லாம் எங்களுக்கு அவார்டா கொடுத் தாங்க... அட... ஏதாச்சும் ஊக்கத்தொகை? எதுவுமில்லையே... தமிழ்நாட்டுலயே நம்ப ஒர்க் ஷாப்தான் சார் நம்பர் ஒன்! அவ்வளவு ஒர்க் ஆர்டராகியிருக்கு... ஆனா எங்க நிலைமை? விதிகளைத் தளர்த்தி கிரேடு-1 தான் கொடுத்தா என்னா சார் குடிமுழுகிடும்? சம்பளம் என்ன அப்டியா உயர்ந்திடப் போவுது? ஒரு ஆயிரத்துக்குள்ள... கூடுமா? நாங்க ஸ்டேட் பூராவும் என்ன ஒரு நூறு பேரு தேறுவோமா? அடஇருநூறுன்னே வச்சிக்குங்க... கொடுத்தா என்ன சார்... டிபார்ட்மென்டே கவுந்திடுமா...? அநியாயம் பண்றீங்களே சார்... நாங்களும் வருஷக் கணக்கா தொண்டத் தண்ணி வத்தக் காள் காள்னு கத்திக் கத்திப் பார்த்துட்டோம். எல்லாவிதமான ஸ்டிரைக்கும் பண்ணியாச்சு... மலையசைஞ்சாலும் அசயும்... உங்க மனசு அசையாது போல்ருக்கே சார்... வயித்தெறிச்சல்...யாராச்சும் விஷத்தக் குடிச்சு உசிர விட்டாத்தான் முழிச்சிக்குவீங்க போல்ருக்கு...!

வித்யாபதிக்கு மயக்கமாய்த்தான் இருந்தது. இரக்கம் பிறந்தது. மனது கசிந்தது. அவர்களின் பிரஷர் தாங்காமல் ஒரு பிரேரணையைத் தயார் செய்து, எப்படியோ அலுவலரைத் திருப்தி செய்து அனுப்பத்தான் செய்தார். மகிழ்ந்து கொண்டாடினர்.

உள்ளூரிலேயே ரெண்டு படியைத் தாண்டியாக வேண்டுமே...!

நான் அனுப்பிச்சாச்சு... போய், பார்க்க வேண்டிய வங்களப் பாருங்க... இனிமே என் பொறுப்பில்லே... - விலகிக் கொண்டார். அதுவே பெரிய காரியமாய்ப் பட்டது அவர்களுக்கு. அப்படியும் விட்டால்தானே?

என்ன சார் இப்டிக் கைவிரிச்சா எப்டி சார்...? நீங்க தான் அடுத்தடுத்த கட்டத்தத் தாண்டுறதுக்கு ஒதவணும்...! எங்களுக்கு நீங்க செய்யாம வேறே யார் சார் செய்வாங்க... நாங்களும் போய்ப் பார்க்கிறோம்... இல்லைங்கலே...!

சர்வ சாதாரணமாய்ச் சொல்லி விடுகிறார்கள். கண்ணையும் கருத்தையும் மூடிக்கொண்டுதான் பேசுகிறார்கள். ஆனால் இவர் வாங்கிய திட்டுக்களை அவர்கள் அறிவார்களா?

ஏன்யா...நாளைக்கு அட்மோ ஆகப் போகுற நீங்க... செய்ற காரியமா இது? அவுங்க எதக் கொடுத்தாலும் கண்ணை மூடிட்டு அனுப்பிடுவீரா? என்ன ஏதுன்னு பார்க்க மாட்டீரா? உம்மாலயே சொல்லி அங்கயே நிறுத்த முடிலன்னா அப்புறம் எதுக்குய்யா உமக்கு மானேஜர் போஸ்ட்? அதுக்கொரு சம்பளம், அலவன்சு, வருஷா வருஷம் இன்கிரிமென்ட்...கண்டதையெல்லாம் கண்ணை மூடிட்டு இங்க அனுப்பிட்டு, பெரிய லொள்ளு பண்றீரே...? இந்தத் தபாலுக்கு இந்த ஆபீஸ்ல சீலே விழுகாது...இப்டியே உம்ம கைல எடுத்துட்டுப் போயிரும்... அவுங்களுக்கு நீரு என்ன பதில் சொல்லுவீரோ எனக்குத் தெரியாது... எதையாச்சும் சொல்லிச் சமாளிச்சிக்கும்... கண்ட ப்ரபோசலையெல்லாம் குருட்டாம் போக்குல ரெக்கமன்ட் பண்ண முடியாது. அப்புறம் மேலிடத்துல எவன்யா பேச்சு வாங்குறது? ஃபோனப்போட்டு சீஃப் என்ன வாங்கு வாங்குவாருங்கிறது உமக்குத் தெரியுமா தெரியாதா? செக்ரட்டரி காதுவரைக்கும் போச்சோ... அப்புறம் என் சீட்டு கிழிஞ்சிது... என் ப்ரமோஷன் நின்னு போகும்யா...அப்புறம் நான் உம்மட்டயா வந்து நிற்க முடியும்? திரும்பிப் பார்க்கமாப் போயிரும்....அவ்வளவு தான்... - பேச்சின் தன்மையே மாறியிருந்தது. ஏதோ தனியார் நிறுவன நிர்வாகி, முதலாளி பேசுவது போலிருந்தது.

சொல்லியவாறே அவர் கையால் தள்ளிவிட்ட அந்தப் பிரேரணை வித்யாபதியின் காலடியில் வந்து விழுந்தது. ரொம்பவும் கேவலமாய் உணர்ந்தார் வித்யாபதி. அதை எடுக்கக் குனிந்தபோது பதட்டத்தில் மேஜை நுனியில் தலையில் ஒரு இடியையும் வாங்கிக் கொண்டார். தான் செய்யாததை அது செய்து விட்டதாக நினைத்துக் கொண்டாரோ என்னவோ... எந்த ரியாக் ஷனும் இல்லை எதிர்த் தரப்பில். அரசியல்வாதிகளோடு பழகிப் பழகி அதிகாரிகளும் இப்படி ஆகிப் போனார்களோ? அதென்ன வாய்யா... போய்யா... பேச்சு? அப்படிப் பேசினால்தான் அதிகாரம் தெறிக்கும் தொனி கிடைக்கிறதோ? மனசு அப்போதுதான் ஆறுகிறதோ? பிரச்னையைத் தீர்க்க பெரிய ஆபீஸ் என்று வந்தால் அவர்கள் நம்மிடமே திருப்பி விடுவதா அழகு? தீர்வு சொல்ல வேண்டாமா? இதுவா நிர்வாகம்?

அன்று தலை குனிந்து வெளியேறியவர்தான். இன்று இதோ தனது பாஸின் எதிரே அவருக்கு சமாதானம் சொல்லிக்கொண்டு, அவரைத் தைரியப்படுத்தி எதிரே குத்துக் கல்லாய் அமர்ந்திருக்கிறார் வித்யாபதி. புதிய தலைவலி ஆரம்பித்திருந்தது இப்போது.

மேஜைத் தொலைபேசி அலற பதற்றத்துடன் அதை எடுக்கிறார். என்னவோ ஏதோ என்ற நடுக்கத்தில் எதிரே தனது பாஸ் பார்த்துக் கொண்டிருப்பதை நோக்கியவாறே உறலோ என்கிறார் வித்யாபதி.

நான்தான்யா எஸ்.இ. பேசறேன்...எப்டிய்யா நடந்தது இது? எல்லாரும் என்ன செஞ்சிக்கிட்டிருந்தீங்க...? தூங்கிட்டிருந்தீங்களா? - எடுத்த எடுப்பில் அந்த அர்த்தமில்லாத உளறலை எதிர்கொண்டார் வித்யாபதி. இருபத்து நாலு மணி நேரமும் இங்கயேவா கிடக்கோம்... எப்டி நடந்ததுன்னு கேட்கிறதுக்கு?

எப்போது ஃபோன் எடுத்தாலும் வாய்யா... போய்யா... தான். ஏதோ வெளி ஆட்களைப் பேசுவது போல. பொது

அப்பாவி... ஏதுமறியாதவன் சார்... அவன் கெட்ட நேரத்தப் பாருங்க...!

அதுக்காக? பூதலிங்கத்த சஸ்பென்ட் பண்றதுக்கு பதிலா இப்டி சார்ஜ் மெமோ கொடுப்பீங்களா? இந்த ரூல்ஸெல்லாம் உங்களுக்குத் தெரியுமா, தெரியாதா? என்னமோ பிரமாதமாச் சொன்னாங்க உங்களப்பத்தி?

அதிகாரி புரிந்து கேட்கிறாரா அல்லது மேலிடத்தின் நொச்சுத் தாங்கமாட்டாமல் அந்த வற்புறுத்தலில் கேட்கிறாரா? சற்றே தடுமாறினார் வித்யாபதி. பிறகு நிதானித்துக் கொண்டார்.

சஸ்பென்ட் பண்ணனும்னு எங்கிருக்கு சார்? எதுலயும் அப்டி இல்லை....அதனாலதான் சார்ஜஸ் போட்டு மெமோ கொடுத்திருக்கேன்....பஸ் கிடைக்காமப் போயி அங்கயே அவன் தங்கிட்டதுதான் இப்பத் தவறாப் போச்சு... அதுக்கு அவனுக்கு சஸ்பென்ஷனா? என்ன சார் அநியாயமா இருக்கு? அவன் வாங்குற கொஞ்ச சம்பளத் துக்கு, அதுலயும் பாதிய சப்சிஸ்டன்ஸ் அலவன்ஸ்ங்கிற பேர்ல நிறுத்திட்டா அப்புறம் அவன் குடும்பம் என்ன தான் சார் செய்யும்?அவன் வாழ்வாதாரம் என்னாவுறது?

வேறே வழியில்லாம அங்கயே படுத்திட்டது ஒரு பழியா? எனக்குச் சந்தேகம் கட்டிப் போட்டுக் கிடந்தவங்க மேலதான்...புது ஸ்டாக் பேரிங் எல்லாத்தையும் கடத்தி வித்துட்டா செமையான காசு... புல்டோசர் ஸ்பேர்சும் நல்ல விலை போகும். கனம்மா பணம் பார்க்கலாம்னு திட்டம்.... லெவன் டூ செவன்... ராத்திரி ஷிப்ட் லட்சு மணன் வந்து அவிங்களோட சேர்ந்து இந்தக் காரியத்தச் செய்திட்டு, அவுங்களையும் கட்டிப் போட்டுட்டு எதுவும் தெரியாத மாதிரி கமுக்கமா வெளியேறியிருக்கணும்... பயங்கரமான டிராமா சார் இது...! மேலேர்ந்து சொல்லச் சொல்லி நாலு மொத்து மொத்தி, நோண்டி நொங்கெடுத்தா எல்லா உண்மையும் வெளிய வந்திரும்..அப்டி அப்டியே

கக்கிடுவானுங்க..... அதத்தான் சார் செய்யணும் உடனடியா....! இல்லன்னா போலீஸ்ல கம்ப்ளெய்ன்ட் கொடுத்திட வேண்டிதான். அவுங்க கவனிச்சிப் பாங்க...!பளிச்சென்று தீர்வை எட்டியிருந்தார் வித்யாபதி. அந்தத் தீர்வில் எதிர்த்தரப்பிலும் திருப்தி வந்திருக்கும் போலிருக்கிறது. அமைதி.

நம்பிக்கையான வேலையாட்கள்தான். ஆனால் இது நம்பும்படியாகவா இருக்கிறது? ஏன் புத்தி இப்படி வக்கரித்தது? இதுநாள் வரை இப்படி எதுவும் நடந்த தில்லையே? ஒர்க் ஷாப் சரித்திரத்திலேயே இதுதான் முதல் தடவை...! பூதலிங்கம் அவன் பொஞ்சாதியோடு வீட்டுக்கு வந்து கதறியது அவர் கண் முன்னே நிழலாடியது. நாலு குழந்தைகள்...குய்யோ முறையோ என்று வந்து கதறி நின்ற காட்சி இவரை உலுக்கியது. அக்கம் பக்கமெல்லாம் வேடிக்கை பார்த்தார்கள். நம் மக்களுக்குத்தான் வேடிக்கை என்றால் கொண்டாட்ட மாயிற்றே!!

நா அவுங்களக் காலைலதான்யா பார்த்தேன். கடைசி பஸ் நிக்காமப் போயிட்டான். ஏற முடில. அப்டியே வந்து படுத்தவன்தான். அடிச்சிப்போட்ட மாதிரித் தூங்கி யிருக்கேன். குலசாமி ஒண்டிக்கருப்பு மேல சத்தியம்... எங்க ஆத்தா தலமேல சத்தியம்... அவிங்களக் கட்டிப் போட்டுட்டு நழுவினது லட்சுமணன்தான்... தவறாம டூட்டிக்கு வந்திடுற அவன் அன்னைக்கு மட்டும் எங்க போனான். ஏன் வெளில ஓடிட்டான்? இருந்தா மாட்டிக்குவோம்னுதானே? மூணு பேரும்தான்யா கூட்டுக் களவாணிங்க...என்ன நம்புங்கய்யா....! எந்தக் கோயில்ல வேணாலும் சத்தியம் பண்றேன். சூடத்த அணைக்கிறேன்...! இனிமே எனக்குப் பகல் ட்யூட்டியே கொடுங்கய்யா... ராத்திரி வேணாம்... முடியாதுன்னா என்னை எங்கயாச்சும் மாத்தி விட்ருங்க... சம்மதம்... இந்த மாதிரி ஆளுகளோட இருக்கிறது என்னைக்குமே

ஆபத்து... எனக்கு வேணாம்யா... வேணவே வேணாம்... என் வேல போயிராமக் காப்பாத்துங்கய்யா... நீங்கதான் தெய்வம்...!

திருட்டு நடந்த அந்த இரவு ஸ்பாட்டில் இருந்த வாட்ச்மேன் பூதலிங்கத்தை ஏன் சஸ்பென்ட் பண்ண வில்லை என்ற குற்றச்சாட்டு இன்றும் வித்யாபதியின் மேல் உண்டுதான். அப்படி எங்கயிருக்கு? ரூல்ஸ் இருந்தா காண்பிங்க என்ற அவரின் திடமான எதிர்க் கேள்விக்கும் இன்றுவரை எந்த திசையிலிருந்தும் பதிலில்லைதான். விதி முறைகள் புத்தகத்தில்தானே பத்திரமாக உறங்கு கின்றன... அவற்றை மண்டையில் ஏற்றினால்தானே? எதிரிகளின் பலவீனமே ஒருவனுக்கு பலம். ஆனாலும் அந்தக் கேள்வி அவர் மேல் விழுந்த கறை. அதுபற்றிஅவர் கவலைப்படவில்லை. தன் அடுத்த பதவி உயர்வு பாதிக்குமோ என்பது பற்றியும் பொருட்படுத்தவில்லை.

இதனிலும் அதிசயம் அதற்குப்பின் அந்தத் தரம்-1 உயர்த்தி வழங்கல் சர்ச்சை எழவேயில்லை என்பதுதான். ஏனிப்படி மௌனித்துப் போனார்கள்? காரணம் புரிய வில்லைதான்.

விபரீத அனுபவங்களினால் ஏற்பட்ட காயங்கள் இன்னும் ஆறவில்லைதான். வித்யாபதியிடமிருந்து நீண்ட பெருமூச்சு கிளர்ந்தது.

14

பொம்மையன் இன்னும் சார்ஜ் ஒப்படைக்கல சார்.... - உள்ளே நுழையும்போதே வாசலில் வரவேற்று பெரும்துக்கமாய் இதைச் சொன்னான் சண்முகபாண்டியன். குரல்தான் அப்படியிருந்ததேயொழிய அவன் மனசு அப்படியல்ல என்பது வித்யாபதிக்குத் தெரியும். ஒழுங்கான ஒரு பணியாளனின் எதிர்பார்ப்பு முறையாக இருப்பதில் தவறில்லையே?

மொத்த ஃபைல்களையும் லிஸ்ட் போட்டு என்கிட்டே ஒப்படைக்கணும்... அப்பத்தான் சார் நான் டேக்கன் ஓவர் கையெழுத்துப் போடுவேன். எத்தனை நாள் ஆனாலும் சரி...-அவன் குரலில் இருந்த தீர்மானம் பொம்மையனைப்பற்றி அவன் நன்றாக அறிந்திருக்கிறான் என்பதை உணர்த்தியது இவருக்கு.

தப்பு சொல்வதற்கில்லை. நானாக இருந்தாலும் அப்படித்தான் செய்வேன் என்று நினைத்துக் கொண்டார். அந்த ஃபைல் என்னாச்சு, இந்த ஃபைல் என்னாச்சு என்று நாளைக்குக் கேள்வி வந்தால் யார் பதில் சொல்வது?

பொம்மையன் இருந்த இருக்கையைப் பார்த்தார். டேபிளில் இருந்த கோப்புகள் மட்டும் அடுக்கப்பட்டிருந்தன.

அவை அவன் பட்டியலிட்டவையாக இருக்கும் என்று நினைத்துக் கொண்டார். காலடியில் கட்டுக்கள் குலைந்து நிறையக் கோப்புகள் இறைந்து கிடந்தன. ஒற்றைத் தபால்களாக இன்னும் அந்தந்தக் கோப்புகளில் சேர்க்கப் படாதவையான வெளியிலிருந்து வந்திருந்த கடிதங்கள் கட்டி வைக்கப்பட்டிருந்தன. அடிக்கும் ஃபேன் காற்றுக்கு கட்டினை மீறிப் பறந்தலைந்து கொண்டிருந்தன. ஒரு சீனியர் பணியாளரின் பொறுப்பான செயலா இது? இதில் வெட்கமோ, வருத்தமோ இல்லையே? அப்படி யொரு அலட்சியம். எதையும், யாரையும் மதிக்காத தன்மை.

இவருக்கு ஆத்திரம் ஆத்திரமாக வந்தது. எத்தனை முறைதான் சொல்வது? இருந்த காலம்வரை சொல்லியா யிற்று. சரி சார்... சரி சார்... என்று பதில் வருமே தவிர, கடிதங்கள் அந்தந்தக் கோப்புகளில் சேர்க்கப்பட்டிருப்பதே பார்க்க முடியாது. சேர்த்திருந்தால்தான் காலடியில் ஏன் அப்படிக் குவிந்து கிடக்கிறது?

முதலில் கால் வைக்கும் இடத்தில் அப்படிக் கோப்பு களைப் போட்டு வைத்திருப்பதே இவருக்குப் பிடிக்காத விஷயம். சம்பளம் தரும் பணி. அதன் மீது ஒரு மதிப்பு வேண்டாமா? அவருக்கென்று மூன்று ரேக்குகள் இருந்தனதான். அவற்றின் மேல் வரிசையில் மட்டும், சுலபமாகக் கை நீட்டி எடுக்கும் வகையில் கோப்புகள் வரிசை காணப்படும். அடுத்தடுத்த கீழ் ரேக்குகளில் அனைத்துக் கோப்புகளையும் அடுக்குவது என்கிற பேச்சே பொம்மையனிடம் கிடையாது. அவரது சிகரெட் பாக்கெட்டுகள், தீப்பெட்டி, சில வார இதழ்கள்... இதற்கா அந்த ரேக்குகளை இவருக்குக் கொடுத்திருப்பது? அதை வெளிப்படையாக அப்படி வைத்திருப்பதே ஒரு பண்பாடற்ற செயல்தானே? எல்லாமும் சொல்லியாயிற்று தான். கேட்டால்தானே? இன்னும் கொஞ்சம் போனால் குடிப் பழக்கம் உள்ள அவர் அந்த பாட்டிலையும்

கடைநிலை

கண்காண வைப்பார் போலிருக்கிறது! இப்போது அது அவர் பான்ட் பாக்கெட்டில் நிரந்தரமாய்க் குடியிருக்கிறது. வெளியே வர எவ்வளவு நேரம் ஆகும்? தனி மனித பலவீனங்கள் அலுவலக நடைமுறைக்குள் வரலாமா? வரத்தான் செய்கிறது. இவர் மட்டுமா?

சாயங்காலம் எல்லாரும் போன பிறகு ஒவ்வொரு தபாலா எடுத்து கிழிச்சிக் கிழிச்சிக் குப்பைல போட்டுடு வார் சார்... ரெண்டு மூணு பக்கம் இருக்கிற கடிதங்களை மட்டும்தான் அந்தந்தக் கோப்புல சேர்ப்பாரு...வெறும் ரிமைன்டர் பூராவும் குப்பைக் கூடைக்குப் போயிடும். அந்தந்த ஃபைல்களோடு கோர்க்கிற ஜோலியே இல்ல சார் அவர்ட்ட...இப்டித்தான் போற ஆபீஸ்லெல்லாம் வேலை பார்த்திருப்பார் போலிருக்கு...அவருக்கும் ஓடுது வண்டி.....! வேலை செய்றவனுக்கு வேலையைக் கொடு... அல்லாதவனுக்கு சம்பளத்தக் கொடுங்கிற கதைதான்...

பியூன் அழகர்சாமி இப்படித்தான் சொன்னார். அவரும் சமீபத்தில் அந்த அலுவலகத்திற்கு மாறுதலில் வந்தவர்தான். இருந்தாலும் கௌஸ் பாய்க்கு ஈடாகாது. அழகர்சாமி கருவூலப் பணிக்குத்தான் லாயக்கு என்று கணித்திருந்தார் வித்யாபதி. பட்டியல்களைக் கொண்டு சேர்க்க, டோக்கன் வாங்க... அங்குள்ள உதவியாளருக்கு அருகில் நின்று உதவி செய்து பில்களைப் பாஸ் பண்ணி வங்கிக்கு அனுப்ப, பிறகு வங்கியில் போய் பணம் வாங்கி வர... முறைமையாகச் செய்வார். அநாவசியமாகத் தாமதமாக வருவது, பொய் சொல்வது என்பதான நடவடிக்கைகள் அவரிடம் இல்லை. அழகர்சாமி தனக்குக் கிடைத்த இன்னொரு சொத்து என்று நினைத் தார் வித்யாபதி.

பொம்மையன் வந்து ஓராண்டு முடியப் போகும் நிலையில் அதற்குள் அவருக்குப் பணி உயர்வு வரும் என்று எதிர்பார்க்கவேயில்லை. அடுத்து மானேஜராய்ச் செல்பவர் எத்தனை பொறுப்புடையவராய் இருக்க

வேண்டும்? இப்படிப் புகார் வரும்படியா நடந்து கொள்வது? ஒழுங்கு மரியாதையாய் பொறுப்புக்கள் அனைத்தையும் சப்ஜாடாய் ஒப்படைத்துவிட்டுப் போவதுதானே அழகு? அந்த உறுத்தல்களெல்லாம் உடம்பில் சுரணை இருப்பவர்களுக்குத்தான்...

சார்... பாஸ் உங்களைக் கூப்பிடுறாரு... - அழகர்சாமி வந்து சொல்ல... இருக்கையை விட்டு எழுந்தார். ஜன்னல் வழி பார்வை சென்றபோது யாரோ பெண்மணி உள்ளே நுழைவது தெரிந்தது. கையில் ஒரு பெரிய சுமையை இடுக்கிப் பிடித்தபடி சற்றே வளர்த்தியாக திண் திண்... என்று நுழையும் வேகம் பார்த்தால் ஏதோ சண்டைக்குத் தயாராகி வருவது போலிருந்தது. புதிய முகமாயிருந்தது. ஆனால் பரிச்சயமான இடத்திற்கு வருவது போலான வேகம்.

அழகர்சாமி... யாரோ ஒரு அம்மா வர்றாங்க... உட்காரச் சொல்லுங்க... சார்ட்டப் பேசிட்டு வந்திடுறேன்... என்றவாறே அலுவலரின் அறையினுள் நுழைந்தார்.

என்னாச்சு... பொம்மையன் சார்ஜ் முழுக்க சண்முகத்திட்ட கொடுத்திட்டாரா? - முதல் கேள்வியே அதுவாய் இருந்தது சற்று ஆறுதலாய்த் தோன்றியது வித்யாபதிக்கு.

இன்னும் கொடுக்கலை சார்... காலடில நிறைய ஃபைல்களைப் போட்டு வச்சிருக்காரு... அதுல கோர்க்க வேண்டிய தபால்கள் வேறே கட்டுக் கட்டா இருக்கு.... அத்தனையையும் அந்தந்த ஃபைல்ல கோர்த்து எங்கிட்டே மொத்த ஃபைல்களையும் லிஸ்ட் அவுட் பண்ணி ஒப்படைச்சாத்தான் நான் சார்ஜ் எடுப்பேன்.. சார்ஜ் லிஸ்ட்டுல கையெழுத்துப் போடுவேங்கிறாரு சண்முக பாண்டியன். அந்த அளவுல இருக்கு சார்....பிரமோஷன்ல போறவரோட லட்சணத்தப் பாருங்க... எவ்வளவோ நானும் சங்கடப்பட்டு கோபப்பட்டு சொல்லியாச்சு...

கேட்குறாப்ல இல்ல... என்னோட சர்வீஸ்ல இப்படி கன்ட்ரோல் இல்லாம இருந்தவர் இவர் ஒருத்தர்தான் சார்...

என்ன இப்படிச் சொல்றீங்க...? ஆள வரச்சொல்லி மொத்தமாக் கொடுத்திட்டு ஒரேயடியாப் போகச் சொல்ல வேண்டிதானே...? ப்ரமோஷன்ல போறவருங்க அவரு... நிப்பாட்டாதீங்க...?-பேச்சு பொம்மையனுக்கு ஆதரவாகத்தான் வரும் என்று இவருக்குத் தெரியும். அலுவலர்கள் மொத்தமும் அவர் பக்கம்தான். அத்தனை பேரையும் தன் கைக்குள் போட்டு வைத்திருந்தார். சொந்தக் காரியங்கள் அத்தனையையும் ஓடி ஓடிச் செய்கிறாரே?

பொம்மையன் அந்த மாவட்டத்தில் உள்ள எல்லா அலுவலர்களுக்கும் வேண்டியவர். அவர்களுக்கான சொந்த வேலைகளைச் செய்து கொடுப்பது, ரயில் டிக்கெட் ரிசர்வ் செய்து கொடுப்பது, வீட்டுக்குச் சென்று அவரவர் வீட்டுப் பெண்மணிகளுக்கு சேலைகளைத் தவணை முறையில் விற்பது... வங்கிக் கணக்குத் திறத்தல், சேமிப்பு வங்கி டெபாசிட் செய்தல், தபாலாபீஸ் கணக்குத் திறத்தல், வண்டி லைசென்ஸ் புதுப்பித்தல், ... சென்ட்ரல் மார்க்கெட் சென்று மொத்தக் காய்கறிகளைக் குறைந்த விலையில் வாங்கிக் கொண்டு வந்து கொடுத்து நல்ல பெயர் வாங்குதல்...என்று நாலா பக்கமும் கைகளை விரித்து நீட்டிக் கொண்டிருந்தார். சமயங்களில் சொந்தச் செலவில் சென்னை சென்று செக்ரடேரியட்டில் அவர்களுக்கான காரியங்களையும் பார்த்து, செய்து உதவி வந்தார். மாநிலக் கணக்காயர் அலுவலகம் செல்தல், அக்கவுன்ட் ஸ்லிப் வாங்குதல், ஓய்வு பெற்றவர்களுக்கு பென்ஷன் சாங்ஷன் என்ன நிலைமை என்று அறிதல், கருவூலத் தலைமை அலுவலகங்களுக்குச் செல்லுதல், கடன்களுக்கான பணப் பிடித்தம்பற்றி அறிதல்...என்று செய்யாத வேலையில்லை... இப்படி இருப்பவர்

அலுவலகத்தில் தன் பிரிவின் வேலையை எப்படிச் செவ்வனே நிறைவேற்றுவார்? போனாப் போனது வந்தால் வந்தது என்றுதான் இருந்தது.

அவர் பிரிவுக் கோப்புகளை அலுவலர் கேட்டால் வித்யாபதிதானே அட்டென்ட் பண்ணியிருக்கிறார்? நடவடிக்கைகளை அவர்தானே எடுத்திருக்கிறார். எழுத வேண்டியவைகளை அவர்தானே எழுதி எழுதித் தள்ளியிருக்கிறார்? தன் பிரிவில் ஒவ்வொரு கோப்பின் நிலைமை என்னவென்று ஏதேனும் சிறிதேனும் தெரியுமா பொம்மையனுக்கு? அட.... எந்தக் கோப்பு எந்த வரிசையில் எத்தனாவதாய் இருக்கிறது என்றாவது சொல்ல முடியுமா? இன்னின்னமாதிரி புதிய கோப்புகளும் முளைத்திருக் கின்றன என்று சிறிதேனும் அறிவாரா?

எல்லாம் தன் தலையெழுத்து என்று வித்யாபதி தன் தலையில் அடித்துக் கொள்ளாத குறைதான். தலை யெழுத்து என்று தான் நினைப்பதே கேவலமாய் இருந்தது இவருக்கு. கன்ட்ரோல் பண்ணத் தெரியாத மானேஜர் என்ற கெட்ட பெயர். கட்டவிழ்த்துப் போனவர்களை என்ன செய்வது?

அவரத் தன் சீட்ல உட்கார்ந்து கொஞ்சமாவது வேலை பார்க்க விடுங்க சார். அத்தனை வேலையையும் நான் தான் பார்த்திட்டிருக்கேன். எனக்கென்ன ரெண்டு சம்பளமா தர்றாங்க...ஆபீஸ் மானேஜருக்கு செக் ஷன் வேலையையும் பார்க்கணும்னு தலைவிதியா என்ன? எத்தனையோ வருஷமாப் பார்த்திட்டுத்தான் இந்த இடத்துக்கு வந்திருக்கேன் நான்... இன்னமுமா தலைவிதி எனக்கு?பகிரங்கமாகவே சலித்துக் கொண்டார். எவ் வளவோ சொல்லிப் பார்த்தும் எதுவும் நடப்பதாய் இல்லையே!

சொல்லுவோம்... சொல்லுவோம்... கொஞ்சம் பொறுத்துக்குங்க... இன்னும் கொஞ்ச நாள்ல அவருக்குப்

ப்ரமோஷன் ஆர்டர் வந்திரும். கிளம்பிடுவாரு... பிறக பிரச்னை இருக்காது..-இதுதான் அலுவலரின் பதிலாய் இருந்தது. அப்போ அதுவரைக்கும் இருக்கும் பிரச்னை களுக்கு நீங்கதான் பொறுப்பு என்று சொல்லாமல் சொல்கிறாரோ?

அதுக்குத்தான் ஆர்டரே வரல்லியே சார் இன்னும்...?

வராட்டி என்ன சார்... ரிலீவ் பண்ணி ஆளைக் கழட்டி விட வேண்டிதானே? – சற்றுக் கோபமாகவே கேட்கிறாரோ என்று தோன்றியது.

சார் மறந்திட்டீங்க போல்ருக்கு..... சண்முக பாண்டியன் ஜாய்ன் பண்ணின அன்னிக்கே ஆட்டோமேடிக்கா பொம்மையன் ரிலீவ்னுதானே சார் அர்த்தம். எனக்கு பிரமோஷன் ஒரு வாரத்துல வந்திரும். அதுவரை நான் லீவுல இருந்துக்கிறேன். எனக்கும் சொந்த வேலைகள் நிறையக் கிடக்குன்னு அவரும் போயிட்டாரே...சார்ஜ் ஒப்படைக்கல இன்னும். அதச் சொல்லுங்க அவர்ட்ட....! முந்திரிக்கொட்டை மாதிரி சண்முக பாண்டியனுக்கு ஆர்டர் போட்டது தப்பு சார்... இடமே காலியாகலை.. எதிர்பார்த்து ஏன் அப்படி ஒரு ஆர்டர் போடணும்? ஏதாச்சும் ரெக்கமன்டேஷன்ல வாங்கிட்டு வந்திடுறாங்க... அனத்தல் தாங்க மாட்டாம... போஸ்டிங் போட்டுடறாங்க... எடம் காலியாயிடுச்சான்னு கூடவா கன்.பார்ம் பண்ண மாட்டாங்க...? நாலுங் கிடக்க நடுவுல அந்தப் பையன் வந்து நிக்கிறான்...நான் ஜாய்ன் பண்ணனும்னு... ஆளில்லை... நீயா சார்ஜ் எடுத்துக்கோன்னா பயப்படுறான்.. யாருக்கும் அந்த பயம் இருக்கத்தானே சார் செய்யும்?

மேலிடத்துல போய் போஸ்டிங் வாங்கத் தெரியுது. டக்குனு இங்க வந்து ஜாய்ன் பண்ணத் தெரியுது.... இவரா பொறுப்பு எடுத்துக்க மாட்டாராமா? ஒவ்வொரு ஃபைலா எடுத்து, வரிசையா நம்பர்களைக் குறிச்சு... கோப்புகள், பதிவேடுகள்னு பிரிச்சு எழுதி, ஒப்படைத்தேன்,

பெற்றுக் கொண்டேன்னு போட்டா முடிஞ்சு போச்சு... இது ஒரு வேலையா? இல்ல பெரிய வித்தையா? அவரக் கூப்பிடுங்க... நான் சொல்றேன்... -

அப்டி எடுக்க முடியாது சார். பர்சனல் ரிஜிஸ்டர் பிரகாரம் ஒப்படைக்கணும்... ரிஜிஸ்டரும், கோப்புகளும் டேலி ஆகணும். அதெல்லாம உதிரியா இருக்கிற கோப்பு களை பர்சனல் ரிஜிஸ்டருக்குக் கொண்டு வரணும். அப்பத்தான் எண்ணிக்கை சரியா நிக்கும். இது போக ரிஜிஸ்டர்களை லிஸ்ட் அவுட் பண்ணனும். கான்டி ராக்டர்கள்கிட்ட வாங்கியிருக்கிற செக்யூரிட்டி டெபாசிட் என்.எஸ்.ஸி பான்டுகளைப் பூராவும் பதிவேட்டுல ஏத்தி, உங்ககிட்டக் கையெழுத்து வாங்கி பிறகு பாண்டியன்ட்ட ஒப்படைக்கணும்...இவ்வளவு வேலைகளையும் வச்சிட்டு திடுதிப்புன்னு ஆளக் கழட்டி விட்டாச்சு... லீவ்ல போக அலவ் பண்ணிட்டீங்க... இதத்தான் ஆரம்பத்துலயே நான் சொன்னேன்... நீங்க கேட்கலை... மாடில இருக்கிற சார் வேறே கூப்பிட்டுச் சொல்றாரு...சண்முகபாண்டியனை உடனே ஜாய்ன் பண்ண விடுங்கன்னு... அவரும் ஜாய்ன் பண்ணியாச்சு... இப்போ எல்லாமும் நடுவாந்தரத்துல நிக்குது...என்னை என்னசார் பண்ணச் சொல்றீங்க...?

நினைத்தது அத்தனையையும் மழை பொழிந்தாற்போல் கேட்டுவிட்டு அமைதியானார் வித்யாபதி. இதென்ன நிர்வாகமா? என்று கேட்பதுபோலிருந்தது அவர் கேட்ட கேள்விகள்.

ஒருவருக்கு பணி உயர்வு வரும்முன் அவர் இடத்துக்கு இன்னொருவரைப் போடுவதும், அவர் வந்து நான் பணியில் சேர வேண்டும் என்று தயாராய் நிற்பதும், மேலிடத்திலிருந்து ப்ரஷர் கொடுப்பதும், வேற வழி யில்லாமல் பணியில் இருக்கும் ஒருவரைக் கழட்டி விடுவதும், அல்லது விடுப்பில் போகச் சொல்வதும் என்ன நிர்வாக நடைமுறை என்று தெரியவில்லை எனக் குழம்பினார் வித்யாபதி..

சரி தொலையுது என்று கழற்றி விட்டால் ஒழுங்காய்ப் பொறுப்புகளை ஒப்படைத்துவிட்டுச் செல்வதுதானே முறை...? அதை ஸ்டிரிக்டாகச் சொல்ல வேண்டாமா? அதிகாரம் அலுவலருக்கா அல்லது நிர்வாகப் பணியாளர்களை அன்றாடம் மேய்க்கும் மானேஜருக்கா? பவர்ஸ் டெலிகேடட் டு ஆபீசர்ஸ்... அதானே உண்மை?

சண்முக பாண்டியன், அவரோ போயிட்டாரு... நீங்களா கோப்புகளை வரிசைப்படுத்தி எடுத்துக்கப் பாருங்களேன்...-சொல்லித்தான் பார்த்தார் வித்யாபதி. எப்படியோ பிரச்னை தீர்ந்தால் சரி என்று.

அப்போ நாளைக்கு அந்த ஃபைல் இல்ல... இந்த ஃபைல் இல்லன்னு என்கிட்டக் கேட்கக் கூடாது... இருக்கிற ஃபைல்களுக்குத்தான் நான் லிஸ்ட் போட்டுக் கையெழுத்துப் போட முடியும். இல்லாததுக்கு நீங்கதான் பொறுப்பு என்று திருப்பியவுடன் கமுக்கமாகிப் போனார் வித்யாபதி.. இருபது வருஷம் சர்வீஸ் போட்டு மானேஜராகப் பொறுப்பேற்றிருக்கும் தன்னையே பயமுறுத்துகிறான் நேற்று வந்த இவன். கேட்டால் எனக்கு அவரைத் தெரியும், இவரைத் தெரியும் என்று திமிராய்ப் பேசுகிறான். தடியெடுத்தவன் தண்டல்காரன் என்கிற கதையாகி நிற்கிறது. தொழில் பக்தி என்பது எங்கிருக்கிறது இன்று?

ஆபீசில் ஒரு மானேஜர், நிர்வாக அலுவலர், கணக்கு அலுவலர் என்று ஏன் பிரித்து வைத்திருக்கிறார்கள்? அந்தந்தப் பிரிவுகளின் வேலைகள் தடங்கலின்றி நடப்பதற்கும், நிர்வாகம் சீராகச் செல்வதற்கும்தானே? ஒவ்வொருவரும் அவரவர் செல்வாக்கு என்று அரசியல் வாதிகளையும், மேலிட நிர்வாகிகளையும் கையில் போட்டுக் கொண்டு, அவரவர் இஷ்டத்திற்குச் செயல் படுவது என்று ஆனால், பிறகு எதுதான் உருப்படும்?

எந்த முடிவும் இல்லாமல் வெளியே வந்தார் வித்யாபதி. தன் இருக்கையில் சண்முக பாண்டியன் இருக்கும்

கோப்புகளைப் பட்டியலிட்டுக் கொண்டிருப்பது தெரிந்தது.

லிஸ்ட் போடுறீங்களா? என்றார் சுமுகமான தொனியில்.

ஆமா சார்... வேறென்ன பண்றது? நீங்களோ என்னைக் கேட்குறீங்க... நானோ ஜாய்ன் பண்ணியாச்சு. வேலைல சேர்ந்திட்டு எப்படி சார் செக் ஷன் பணியைப் பார்க்காம இருக்கிறது? அவெய்லபிள் ஃபைல்சை லிஸ்ட் போடுறேன்... அதுக்குக் கையெழுத்துப் போட்டுத் தந்திடுறேன்... காலடில இருக்கிறதெல்லாம் என்னன்னு எனக்குத் தெரியாது சார்... அதுக்கு என்னைப் பொறுப்பாக்காதீங்க... ஆயிரம் தபால் இருக்கும் போல்ருக்கு... கோர்க்காமயே வச்சிருக்காரு... ஒரு சீனியர் அஸிஸ்டன்ட், நாளைக்கு மானேஜரா ஜாய்ன் பண்ணப் போறவரு... இப்டியா சார் இருக்கிறது? இவர் போகுற ஆபீஸ்ல இதைக் கேள்விப் பட்டாங்கன்னா இவரை எப்படி சார் மதிப்பாங்க...? ரொம்பக் கேவலமா இருக்கு சார்... உங்களுக்காகத்தான் சார் நான் இதைச் செய்றேன்... நீங்க சங்கடத்துக்குள்ளாகக் கூடாதேன்னுதான்... அதுக்காக காலடில கலைஞ்சு கிடக்குற ஃபைல்ஸையும் எடுத்துக்கப்பான்னு சொல்லிடா தீங்க... அது என்னால முடியாது... அதுல நான் கை வைக்க மாட்டேன்... பொம்மையன்தான் வந்தாகணும்... சொல்லிப்புட்டேன். பாஸ் கேட்டார்னாலும் இதையே தான் சொல்லுவேன்... அதுல நான் கை வச்சேன்னு வச்சிக்குங்க... பிறகு அது இல்ல... இதக் காணலன்னு என்னையே மாட்டி விட்ருவாரு...செல்வாக்கான ஆளு... அவர்ட்டத் தலையக் கொடுக்க நான் தயாராயில்ல...

இதைச் சொல்லி முடித்தபோது அந்தம்மா உள்ளே நுழைவது தெரிந்தது.

இருக்கையில் அமர்ந்து தன்னை நிதானப்படுத்திக் கொண்டார் வித்யாபதி. ஒரு வாய் தண்ணீர் குடித்தார். சற்றே ஆசுவாசப்பட... சொல்லுங்கம்மா...என்றார். எதிரே

வந்ததும் தானே அமர்ந்து கொண்டதே ஒரு மாதிரி இருந்தது இவருக்கு.

சார்... என்னைத் தெரிலிங்களா...? நான்தான் பொம்மையனோட ஒய்ஃப் மல்லிகா. உங்களப் பார்க்க லாம்னுதான் வந்தேன்...

என்ன சொல்கிறார்கள் இவர்கள்? சற்றே துணுக்குற்ற வித்யாபதி... மெதுவான தொனியில் கேட்டார்.

என்னை எதுக்கும்மா நீங்க பார்க்கணும்? -கேட்டவாறே அவர்களை நோக்கினார். தீர்க்கமான முகம். அகன்ற நெற்றி...பளீர் கண்கள். தெளிவான குரல். கணீர் பேச்சு...- ஆளுமை இந்தப் பெண்ணிடம்தான் இருக்கும் போலும்!- இவருக்குத் தோன்றியது இப்படி. மனைவிக்கு அடங்கின ஆம்பிள போல்ருக்கு... பொம்மையன். நினைத்துக் கொண்டார்.

சார்... நீங்க ஒரு உதவி செய்யணும்... அவர் இந்த ஆபீசை விட்டு ரிலீவ் ஆயிட்டாரு... அதாவது லீவுல போயிட்டாரு. அடுத்து இன்னும் ஒரு வாரத்துல அவருக்குப் ப்ரமோஷன் ஆர்டர் வந்திடும்... அதுக்கு க்ளியரன்ஸ் சர்டிபிகேட் இங்கயிருந்து சென்னை தலைமைக்குப் போகணுமாமே...! அவர் பேர்ல எந்த டிஸிப்பிளினரி கேசும், பணம் ரெக்கவரியும் பென்டிங் இல்லன்னு...அதக் கொஞ்சம் அனுப்பி வைக்கணும்... என்கிட்டே கொடுத்தாலும் சரி... நான் மெட்ராஸ் கொண்டு போயிடுவேன்..ஏன்னா அவர் இதுக்காக சென்னைல உட்கார்ந்திருக்காரு... என்னை இங்க அனுப்பிச்சவர் அவர்தான். அதுக்காகத்தான் இப்போ நான் வந்தேன்...ப்ளீஸ்... உதவுங்க....-

அந்தம்மா கேட்கும் தொனி இவருக்கு மிகவும் பிடித்திருந்தது. உண்மையிலேயே பணிவுதான் அது. போனால் போகிறது, கொடுத்து விடலாம் என்கிற அளவுக்கான இரங்கலாய்த் தோன்றியது இவருக்கு.

ஆனால் முடியாதே...! என்னை அவர்தான் அனுப்பிச்சாரு என்றால் என்ன அர்த்தம்?அஃபிஷியலான நபரா இவர்? யாரிடம் வேண்டுமானாலும் எதையும் கொடுத்து விட முடியுமா? நாளைக்கு சிக்கலாகிவிட்டால் தனக்கல்லவோ அது அவமானமாய் விடியும்? மாடியில் உட்கார்ந்திருக்கும் பெருந்தலை தன்னையல்லவா குரல் உயர்த்திக் கேள்வி கேட்கும்? அப்போது மூஞ்சியை எங்கு கொண்டு வைத்துக் கொள்வது? ஆபீஸ் தபாலா யார் வந்தாலும் தூக்கிக் கொடுத்துடுவீங்களா?-இப்போதே கேட்பது போலிருந்தது இவருக்கு.

எப்டி ஆள அவுத்து விட்டீங்க? சண்முக பாண்டியன் தான் தெளிவாச் சொல்லியிருக்காருல்ல... இருக்கிற ஃபைலுக்குத்தான் கையெழுத்துப் போடுவேன்னு... இல்லாத மத்ததுக்கு யார் பொறுப்பு? ஒழுங்கா சார்ஜ் கொடுத்திட்டு நீ எங்க வேணாலும் போய்யா... உன்னை யாரு கேட்கப் போறாங்க..ன்னு சொல்ல வேண்டிதானே? இவுங்களக் கன்ட்ரோல் பண்ணத்தானே நீங்க இருக்கீங்க...?

இப்பொழுதே கேட்பதுபோல் கற்பனை செய்து உடம்பு சிலிர்ப்பதை உணர்ந்தார் வித்யாபதி. அவரவர் களின் பர்ஸனல் காரியங்களுக்கு நன்றாய், வகையாய் பொம்மையனைப் பயன்படுத்திக் கொள்வதும், அலுவலகக் காரியம் என்று வரும்போது நம்மீது பழி சுமத்துவதும் அல்லது பொறுப்பை இறக்கி விடுவதுமாகிய இந்தத் தந்திரங்களை அலுவலர்களிடமிருந்துதான் கற்றுக் கொள்ள வேண்டும் என்று தோன்றியது.

அரசியல்வாதிகளோடு பழகிப் பழகி இவர்களுக்கும் நெளிவு, சுளிவு, ஒளிவு, மறைவு என்று எல்லாமும் கைகண்ட கலையாகிப் போனது என்று நினைத்துக் கொண்டார்.

லீவுல போறவரை எப்படித் தடுக்க முடியும்? லீவு அப்ளிகேஷனை ரிஜெக்ட் பண்ணியிருக்க வேண்டிதானே?

கமுக்கமா இருந்திட்டு ஆள நழுவ விட்டாச்சு. இப்போ கேள்வி தன்மேல்! -கேட்டால் என்ன பதில்? முழித்துக் கொண்டுதான் நிற்க வேண்டுமோ?

க்ளியரன்ஸ் சர்டிபிகேட் கொடுத்திருவோம்மா... அதிலொண்ணும் பிரச்னையில்ல... அவர் ப்ரமோஷனத் தடுக்கிறதுல யாருக்கென்ன லாபம்? டிபார்ட்மென்ட் சீனியாரிட்டிபடி அது வருது... நான் ஒண்ணு சொன்னா நீங்க அதைக் கேட்டுத்தான் ஆகணும்... செய்வீங்களா? என்று சொல்லி நிறுத்தினார்.

என்ன என்று புரியாமல் - என்ன சார் சொல்றீங்க... நான் வெளியாளு...என் புருஷனுக்காக வந்து நிக்கிறேன்... நான் என்ன இந்த ஆபீசுக்காகச் செய்ய முடியும்? ஏதாச்சும் எதிர்பார்க்கிறீங்களா சார்...? அப்டி உண்டுன்னா சொல்லுங்க... செய்திருவோம்...

அடடடடடா... கர்மமே... நான் அந்த மாதிரி அர்த்தத்துல எதுவும் சொல்ல வர்லம்மா... நீங்க என்ன எல்லார்ட்டயும் பேசற மாதிரி எங்கிட்டயும் பேசிட்டிருக்கீங்க... ஒரு இடத்துக்குப் போகுற முன்னாடி அங்க இருக்கிறவங்களப்பத்தி என்ன எப்படின்னு கேட்டுத் தெரிஞ்சிட்டு வர மாட்டீங்களா? உங்க வீட்டுக் காரரைக் கேட்டாலே சொல்வாரே... அத விட்டிட்டு என்னென்னமோ பேசிட்டிருக்கீங்க...? -டென்ஷனாகிப் போனார் வித்யாபதி.

ஏதாச்சும் தப்பாக் கேட்டிருந்தா மன்னிச்சிக்குங்க சார்... - அந்தப் பெண்ணின் குரல் தாழ்ந்து வந்தது. நிமிர்ந்து அமர்ந்திருந்தவர் இப்போது சற்றுத் தளர்ந்து...

போகட்டும்...எல்லாரும் இப்டித்தான் இருப்பாங்கன்னு இனிமே சட்டுன்னு முடிவுக்கு வந்திடாதீங்க. எங்கயும் இப்பக் கேட்ட மாதிரிக் கேட்டுறாதீங்க... புரிஞ்சிதா? வேறொண்ணுமில்ல... பொம்மையனை இங்க வந்து ஒழுங்கா அவர் சீட் சார்ஜை முழுமையா ஒப்படைச்சிட்டுப்

போகச் சொல்லுங்க... அது போதும்... இந்த பாருங்க... இந்தப் பையன் கிடந்து திண்டாடுறாரு... காலடில உங்க வீட்டுக்காரரு போட்டு வச்சிருக்கிற லட்சணத்தப் பார்த்தீங்களா?... ஆபீஸ் ஃபைலு...கடவுளுக்கு சமானம்... மாசா மாசம் சம்பளம் வாங்குறமில்ல... அதுக்கு உண்மையா நடந்துக்க வேண்டாமா? அந்த பயபக்தி வேணாமா? அதனால... வந்து... நிதானமா உட்கார்ந்து குப்பையாக் கிடக்குற ஃபைல்களை எடுத்து ஒழுங்கா அடுக்கி, உதிரித் தபால்களை அந்தந்தக் கோப்புகள்ல கோர்த்து... நடவடிக்கை எடுக்காட்டாலும் பரவால்ல... நான் அதைப் பார்த்துக்கிறேன்... அவர் செக் ஷன் பொறுப்புக்களை முழுமையா. ஒண்ணுகூட விடுபடாமக் லிஸ்ட் போட்டுக் கொடுத்து, கையெழுத்திட்ட சார்ஜ் லிஸ்ட் ஒரு நகலையும் வாங்கிட்டுப் போகச் சொல்லுங்க... உடனடியா இதை அவர் செய்தார்னா அவருக்கு நல்லது....அவர்பாட்டுக்கு லீவுல போயிட்டாரு... இப்ப எங்க பாடுதான் திண்டாட்டமாயிருக்கு. ஆபிஸ் மானேஜரா நான் இருந்து என்ன பிரயோஜனம்? இதோ... நேத்து வந்த இந்தப் பையன் கேட்குற கேள்விக்கு என்னால பதில் சொல்ல முடில..? இந்தக் கேவலம் எனக்குத் தேவையா? நான் சொல்ற இதை நீங்க உடனடியாச் செய்தாப் போதும்....

கண்டிப்பா செய்யச் சொல்றேன் சார்... அது என் பொறுப்பு. பெரியவங்க நீங்க... உங்க வார்த்தையை மதிக்கலன்னா எப்படி? நாளைக்கே வந்து செய்து முடிக்கச் சொல்லிடுறேன். நீங்க மட்டும் தயவுபண்ணி அந்த கிளியரன்ஸ் சர்டிபிகேட்டை இன்னைக்கு அனுப்பி வச்சிடணும்... சாயங்காலம் வரைக்கும் நான் வெயிட் பண்ணனுமின்னாக்கூட இருக்கேன். இருந்து வாங்கிட்டுப் போறேன்...

வித்யாபதி அந்தப் பெண்ணைக் கூர்ந்து நோக்கினார். பிறகு கேட்டார். இதென்னம்மா கறி காய் வியாபாரமா?

யார்ட்ட வேணாலும் தூக்கிக் கொடுக்கிறதுக்கு? அவர் நேர்ல வந்து கையெழுத்திட்டுத்தான் அந்த சர்டிபிகேட்டை வாங்கிட்டுப் போகணும். அதுதான் ப்ரொசீஜர்...அவர் கையெழுத்தில்லாமக் கொடுக்க முடியாதாக்கும்... நீங்கபாட்டுக்கு சாதாரணமாக் கேட்குறீங்க...

சார்... மன்னிக்கணும்... நான் மறுபடி மறுபடிப் பேசுறனேன்னு நினைக்கக் கூடாது. நீங்களா சர்டிபிகேட் போட்டீங்கன்னா... தபால்ல சென்னைக்கு அனுப்பிடு வீங்கதானே... அதை என் கையில கொடுங்க... நானே அனுப்பிடுறேன்... இல்ல... நேர்ல எடுத்திட்டுப் போயி... சென்னை தலைமைகிட்டயே ஒப்படைச்சிடுறேன்னு சொல்றேன்...இதுக்காகவே அவர் அங்க கெடையாக் கிடக்கார் சார்...அதத் தயவுசெய்து புரிஞ்சிக்குங்க...

பொறுமையிழந்தார் வித்யாபதி. புரியாமல் பேசும் அந்தப் பெண்மணியிடம் மேலும் பொறுமை காப்பதா அல்லது வெடிப்பதா? விளங்கவில்லை அவருக்கு. சற்றுப் பொறுத்து ஒன்று சொன்னார்.

நாங்க தபால்ல அனுப்பிடுறோம்...நீங்க கிளம்புங்க...

சார்... ப்ளீஸ்....- கொஞ்சம் உதவுங்க..... -அந்தம்மாவின் கெஞ்சல் இவரைச் சங்கடப்படுத்தியது. அதை உடனடி யாகச் செய்தால் அதைவிட மகாமோசமான தப்பு எதுவுமில்லை என்று மனசுசொல்லியது. முட்டாளாய்யா நீ... என்ற கேள்வி மேலிருந்து ஒலிப்பதுபோல் இப்போதே அவர் காதில் ரீங்கரித்தது.

ஒழுங்காய்ப் பொறுப்பை ஒப்படைக்காமல் இவன் பாட்டுக்கு வெளியே சுற்றுவானாம்... இவன் மீது எந்த ஒழுங்கு முறை நடவடிக்கைகளும் இல்லை என்று சான்று தர வேண்டுமாம்...அதுவும் இவன் ப்ரமோஷனுக்காக... என்ன பைத்தியக்காரத்தனம் இது? எந்த மடையனாவது இதைச் செய்வானா? கொடுப்பதைக் கொடுத்துவிட்டு

ஒழுங்கு மரியாதையாய்ப் பெறுவதைப் பெற்றுக் கொள்ள வேண்டியதுதானே? யார் தடுத்தார்கள்? செய்வதை ஒழுங்காய்ச் செய்து முடித்துவிட்டால் யார்தான் தடுக்க முடியும்? யார்தான் கேள்வி கேட்க முடியும்? அது ஏன் இவர்களுக்குத் தெரியவில்லை? ஆபீசர்களுக்கு வேண்டிய ஆள் என்றால், ஜால்ரா போடும் ஆள் என்றால் எல்லா வற்றையும் கண்ணை மூடிக் கொண்டு செய்துவிட முடியுமா? அப்படியானால் மத்தவன்பாடு திண்டாட் டத்தில் நின்றால் அது பரவாயில்லையா இவர்களுக்கு? அடுத்தவனுக்கு பாதிப்பது போல் எதற்காக ஒன்றைச் செய்ய வேண்டும்?

நடைமுறையில் சில நெளிவு சுளிவுகள் தேவைதான் என்றால் அது நிர்வாகச் சீர்கேட்டிற்கு வழி வகுக்காமல் இருக்க வேண்டுமல்லவா? யாரையும் பாதிக்காமல் இருக்க வேண்டாமா? அதை ஏன் எவரும் உணர மறுக்கிறார்கள்?

நீங்க கிளம்புங்க மேடம்.... என்றார் கடைசியாக.

சற்று நேரம் இவர் முகத்தையே பார்த்துக் கொண்டிருந்த அந்தம்மாள் விலுக்கென்று எழுந்து சென்றது என்னவோ போலிருந்தது. அந்த அறையிலிருந்த அனைத்துப் பணி யாளர்களின் பார்வையும் அந்தப் பெண்மணி மேல் படிந்தது.

யப்பாடா...பெரிய தலவலிடா சாமி...ஒரு வேலையை ஒழுங்கா செய்றதுக்கு என்ன மாதிரியெல்லாம் கஷ்டப்பட வேண்டியிருக்கு....? அநாவசிய மென்டல் ஒர்ரி...! நினைத்துக் கொண்டே நேரத்தைப் பார்த்தார் வித்யாபதி. அலுவலக நேரம் முடிந்து அரைமணியாகியிருந்தது. குளிர்காலமானதால் வெளியே மெல்ல இருள் பரவுவது தெரிந்தது. வெளி கேட் விளக்கினை வாட்ச்மேன் சரவணன் எரிய விட்டிருப்பது அந்தப் பகுதியை வெளிச்சமாக்கியிருந்தது.

சரவணா... அந்த ஆபீஸ்ல ராமலிங்கம் போயாச்சா? சத்தமாய்க் கேட்டார். பக்கத்து சப் டிவிஷன் வாட்ச் மேனும் இந்த ஆபீஸ் சரவணனும் ஷிப்ட் மாறிக் கொள்வார்கள். இரவும் பகலுமாக...

பெண் பணியாளர்கள் ஒவ்வொருவராய்க் கிளம்ப ஆரம்பித்திருந்தார்கள். அவர்களைத் தொடர்ந்து மற்றவர்களும் மூட்டையைக் கட்ட.... இன்றைக்கு இது போதும் என்கிற அலுப்பில் தானும் கிளம்பி விடுவோம் என்று எழுந்தார் வித்யாபதி. சனி, ஞாயிறு இரண்டு நாட்கள் எந்த டென்ஷனுமில்லாமல் குறிப்பாக இந்த நினைப்பில்லாமல் இருக்கலாம் என்ற எண்ணமே அவர் மனதை இலகுவாக்கியது.

சரவணா...வா... வா... வா...ரூமெல்லாம் பூட்டு. வாச லைட்டைப் போடு...-சொல்லிக் கொண்டே பையைத் தூக்கிக் கொண்டு வெளியே வந்தார். ஏறக்குறையக் காம்பவுன்டே காலியாகி நின்றது.

இந்தோ வந்துட்டேங்கய்யா...என்றவாறே ஓடிவந்த சரவணன்...கொட்டகைக்கு அந்தாப்ல பாம்பு ஓடு துங்கய்யா...குச்சியெடுத்திட்டு அடிக்கப் போவுமுன்ன... பொந்துக்குள்ள போயிடுச்சி... - அவன் சொல்வதைக் கேட்டு தனக்குத்தானே அமைதியாய்ப் புன்னகைத்துக் கொண்டார் வித்யாபதி. சமயங்களில் ரொம்பவும் பொறுப்பாய்ப் பணியாற்றுவதுபோல் படம் காட்டுவான். பொருத்தமாய்க் கதை சொல்வான்.

அது ஒண்ணும் செய்யாதுப்பா... அதுபாட்டுக்குப் போயிரும்... அடிக்காத... என்றார்.

இரண்டு நாள் விடுப்பு முடிந்து புத்துணர்ச்சியோடு அலுவலகம் வந்து அவர் தன் இருக்கையில் அமர்ந்த போது அவர் டேபிளில் அந்தக் கோப்பு இருந்தது. நிதானமாகப் பிரித்துப் பார்க்கத் தலைப்பட்டார். அது பொம்மையனுக்கு வழங்கப்பட்ட அவர் மீது எந்த

ஒழுங்கு முறை நடவடிக்கையும் இல்லை என்பதற்கான சான்றாக இருந்தது. அலுவலரே நேரடியாகக் கையொப்ப மிட்டு ஒப்புதலளித்திருக்கிறார் என்று புரிந்தது.

அமைதியாகத் தலை குனிந்து வேலையைத் துவக்கி யிருந்த சண்முகபாண்டியனை நோக்கினார். கீழே குப்பையாய்க் கிடந்த கோப்புகளை மேஜை மேல் எடுத்து வைத்து உதிரித் தபால்களை எந்தெந்தக் கோப்புகள் என்று தேடித் தேடி அந்தந்தக் கோப்புகளில் நிதானமாகச் சேர்க்க ஆரம்பித்திருப்பதைப் பார்த்து மனதுக்குள் புன்னகைத்துக் கொண்டார்.

சார் கூப்பிட்டுச் சொல்லிட்டார் சார் என்றவாறே மேலே கையைக் காண்பித்தான்...அவருக்கு எதிர்த்தாப்ல நம்ப சாரும்தான் சார் இருந்தாங்க...சனிக்கிழமை ஆபீசுக்கு வந்து மாட்டிக்கிட்டேன் சார்...உங்கள ஃபோன்ல கூப்பிடட்டான்னு கேட்டன் சார்... வாணாம்னுட்டாங்க...

கண்ணை மூடி அமர்ந்திருந்தார் வித்யாபதி. அவர் உதடுகள் என்னவோ இறைச் சுலோகங்களை அமைதியாய் உச்சரிக்க ஆரம்பித்திருந்தது. அது அவர் தன்னை சமனப் படுத்திக் கொள்வதற்கான தியானம். ●

15

அடுத்த இரண்டு நாட்கள் அவருக்கேற்பட்ட வேறு ஒரு அனுபவம் புது மாதிரியாய் இருந்தது. சின்னச் சின்ன அனுபவங்கள்தான் எனினும் இந்த உலகத்தில் நாம் யாரிடமிருந்தும் எதையும் கற்றுக் கொள்ள முடியும்தான். இல்லையென்றால் ஒரு ஏழைச் சிறுவனிடமிருந்து இத்தகைய பண்பான செயலைக் கண்ணுற்று உள் வாங்க முடியுமா என்று நினைத்துக் கொண்டார். வாழ்க்கையின் வசதி வாய்ப்பற்ற கீழ் நிலையில் உள்ளவர்களில் எத்தனை எத்தனையோ பேர் இன்னும் எவ்வளவு நல்லவர்களாக ஒழுக்கமுள்ளவர்களாக இருக்கிறார்கள். இந்த உலகம் இன்னும் முழுவதும் கெட்டு விடவில்லைதான். வறுமையில் வாடும், கடுமையான உழைப்பையே முதலாகக் கொண்டிருக்கும் எத்தனையோ குடும்பங்கள் தான் தங்கள் விழுமியங்களை விடாமல் காப்பாற்றிக் கொண்டிருக்கின்றன என்று நினைக்கத் தலைப்பட்டார் வித்யாபதி. அப்படித்தான் உணர வைத்தது அவருக்கான அந்த அனுபவம்.

பெல் அடிக்கலாமேப்பா...? - சங்கடத்தோடுதான் கேட்டார் வித்யாபதி அந்தச் சிறுவனிடம். அவனை அருகில் அழைத்து மடியில் அமர்த்தித் தட்டிக் கொடுக்க லாம் போலிருந்தது. இவருக்கு,கீழ் நிலையில் வாழ்க்கையில்

இப்படிப் பலர் கஷ்டப்படுகிறார்கள்தான். ஆனால் அவர்கள் தங்கள் பணியைச் சந்தோஷமாகவும் திருப்தி யுடனும் செய்து வருகிறார்கள். அதில் ஒரு உற்சாகத்தை அவர்களாகவே ஏற்படுத்திக் கொண்டு இயங்குகிறார்களோ என்றும் இவருக்குத் தோன்றியது.

பெல் அடிச்சேன் சார்...யாரும் கதவைத் திறக்கலை- இவர் முகத்தைப் பார்க்கத் தயங்கியவனாக அவன் சொன்னது போலிருந்தது. சொன்ன விதம் அது பொய் யில்லை என்பதை உணர்த்தியது.

உடனே திறக்காட்டி என்ன... திரும்ப ரெண்டுதரம் அடிக்க வேண்டிதானே? இல்லன்னா கதவைத் தட்டவேண்டிதானே...! விருட்டுனு உடனே போயிடுவியா?

இருக்கும் குளிரில் விடிந்தும் விடியாத அந்தக் காலை யில் சத்தமாய்க் கதவைத் தட்டினால், பக்கத்து வீட்டுக் காரர்கள் எழுந்து கொள்ளக் கூடும். கதவைத் திறந்து வெளியே வந்து அந்தச் சிறுவனைத் திட்டினாலும் போச்சு...

அறிவில்ல...? எல்லாரும் தூங்கிட்டிருக்கைல இப்டித் தட தடன்னு கதவைத் தட்டுறியே? -கண்டிப்பாய் கேட்கத்தான் செய்வார்கள். அருகருகான வீடுகளில் சுமுக உறவா இருக்கிறது? பறவைகள் பலவிதம்... ஒவ் வொன்றும் ஒரு விதம்...! நட்பாய் அமைந்தால் அதுவே பெரிய அதிர்ஷ்டம் என்றுதான் கொள்ள வேண்டும்.

தட்டினேன் சார்... லேசாத் தட்டுனேன். பக்கத்து வீட்டுல எழுந்துட்டாங்கன்னா? சத்தம் போடுவாங்கல்ல...? பயமாயிருந்திச்சு சார்...

அவனின் ஜாக்கிரதை உணர்வு புரிந்தது. பயமாயிருந்தது என்று வேறு சொல்கிறான்... சிறுவன்தானே...!

ரொம்பவும் பொறுப்பான பையனாய் அவனை உணர்ந்திருந்தார் இவர். இல்லையெனில் இந்தக் குளிரில்

கடைநிலை

இப்படிப் பறந்து பறந்து வீடு வீடாக விடிகாலையில் நாள் தவறாமல் பேப்பர் போட முடியுமா? வேலை பார்த்துக் கொண்டே படிக்கிறான். இந்தக் காலத்திலும் இப்படி யெல்லாமும் இருக்கிறார்கள்தானே...! ஊரும் உலகமும் இன்னும் முழுதும் கெட்டுவிடவில்லைதான்.

ஆறு மணிக்கு....தவறினால் ஆறே காலுக்கு அல்லது தாமதமானால் ஆறரைக்கு என்று நம்பிக்கையாய்க் கதவைத் திறந்தால் கட்டாயம் கதவுக்கு வெளியில் செய்தித்தாள் கண்டிப்பாய்க் கிடக்கும். நம்பிக் கதவைத் திறந்து ஒரு நாள் கூட ஏமாந்ததில்லை. அவ்வளவு சின்சியர். அருகிலுள்ள அடுக்ககங்களில் கீழே கார் பார்க்கிங்கிலேயே கிடப்பதை, வீசிவிட்டுப் போவதை, நடைப் பயிற்சியின் போது தவறாது கவனித்திருக்கிறார்.

அழுத்திச் சொன்னால் ஒரு நாள் ரெண்டு நாள் போடுவார்கள். பிறகு வழக்கம்போல் கீழேதான் எறிந்து விட்டுப் போவார்கள். முதல் மாடிக்கு சுருட்டி எறிவதைப் பார்த்து அதிசயித்திருக்கிறார். பாஸ்கட் பால் போல் பந்து சரியாகக் கூடைக்குள் விழும். எறியும் இடங்களில் அது பத்துப் பேப்பராய்ப் பிரிந்து பறந்து கிடக்கும். இந்தப் பையன் அப்படியில்லை. மேலும் கேட்டைச் சரியாகச் சாத்தி, கொண்டி போட்டுவிட்டு வேறு போவான். ஒரு நாளும் திறந்து போட்டமேனிக்கு அவன் நகர்ந்து பார்த்ததில்லை. வரும், போகும் ஆளெல்லாம் இஷ்டத் துக்குத் திறந்து போட, தெரு நாய்கள் சகஜமாக உள்ளே வந்து கூட, அங்கங்கே அசிங்கம் பண்ணி வைக்க... ஏகப்பட்ட கூத்துக்கள் நடக்கிறது அடுக்ககங்களில். பெண்கள் கீழே வந்து நாய்கள் இருப்பதைப் பார்த்து அலறிக் கொண்டு மேலே ஓடுகிறார்கள்.

நாய்கள் பயம் அதிகரித்து விட்டதுதான். தெருவுக்குப் பத்துப் பத்து நாய்கள் அலைகின்றன. அதில் எவையெவை வெறி நாய்கள் என்று தெரிவதில்லை. ச்சூ... ச்சூ... என்று

விரட்டக் கூடாது. நம்மைத்தான் பிடுங்கும். அல்லது அருகிலுள்ளோரைக் கடித்து வைக்கும். ஏய்ய்ய்... போ... போ...போ... என்று மிரட்டுவதுபோல் விரட்ட வேண்டும். அப்பொழுதுதான் தப்பித்தோம். இது நாய் பாஷை. அரசாங்கம் நாய்களின் இருப்புக் கணக்கெடுக்கிறது என்கிறார்கள். எடுத்து? வீதி வீதியாக, தெருத் தெருவாகப் பயந்து கிடக்கிறார்கள். ஒன்று அவைகளை அகற்ற வேண்டும். அல்லது விஷஊசி போட்டுத் தூக்க வேண்டும். ப்ளூ கிராஸ் வந்து நிற்கிறது. கொல்லக் கூடாது என்று. கொல்லக் கூடாது... அகற்றவும் மாட்டார்கள்... அ ப்படியென்றால் கடிவாங்கிக் கொண்டு ஆஸ்பத்திரி போய் ரேபிஸ் ஊசி நாலு போட்டுக் கொண்டு அலைய வேண்டுமா? ஒரு ஊசி ரெண்டாயிரம் என்கிறார்கள்? ஏழை பாழை என்ன செய்வார்கள்? அட நடுத்தரவர்க்கம்தான் இதுக்கெல்லாம் தாங்குமா? கொஞ்ச நாளில் தெருக்களில் மனிதர்களுக்கு சமமாக நாய்களின் எண்ணிக்கை வந்துவிடும் போலிருக்கிறது. அரசு கணக்கெடுத்துக் கொண்டிருக்கிறது. நாமே விடிகாலை ஊரிலிருந்து வீடு திரும்பினால் அடையாளம் தெரியாமல் நம்மைப் பார்த்துக் குலைத்துத் தள்ளுகிறது. ஆட்டோ, கார் என்று வந்து இறங்குபவர்கள்தான் தப்பித்தார்கள். டூ வீலரில் வந்தாலும் விரட்டுகிறதே..? கீழ்க்காலில் கடி வாங்கியவர்களும் இருக்கிறார்கள். யார் சொல்வது யார் கேட்பது? கடவுளுக்குத்தான் வெளிச்சம். எல்லா அக்கிரமங்களும் இந்த கதியில்தான் ஆகிப் போனது உலகில். தப்பிப் பிழைப்பவர்கள் வாழ்ந்து கொள்ளலாம் என்கிற ரீதியாக. கோபத்தில் சிந்தனை தறிகெட்டுப் பறந்தது வித்யாபதிக்கு.

வாட்ச்மேன் போடுங்க சார்... என்று சொல்வார் பழகியவர்களிட ம். எட்டு வீட்டுக்கு எதுக்கு வாட்ச்மேன் என்றார்கள். அது அவர்கள் இஷ்டமாயிற்றே. நாம் அதற்குமேல் குறுக்கிட முடியாது. எட்டானாலும் எல்லாரும் ஒத்துழைக்க வேண்டுமே?

இவைகளாவது பரவாயில்லை. பலவிதமான டெலிவரி என்று ஆட்கள் வந்து வந்து போகிறார்கள் தினமும். தன் வீட்டிலிருந்து கவனித்துக் கொண்டுதான் இருக்கிறார். எல்லார் மனமும் ஒன்றாகவா இருக்கிறது. ச்சே...! நம்ம பிழைப்பும் ஒரு பிழைப்பா? என்று தோன்றுமோ என்னவோ... நின்று கொண்டிருக்கும் கார்களில் கீறலைப் போட்டுவிட்டு நகர்ந்து விடுகிறார்கள். ஏய்... ஏய்... என்ன செய்ற? என்று இங்கிருந்து கத்தினார் இவர். எடுத்தான் ஓட்டம். பாவம் அங்கு ஒருவர் புதிதாய்க் கார் வாங்கி நிறுத்தியிருக்கிறார். அதில் தன் பொறாமைத் தீயைக் கோடாய்க் கிழித்துவிட்டுப் போய் விட்டான் அவன். டூ வீலர் சாவியை வைத்து அழுந்த வளைய வளையமாய் ஒரு நீண்ட இழுப்பு... அவனவன் விதவிதமா காருகள வச்சிக்கிட்டு என்னமா அனுபவிக்கிறானுங்க...! நாம செத்துச் செத்துல்ல பிழைக்க வேண்டிர்க்கு...! - என்று புழுங்கியிருப்பானோ என்னவோ? - நினைத்து வருந்தினார்.

மனித மனங்கள் எங்கு எப்படி வேலை செய்யும் என்று யார் கண்டது? யாரென்று குறிப்பிட்டுக் கேட்பது? இப்படி ஏராளமான அனுபவங்கள் அந்த அடுக்கக ஆட்களுக்கு. பார்வையாளராக இவருக்கும் என்றே சொல்லலாம்தான். கூட்டிவந்து காரைக் காண்பித்த போது வயிறெரிந்தது...! என்ன அநியாயம்? எப்படி மனசு வந்தது? கார் ஓனர் அழாத குறை. திருஷ்டி கழிந்தது விடுங்க என்றார் இவர். அதுக்காக இப்படியா சார்...? அவன் யாருன்னு கண்டு பிடிச்சு நாலு அறை அறைஞ்சாத் தான என் மனசு ஆறும். இன்றுவரை அந்தாளைத் தேடிக் கொண்டிருக்கிறார்.

அம்மாதிரி பிரகஸ்பதிகளுக்கு நடுவேதான் இம்மாதிரி நல்ல பசங்களும் இருக்கிறார்கள். உழைப்பே கதி என்று இளம் பிராயம் முதல் சம்பாதிக்க ஆரம்பித்து, வீட்டுக்கு உதவியாயும், படிப்புக்கு ஆதாரமாயும் சிறப்புற

விளங்குகிறார்கள். இந்தப் பையன் தங்கக் கட்டி....! தீபாவளிக் காசு என்று அவனைக் கூப்பிட்டு ஐநூறு ரூபாயைத் திணித்தார் வித்யாபதி. ஐநூறா? அவன் முகம் அப்படி மலர்ந்தது. வேண்டாம் சார்... என்று பயந்த வனாய்த் திருப்பிக் கொடுத்தான். அம்மாட்டக் கொண்டு கொடுத்து தீபாவளி கொண்டாடு என்றார்.

என்ன பாஸ்கரன்... நல்லாயிருக்கீங்களா...நான்தான் வித்யாபதி பேசறேன்... பத்தாவது தெரு அபார்ட்மென்ட் பக்கத்து வீடு.... நாளைக்கு "டெய்லி நியூஸ்" பேப்பர் புது வருஷக் காலண்டரோட போடுறாங்களாமே...இருபது ரூபா போட்டிருக்காங்க...எனக்கு ஒண்ணு கொடுத்து விடுங்க... அவங்க காலண்டர் முழு விபரத்தோட இருக்கும். கண்டிப்பா எனக்கு வேணும். .வழக்கமான தமிழ் இங்கிலீஷ் பேப்பரோட இது ஒண்ணையும் சேர்த்துக் கொடுத்து அனுப்புங்க...பையன்ட்ட பைசாவைக் கொடுத்திடுறேன்...

ஓ.கே. சார்.... கண்டிப்பா....!

சொன்னபடி டெய்லி நியூஸ் செய்தித்தாளும், புத்தாண்டு காலண்டரும் கிடைத்து விட்டது. மற்ற இரண்டு பேப்பர்களோடு இதுவும் கிடந்தது. சரி... பைசா... கொடுக்க வேண்டாமா? அவன்பாட்டுக்குப் போய் விட்டானே? நாளைக்கு வாங்கிக்கலாம்னு போயிட்டானோ? எப்டி எழுப்புறதுன்னு சங்கடப்பட்டுட்டு நகர்ந்துட்டானோ? கதவு சாத்தியே கிடந்தா? தட்ட பயம். பாவம் சின்னப் பையன்... நாமதான் அவனப் பார்த்துக் கொடுக்கணும்...

ஒரு நாளாச்சு...ரெண்டு நாளாச்சு... மூணாவது நாளும் கடந்து போச்சு...காசு வாங்கினபாடில்ல... கொடுத்தபாடும் இல்ல...? -யோசித்தார் வித்யாபதி.

கண்ணுலயே ஆள் பட்டாத்தானே? வர்றதும் தெரில... பேப்பர் போடுறதும் தெரில... மாயமா மறைஞ்சிடுறானே...!

ஜிவ்வு...ஜிவ்வுன்னுல்ல சிட்டுக் குருவியாட்டம் பறக்கிறான்...?

சார்...காலண்டர் காசு...?

பையன்ட்ட சொல்லி அனுப்புங்க... கதவத் தட்டச் சொல்லுங்க... இல்லன்னா ரெண்டு மூணுதரம் பெல் அடிக்கச் சொல்லுங்க... சிட்டா பறந்திடுறானே?

ஓ.கே. சார்....சொல்லிவிடுறேன்...

பக்கத்து அடுக்ககத்தில் வயசான பெரிசுகள் என்று ரெண்டு மாடி ஏறிப் போய் லிப்டில் ஏறி இறங்கி தவறாமல், சிரமம் பாராமல் வீட்டுக் கதவருகில் கிரில்லில் செருகி விட்டுப் போகும் இந்தப் பையனுக்கு ரெண்டு நிமிஷம் இங்கு நின்று பொறுமையாக இந்தப் பிசாத்துக் காசை வாங்கிக் கொண்டு போகத் தெரியலையே? சொன்னபடி ப்ராம்ப்டாக அந்தப் புதுவருஷக் காலண்டர் இணைப்புக் கொண்ட தினசரியைக் கொடுத்து விட்ட ஏஜென்ட்டுக்கு அதே வேகத்தில் அதற்கான பணத்தைக் கொடுக்க வேண்டாமா? அவன் என்ன நினைப்பான் தன்னைப்பற்றி...! இந்தப் பயலால் நமக்குக் கெட்ட பெயர் ஏற்பட்டு விடும் போலிருக்கிறதே...! பொடியன்கிறது சரியாத்தான் இருக்கு...! ஆனாலும் உழைப்பாளி. இந்தச் சின்ன வயதில் குடும்பத்திற்கு எவ்வளவு உதவியாயிருக் கிறான்? தூணாய் நிற்பான் போலும்?

தேவையில்லாமல் இதென்ன மன உளைச்சல்? வெறும் இருபது ரூபாய்தான். ஆனாலும் பணம் அன்பை முறிக்குமே...! வெறும் இருபதுதானே என்று சாருக்கு ஓசியாக் கொடுத்ததா இருக்கட்டும் என்று விட்டு விடுவானா? இப்டியே நாலு இடத்தில் விட்டால் அவன் பிழைப்பு என்னாவது?

அப்டியே மறந்திடும்னு சாரு நினைச்சிட்டாரோ...? இல்ல பையன்ட்டக் கொடுத்து, அவன் ஆட்டையைப்

போட்டுட்டானா...? - எது வேணாலும் நினைக்கலாமே...! கரெக்டா காலண்டர் வர்ற பேப்பர் வேணும்னு கேட்டவருக்கு, சின்சியராக் காசைக் கொடுத்துவிடத் தெரிலயே...! இந்தச் சின்னக் காச வாங்க எத்தனை தரம் ஞாபகப் படுத்தணும் அவருக்கு...? என்னென்னவோ தோன்றியது இவருக்கு.

எதற்கு அநாவசியமாய் இந்தச் சந்தேகங்கள்? தேவையில்லாமல் நம்மால் அந்தச் சிறுவனுக்கு எதற்குக் கெட்ட பெயர்? ஓராண்டு என்பது கிடு கிடுவென்று ஓடிப் போகிறதே? அடுத்தாண்டு இம்மாதிரிக் கேட்டால் கடைல வாங்கிக்குங்க சார்... என்று சொன்னாலும் போச்சு...! இருந்த இடத்தில் கொண்டு லட்டு மாதிரிக் கொடுத்ததற்கு இதுவா ரெஸ்பான்ஸ்?

மனிதனுக்குள்ள பிரச்னைகளெல்லாம் பௌதீகத் தன்மை வாய்ந்தவை. இந்த மனசு போட்டுப் படுத்தும் பாடிருக்கிறதே...! இதற்குப் பேர்தான் வருத்திக் கூட்டி அனுபவிப்பதென்பதோ? ஒரு சின்ன விஷயம்... தேவையில்லாமல் உளட்டுகிறதே...! அநாவசிய மன உளைச்சல்...! ஆபீஸ் தொல்லை பத்தாது என்று இப்படியெல்லாம் வேறு. தன்னுடைய ராசி போலிருக்கிறது...எதிலும். எங்கும்... சிரமமில்லாமல் எதையும் செய்ய முடியாது. எல்லாவற்றிற்கும் மெனக்கெட்டே ஆக வேண்டும்.

இன்னைக்கு உனக்காக நான் இப்படிப் பழி கிடக்க லேன்னா இன்றைக்கும் உன்கிட்டே இந்தக் காசைக் கொடுத்திருக்க முடியாது... நல்லவேளை...நீ என் கண்ணுல பட்டே...இந்தத் தெரு கடைசிவரைக்கும்தான் போயிருப்பே... நிச்சயம் திரும்பி வருவேன்னு வந்து பழியா நின்னிட்டேயிருக்கேன் தெரியுமா? இல்லன்னா ஒரு மாசம் இழுத்திடும் போல்ருக்கு...-கோபப்படுவது போல் முகத்தை வைத்துக் கொண்டு சற்று சீரியசாகத்தான் சொன்னார் வித்யாபதி.

ஸாரி சார்... மன்னிச்சிக்குங்க.. என்னிக்காச்சும் வாங்கிக்கிடலாம்னு போயிட்டேன் சார்....

அவன் பதில் இவருக்கு அதிர்ச்சியூட்டியது. என்ன நினைச்சிட்டுப் பேசறான் இவன்? என்னிக்காச்சும் வாங்கிக்கிடலாம்னா என்ன அர்த்தம்? அப்டியே முதலாளியும் மறந்திடுவாரு...மெதுவா வாங்கிக்கிட்டா... இந்த இருபது ரூபாயவா ஞாபகம் வச்சிருக்கப் போறாருன்னு நினைச்சிட்டானோ...? பொறுப்பில்லாமப் பேசறான்...? எல்லாமும் கெடக்கட்டும்... இவன் முதலாளி என்னைப் பத்தி என்ன நினைப்பான்? -பதறினார்.

ஒரு நாள் கூடத் தவறாமல் பேப்பரை வாசல் கதவில் கொண்டியில் செருகி வைக்காமல் கேட்டைத் திறந்து உள்ளே கதவருகில் போட்டு விட்டுப் போகும் அவனைச் சட்டென்று சந்தேகப்படுகிறோமே...! இந்தப் பையனா இப்படிப் பேசுகிறான்? அப்படியானால் இவனைப்பற்றிய என் கணிப்பு தவறா?

என்னப்பா சொல்ற நீ? என்னைக்காச்சும் வாங்கிக் கிடலாம்னா என்னா அர்த்தம்? இது எனக்கும் உங்க முதலாளிக்கும் இடையிலான டீல்ப்பா...? நீபாட்டுக்கு என்னத்தவோ சொல்ற? அவரு என்னப்பத்தி என்ன நினைப்பாரு...? தப்பா நினைக்க மாட்டாரா? சொன்னபடி காலண்டரை மறுநாளே கொடுத்தனுப்பிச்சவருக்கு அது போல பணமும் கொடுக்கணும்ல...? இஷ்டத்துக்கு டிலே பண்ணிட்டே போனா? கால் காசானாலும் கண்ணியம் வேணும்ப்பா...நீ சின்னப்பய... உனக்கு இதெல்லாம் எங்க தெரியப் போகுது....! புரியாது...! இந்தா பிடி பைசாவ.... உன் முதலாளிட்டக் கொண்டு கொடு... கணக்குத் தீர்ந்திச்சு....புரியுதா....மறக்காமக் கொண்டு என் பெயரச் சொல்லிக் கொடுத்திடு...தெரிஞ்சிதா....? - படபடவென்று பொரிந்து தள்ளினார் அவனிடம்.

எல்லாவற்றையும் நிதானமாய்க் கேட்டுக் கொண்டிருந்து விட்டு கடைசியாய்ச் சொன்னான் அவன்.

அன்னைக்கே என் கைக் காசைக் கொடுத்திட்டேன் சார்..... நீங்க டென்ஷனாகாதீங்க... லேசாகப் புன்னகைத்தது போல்கூட இருந்தது.

என்னய்யா சொல்ற....? நின்னு சொல்லிட்டுப் போ..! சைக்கிளைத் திருப்பி விரட்டும் அவனை நோக்கிக் கத்தினார். அடப்பாவி... போற போக்குல என்னவோ சொல்லிட்டுப் போறானே? சட்டென்று மனது குன்றிப் போனது.

.பெறவு உங்ககிட்ட வாங்கிக்கிடலாமுன்னு... நானே கொடுத்திட்டேன் சார்... ஒண்ணும் பிரச்னையில்ல...! - தூரத்திலிருந்து பதில் வந்தது பளீரென்று. புயலாய்ப் பறந்து கொண்டிருந்தான் அவன்.

வைத்த விழி மாறாமல் அவனையே பார்த்துக் கொண்டு நின்றார். சிறு தொகை. அதனால் கெட்ட பெயர் வந்துவிடக் கூடாது என்கிற வகையில் சிந்தித் திருப்பானோ? அவன் பெயரும் கெடாமல் அதே சமயம் என் பெயரும் கெடாமல்... காப்பாற்றி...இந்தப் பிஞ்சு உள்ளத்தில் எந்த மாதிரிப் போற்றத்தக்க நற்சிந்தனை இது! வியப்பாயிருந்தது வித்யாபதிக்கு.

அவன் பொறுப்பானவன்...! இவர் கணிப்பு சரிதான்...? இஷ்டம்போல் நினைத்து மானாவாரியாகச் சந்தேகப் பட்டதுதான் தவறு...! -தன்னை நினைத்தே நொந்து கொண்டார். அவசர புத்தி. அவசரக் கணிப்பு. அது கூடவே கூடாது.

மனதிற்குள் அவனுக்குத் தன் அன்பான நன்றியைச் சொல்லிக்கொண்டார்... கூடவே அப்போது வேறொன்றும் தோன்றியது அவருக்கு. மிகக் குறைந்த வருவாய் ஈட்டும் இச்சிறுவன் தன் குடும்பத்திற்காகவும், தன் படிப்பிற்காகவும் இந்த இளம் பிராயத்தில் இப்படிக் கஷ்டப்பட்டு உழைக்கிறான். ஆனால் முப்பதாயிரம், நாற்பதாயிரம் சம்பளம் வாங்கும் பொம்மையன் போன்றவர்கள் தங்கள்

கடமைகளை ஒழுங்காக நிறைவேற்றாமல், அது பற்றித் துளியும் கவலை கொள்ளாமலும், மேலிடத்திற்குக் கைகட்டிச் சேவகம் செய்து தங்கள் காரியங்களைத் துல்லியமாக நிறைவேற்றிக் கொண்டு, எதுபற்றியும் கிலேசமில்லாமல் எந்த மனசாட்சியும் இன்றி சுயநலமாய்த் திரிகிறார்கள். ஏற்றத் தாழ்வு என்பது பணத்திலும், பண்பாட்டு நடவடிக்கைகளிலும் மனிதனுக்கு மனிதன் எப்படியெல்லாம் வேறுபடுகிறது இந்த உலகத்தில்...? பொம்மையன் செய்த காரியமும், தன்னுடைய கவனத்திற்கு வராமலேயே அவன் பணி விடுவிப்பு வாங்கிப் போனதும், அதற்கு அதிகாரம் ரகசியமாய்த் துணை நின்றதும்... ஒருவகையில் தனக்கு ஏற்பட்ட மதிப்புக் குறைவுதான் என்றே தோன்றியது வித்யாபதிக்கு. அதே சமயம் நாளைக்கு வேறு எதுவும் கேள்வி வந்தால் யாரும் தன்னைக் கேட்க முடியாதே என்றும் மனது சமாதானப் பட்டது அவருக்கு. ●

16

“எனக்கு... எனக்கு... எனக்குக் குடுங்க... சார்... எனக்குத் தரல... எனக்குத் தாங்க... எனக்குத் தாங்க...” –அந்த ஞாயிற்றுக் கிழமை அங்கே விடிந்தது வித்யாபதிக்கு.

கெஜலட்சுமியையும் அழைத்தார். அவள் மறுத்து விட்டாள். ஒரு குழந்தையை தத்து எடுப்போம் என்று சொன்னால் அது இழுத்துக் கொண்டே போகிறது. அதுல ஆர்வமில்ல... இங்க எதுக்குப் போகணும்? இன்னும் புத்தி பேதலிக்கவா? என்றாள் வெடுக்கென்று. மனதுக்குள் சிரித்துக் கொண்டே வெளியேறிவிட்டார் வித்யாபதி. அன்றைய பொழுது அவர் ஏற்கனவே திட்டமிட்டது. அதாவது அவரது யோகா மையம் மூலம் அந்த நிகழ்வு திட்டமிடப்பட்டிருந்தது. அது வருடா வருடம் மையக் குழுவினர் செல்லும் இடம். நடத்தும் நிகழ்வு. அதை மறுதலிக்க அவரால் முடியாது. போகாமல் இருப்பது பாவம் என்றும் நினைப்பவர் வித்யாபதி. இதற்கு முன்பும் அவர் தன் மனைவியை அழைத்திருக்கிறார். இப்பொழுதும வழக்கம்போல் அவள் மறுத்துவிட்டாள். கூப்பிடவில்லை என்ற புகார் இல்லையே? அந்த மட்டும் நிம்மதி. ஆள விடு என்று கிளம்பி விட்டார் இவர்.

எங்கே கிடைக்காமல் போய்விடுமோ என்ற பரபரப்போடும் பயத்தோடும் நீளும் கைகள். ஒருவர்

தோள் மேல் ஒருவர் இடித்தும்... முன்னிற்பவரை அமுக்கியும், லேசாகத் தள்ளியும், கிடைக்கும் இடுக்கில் நுழைத்து விரல்களை உதறிக் கொண்டே நீளும் கைகள்.

எல்லாருக்கும் உண்டு... எல்லாருக்கும் உண்டு... தர்றேன்... தர்றேன்... அத்தனபேருக்கும் தந்துட்டுதான் போவேன்...

சார்... எனக்குத் தரலை... எனக்குத் தரவேல்ல... இந்தக் கைக்கு ஒண்ணு குடுங்க சார்...

சார்... சார்... என்ற அந்தத் தெளிவான அழைப்பு வித்யாபதியை அதிசயப்படுத்தியது. *சார்...* என்று கூப்பிடத் தெரிந்திருக்கிறதே...!

எல்லோரையும் முந்திக் கொண்டு முகத்துக்கு முன் னால் தெரிந்த அந்தக் கையைப் பார்த்தபோது சிரிப்புத் தான் வந்தது. இன்னும் கொஞ்சம் போனால் தாடையைப் பிடித்து நிமிர்த்திக் கேட்டு விடலாம். அத்தனை நெருக்கமாக நீண்ட தடியைப் போல் விரைப்பாக நீளும் கை. அணிந்திருந்த முழுக்கை உல்லன் பனியன் அப்படி முரட்டுத் தோற்றத்தைத் தந்ததோ என்னவோ... அது இதற்கு முன்னேயே ஒன்று வாங்கிக் கொண்டு விட்ட கை. இப்பொழுது இன்னொன்றிற்காக மீண்டும் நீண்டிருக் கிறது. அந்தக் கை மட்டுமல்ல. வேறு சிலவும்தான்.

அதில் தோன்றிய குழந்தைத்தனம்தான் மனதுக்குள் கசிவை உண்டாக்கியது. அதே சமயம் பரிதாபத்தையும் ஏற்படுத்தியது. வாங்கிய கைகளே பல திரும்பத் திரும்ப நீளுகின்றன. தெரிகிறதுதான். வாங்கியாச்சுல்ல... எடுங்க... எடுங்க... சொல்ல ஏனோ மனம் வரவில்லை...

சட்டுச் சட்டென்று மனசு எப்படிக் கலங்கிப்போகிறது? இது எத்தனையாவது முறை? சொல்லத் தெரியவில்லை.

நோ *சார்...* எனக்கு ஷீகர்...வேண்டாம்..... நீட்டிய கையால் மறுத்தார். எனக்குந்தான் *சார்...* எனக்குந்தான்...

இன்னொருவர். எங்கே கொடுத்து விடுவாரோ என்று பயந்ததுபோல் ஒதுங்கி நின்றார் ஒருவர். பின்னுக்கு ஒருக்களித்துக் கொண்டார்.

அந்தக் கேக் எடுங்க... மைசூர்பாகு எல்லாருக்கும் கொடுத்தாச்சு... இங்கிருந்தே திரும்பி மேடைக்கருகே நின்ற நண்பரைப் பார்த்துச் சொன்னார்.

எனக்குக் கேக்கு... எனக்குக் கேக்கு...திரும்பவும் பலவும் நீண்டன. பாக்ஸைப் பிரித்து ஒவ்வொரு கேக்காக எடுத்து நீட்டினார். அவசரத்தில் அங்கேயும் இங்கேயுமாக நீண்ட கைகள் இவர் கையில் இருந்த கேக்கினைத் தானாகவே பறித்துக் கொண்டன. ஒருவர் பிடுங்கிக் கொண்டதும் அதுபோலவே செய்ய முயற்சித்த வேறு சிலர். விட்டால் பெட்டியில் உள்ள அத்தனை கேக்குகளும் கீழே விழுந்து சிதறினாலும் போயிற்று. பெட்டியைக் கெட்டியாகப் பிடித்துக் கொள்ள முயன்றார். அதற்குள் நாலைந்து கைகள் பெட்டிக்குள் போய்விட்டன.

ஊஹூம்... ஊஹூம்... எல்லாரும் போய் அவுங்கவுங்க இடத்தில உட்காருங்க... அப்பத்தான்...இல்லன்னா எடுத்திட்டுப் போயிடுவேன்...

யாரும் இவர் குரலைக் கேட்பதாயில்லை. கையிலிருந்த பெட்டியை அப்படியே கீழே வைத்தார். மேலும் இரண்டு மூன்று கைகள் இப்போது அதற்குள் நுழைந்தன. கேக்கை எடுத்து மீண்ட கைகளில் க்ரீம் தீற்றியும், சிவப்புப் ப்ளம் பழம் உதிர்ந்தும் காணப்பட பழத்தைத் தேடி மீண்டும் உள்ளே நுழையும் கைகள்.

என்ன செய்வதென்று தெரியாமல் நின்றார்.

வித்யா... நீங்க வாங்க இங்க... விட்ருங்க... அவுங்களே எடுத்துக்குவாங்க...

மேடையில் அமர்ந்திருந்த குருஜி இவரைப் பார்த்துச் சொல்ல... மனமில்லாதவராய் அங்கிருந்து அகன்றார்.

குருஜி, இன்னும் இருவர்... எல்லோரும் அங்கே இருந்த பரபரப்பைப் பார்த்த வண்ணமிருந்தனர். ஜி முகத்தில் சாந்தமான புன்னகை.

என்ன இப்படி?- இருபது வயதிலிருந்து அறுபது வயதுவரை உள்ளவர்களாகத் தெரிந்தனர் அங்குள்ளோர். ஆனால் அவர்களின் நடவடிக்கைகள்?

இருக்கட்டும்... இருக்கட்டும்... சந்தோஷமாஇருக்காங்க... சுதந்திரமா இருக்காங்க...

சொல்லிவிட்டு இவர் கைகளை மெல்லப் பற்றி அழுத்தினார்.

அங்க பாருங்க... அவுங்க கோலத்த... என்றவாறே வாயைப் பொத்திக் கொண்டு மெல்லச் சிரித்தார். கையில் இருந்த கேக்கின் க்ரீம்கள் அனைத்தும் இப்பொழுது அவர்களின் மூக்கிலும், முகங்களிலுமாகத் தீற்றியிருந்தன. ஒருவருக்கு மூக்கிலே வளைவாக கிளி மூக்குபோல் க்ரீம் தொங்கிக் கொண்டிருந்தது பார்க்க வேடிக்கையாக இருந்தது.

ஆச்சு... எல்லாரும் எடுத்துக்கிட்டாச்சா...

ஆச்சு சார்....

ஆச்சுங்கய்யா....

கீழ மேல சிந்தாமச் சாப்பிடுங்க பார்ப்போம்...யாரு கைல முகத்துல ஒட்டாமச் சாப்டுரீங்களோ அவுங்களுக்கு நா ஒரு பரிசு தரப்போறேன்...

சரி சார்... சரி சார்... ஒட்டாமச் சாப்டுறோம் சார்...

என்னா பரிசுங்கய்யா...?

அதச் சொல்ல மாட்டேன்...நீங்க வேஸ்ட் பண்ணாம, கீழே சிந்தாமச் சாப்பிட்டு முடிங்க பார்ப்போம்... அப்பத்தான்...

சார்... சார்... பேனாத் தருவீங்களா...பேனா...?

ஓ! தருவேனே...உங்களுக்கு அதுதான் வேணுமா? தர்றேன்...

நல்லா எழுதற பேனாவாத் தரணும்....

குருஜி மெல்லச் சிரித்தார்.

ஆமா சார்...நா எங்கம்மாவுக்கு லெட்டர் எழுதணும்...

சொல்லிக்கொண்டே அந்தக் கேக்கை வாயை அகலத் திறந்து லபக்கென்று உள்ளே திணித்தார் அவர்.

ஏய்... பார்த்து... பார்த்து...இப்டியா ஒரே வாய்ல அமுக்கிறது...? நெஞ்ச அடைச்சிக்கப் போவுது...

அவ்ளவ்தான் சார்... ஒரே வாய்தான்... இங்க பாருங்க....? சொல்லிக் கொண்டே வாயை ஆவெனத் திறந்தார். இடது வாய் ஓரம் உமிழ் நீரோடு க்ரீம் வழிந் தோட குழந்தையாய் அவர் வாயை அகலத் திறந்த காட்சி வித்யாபதியைச் சங்கடப்படுத்தியது.

சரி... எல்லாரும் சாப்டாச்சா... நல்லா இருந்திச்சா?

ஸ்வீட்டா இருந்திச்சு சார்...

ஸ்வீட்டா இருந்தாத்தானே சந்தோஷமா இருக்கும்... அதுனாலதான்... உங்க எல்லாருக்கும் இப்போ சந்தோஷந்தானே?

சந்தோசம்... சந்தோசம்...

சரி...இப்போ நா உங்ககிட்ட ஒண்ணு கேட்கப்போறேன்... இன்னைக்கு என்ன நாள்...?

ஆண்டு விழா சார்.....

வெர்ரிகுட்.... கரெக்டா சொல்றீங்களே? ஆண்டு விழான்னா என்ன? யாராவது சொல்லுங்க பார்ப்போம்...

நா சொல்றேன் சார்... நிறையக் கைகள் உயர்ந்தன.

பெரியவர், சிறியவர் வித்தியாசமில்லாமல் உயர்ந்த அந்தக் கைகளுக்குச் சொந்தக்காரர்களை நேருக்கு நேர் பார்த்தபோது மனது கலங்கியது.

நம்ப மையம் ஆரம்பிச்சு அஞ்சாவது வருஷம்...

ஓ! அப்டியா? அப்போ...?

அதத்தான் சார் நாம இன்னைக்குக் கொண்டாடுறோம்...

... தீபம் ஏத்தி வெளிச்சத்தை உண்டாக்கி இருளைப் போக்கறோம் சார்....- ஓரத்தில் இருந்த ஒரு இளைஞனின் அமைதியான பதில்.

பலே... பலே... பலே... - எல்லோரும் பலத்துக் கை தட்டினர்.

இவனுக்கு ஆச்சரியமாயிருந்தது.

ஜி... இவ்வளவு தெளிவாப் பேசறாங்களே...?

அப்டித்தான்... பெரும்பாலும் அப்டித்தான்னு வச்சிக்குங்களேன்... ஆனா சில சமயம் இவங்களோட ஆர்ப்பாட்டம்...நீங்க பார்த்ததில்லியே...?

போன வருஷம் இப்படியில்லையே?

சில சமயம் எதுவுமே தாங்க முடியாதாக்கும்... அப்பல்லாம் நாம இங்க நிற்கவே முடியாது...

ஏன்? ஏன் அப்டிச் சொல்றீங்க...?

பூசைதான்... அன்னைக்கெல்லாம்... இல்லன்னா அடங்கமாட்டாங்களாக்கும்...

பூசைன்னா...? சாமி பூஜையா...? அமைதியா அப்டியே தியானத்துல உட்கார்த்திடுவாங்களா?

நோ... நோ... அதில்ல... நா சொல்றது... இதை.... - கையால் சைகை செய்து காண்பித்ததைப் பார்த்து அதிர்ந்து கேட்டார்.

அடியா? அடிக்கவா செய்வாங்க...?

அடின்னா நீங்க நினைக்கிறமாதிரி கொடூரமால்லாம் இல்லே... ரொம்பவும் கற்பனை பண்ணிக்காதீங்க... லிமிட்டா... அவுங்கள அடக்குறதுக்கு எவ்வளவு தேவையோ அந்தளவுக்கு... அதுலயும் அன்பும் ஆதரவும் இருக்கும்...

இவருக்கு தன் தந்தையின் மூத்த சம்சாரத்தின் ஒரே பிள்ளையின் ஞாபகம் வந்தது. மூத்த அண்ணா அவர். அப்பப்பா...!!! அவரோடு என்ன பாடு பட்டது குடும்பம்? ஏற்கனவே வறுமையின் கோரப் பிடியில் சிக்கித் தவித்துக் கொண்டிருக்க, இந்தக் கொடூரம் தாங்கவே முடியாததாகி விட்டது. குறைந்தது இருபது ஆண்டுகளுக்கு மேல் அனுபவித்ததற்குப் பின்னால்தான் ஓய்ந்தது. ஆடிப் போனது மொத்தக்குடும்பமும்.. அவருடைய சாவோடு தான் எல்லாம் முடிந்தது. விளக்கிச் சொல்ல ஆரம்பித்தால் அது நீளும் அனுமார் வால் போல். அந்த வேதனைகளைத் திரும்பவும் நினைவில் கொண்டு வந்து எல்லோரையும் சங்கடத்துக்குள்ளாக்க வேண்டுமா என்ன? குடும்பமே இப்பொழுதுதான் எல்லாம் தீர்ந்து மூச்சு விடுகிறது. விடுவது நம் மூச்சுதானா என்பது கூட இன்னும் உறுதிப்படாத நிலை.

வரிசைக் கடைசியில் உட்கார்ந்திருந்த அந்த மனநல மையத்தின் நிர்வாகியைக் கவனித்தார். அவரின் பார்வை அவர்களின் மேல் கூர்மையாய்க் குவிந்திருந்தது. வந்ததி லிருந்து இதைக் கவனித்துக் கொண்டுதான் இருக்கிறார். நல்ல நாளும் அதுவுமாய் ஏதாவது ஏடாகூடமாய் ஆகிவிடக் கூடாதே என்று நினைக்கிறாரோ என்று தோன்றியது. இடது கோடியில் இருந்த ஒருவர் தனக்கு

முன்னால் அமர்ந்திருந்தவரின் முதுகுப் பக்கம் தன்னை வெகுவாய் மறைத்துக் கொண்டு லேசாகத் தலையைப் பக்கவாட்டில் நீட்டி நீட்டி அந்த நிர்வாகியையே கவனித்துக் கொண்டிருந்தார். அவரின் பார்வையில் அப்படி ஒரு மிரட்சி. இமைக்காத பார்வை.

இவர் அவரையே கவனிக்கிறாரா தெரியவில்லை. குறிப்பாகச் சிலரை மாறி மாறி அவர் நோக்குவதாகவே பட்டது.

இன்னைக்கு ஆண்டுவிழான்னு சொன்னீங்கல்லியா... ஆகையினால உங்களோட இருக்கணும்னு நாங்களெல்லாம் டவுன்லேர்ந்து வந்திருக்கோம்... எங்களோட இருக்க உங்களுக்கு விருப்பமா?

விருப்பம் சார்... விருப்பம் சார்...விருப்பம் சார்... -

ஓ.கே. சார்... ஓ.கே. சார்... பல குரல்கள் ஒரு சேர எழுந்தன. சிலர் எழுந்து நின்று சந்தோஷத்தின் அடையாளமாக ஜிங்கு ஜிங்கென்று குதித்தனர். சிலர் கையைக் கையை உயர்த்திக் காண்பித்தனர். உறா... உறா... உறா... என்று உற்சாகக் குரல் எழுப்பினர் சிலர்.

இன்னைக்கு உங்களையெல்லாம் பார்க்கிறதுக்கு ஒரு ப்ரொபஸர் வந்திருக்காரு...ஒரு தமிழ் அறிஞர் வந்திருக்காரு... ஒரு வியாபாரி வந்திருக்காரு... ஒரு ஆசிரியர் வந்திருக்காரு... ஒரு யோகா மாஸ்டர் வந்திருக்காரு.... அவுங்களுக்கு உங்களோடெல்லாம் பேசணுமாம்... உங்களப் பார்க்கிறதுலதான் சந்தோஷமாம்... உங்களுக்கெல்லாம் எப்டீ.....?

எங்களுக்கும் சந்தோஷம்... எங்களுக்கும் சந்தோஷம்... - சொல்லிக்கொண்டே ஒவ்வொருவராக எழுந்து வர....

நீங்கஎல்லாம் அப்டியே இருங்க...நாங்க வர்றோம்... உங்ககிட்டே..... - உற்சாகமாக எழுந்த அவர்களை ஜி சைகை மூலம் தடுத்தார்.

அதற்குள் பலரும் ஓடி வந்து கையைப் பிடித்துக் குலுக்க ஆரம்பிக்க,

உறாப்பி அன்யூவல் டே...உறாப்பி வெர்ரி... உறாப்பி அன்யூவல் டே... - அவர்களின் சந்தோஷப் பிடியில் கையின் பயங்கரமான இறுக்கத்தை உணர்ந்தார் வித்யாபதி.

அந்த முகங்களில் ஒரு தீராத சோகம்...

சிரிக்கும் சிரிப்பில் ஒரு முழுமையற்ற தன்மை.

கொஞ்சங்கூட இமைக்காத கண்கள்.

உதட்டில் மென்மையான புன்னகைதான். ஆனாலும் அந்த வெறிக்கும் கண்களை ஏன் சந்திக்க முடியவில்லை?

உங்கள்ல யாருக்காவது பாடத் தெரியுமா?

நா பாடறேன் சார்....வயதான ஒருவர் எழுந்தார்

வாங்க...

எம்.ஜி.ஆர். பாட்டு சார்...

ஓ! அப்டியா... வாத்தியார் ரசிகரா?

குருஜியே இப்படிக் கேட்டது என்னவோபோல் இருந்த்து.

அவருன்னா உசிரு சார் எனக்கு...

சரி... பாடுங்க...

உலகம் பிறந்தது எனக்காக... ஓடும் நதிகளும் எனக்காக... மலர்கள் மலர்வதும் எனக்காக...அன்னை மடியைப் பிரிந்தேன் எனக்காக...அன்னை மடியைப் பிரிந்தேன் எனக்காக...எனக்காக... எனக்காக.

அந்த வார்த்தையையே திரும்பத் திரும்பச் சோகமாகச் சொல்லும் அந்த முகம். மனதை என்னவோ செய்தது.

பளீரென்று ஒரே சிரிப்பலைகள். என்ன எதிர்வினை இது?

என்ன சார்...என்னோட பாட்டு நல்லா இருந்திச்சா.....

ஏன் அப்டிப் பாடறீங்க...? - ஜி கேட்டார்.

அது நானா எழுதினது சார்...உறாஸ்டல்ல இருக்கிற போதே அப்டித்தான் பாடுவேன்...அப்புறம் டீச்சர் ஆனப்பெறவு கூடப் பாடியிருக்கேன்... ஒரு நா எங்கம்மா அந்த பி.டி. மாஸ்டரோட ஓடிப் போனாங்கல்ல... அன்னைக்குக் கூட இப்டித்தான் பாடினேன்.... சொல்லிவிட்டுக் உறா உறா வென்று அவர் சிரித்தபோது அந்த உறாலே அமைதி பூண்டிருந்தது.

சார்... சார்...வரிசைக் கடைசியில் இருந்து நிர்வாகி அழைப்பது கேட்டது. அங்கிருந்த மேனிக்கே வாயை மூடி அவர் சைகை செய்தார்.

சரி... நீங்க போய் உட்காருங்க....எல்லாரும் பாட்டுப் பாடுனவருக்கு ஜோரா ஒரு தரம் கை தட்டுங்க...

பட்... பட்... பட்... என்று கோரஸாக்க் கை ஒலி.

நா பாடறேன்... நா பாடறேன்... வேறு சிலர் எழுந்து வந்தனர்.

ஒருவர் வேகமாய் வந்து பராசக்தி படத்தில சிவாஜி கோர்ட் சீன் பேசுவாருல்ல... அத அப்டியே எங்க கெமிஸ்ட்ரி லேப் மாஸ்டர் பேசினா எப்டியிருக்கும்னு பேசிக்காட்டவா? என்று பேச ஆரம்பித்தார்.

அடுத்தாற்கோல் ஒருவர் எழுந்து பாட ஆரம்பித்தார்.

அம்மாவும் நீயே அப்பாவும் நீயே...

குழந்தைக் குரலைக் கொண்டு வருவதற்கு அவர் வாயை ஒரு மாதிரிக் கோணலாய் வைத்துக் கொண்டது பார்க்க வேடிக்கையாய் இருந்தது.

ஒருவர் எழுந்து திருக்குறள் ஒன்றைச் சொன்னார். இன்னொருவர் ஓடி வந்து மிமிக்ரி செய்து காண்பித்தார்.

மிமிக்ரி செய்பவர்களெல்லாம் சிவாஜி குரலைக் கொண்டுவந்ததை இவர் பார்த்ததேயில்லை. அன்று அங்குதான் கேட்டார். கட்டபொம்மன் வசனத்தையும், கர்ணனில் குந்தி தேவி இரண்டு வரம் கேட்கும்போது கர்ணன் மழையாகப் பொழியும் சிவாஜியின் அந்த உணர்ச்சி மிகு காட்சியை துண்டைத் தோளின் முன்னே போட்டுக் கொண்டு கையை அகல விரித்து அங்கும் இங்குமாய் நடந்து இடையில் இடுப்பில் கையை வைத்துக் கொண்டு அவர் பேசிய விதம், அவர் ஒரு சிறந்த நடிகர் திலகத்தின் ரசிகர் என்பதாக இவரை நினைக்க வைத்தது.

சரி... போதும் என்று ஜி சொன்னபோது அவர் மேலும் ஆர்வத்தில்...

சார்... இன்னொரு ஸீன்...இன்னும் ஒரே ஒரு ஸீன்... என்று கெஞ்ச, சரி... சரி... என்று தலையாட்டினார் ஜி.

இந்திரன் மாறு வேஷத்துல கிழவனா வந்து கர்ணனோட கவச குண்டலத்தை தானமா வாங்க வந்திருப்பார் சார்... வந்திருக்கிறது இந்திரன்தான்னு சூரியபகவான் சந்நிதில கர்ணனுக்கு அசரீரி கேட்டிடும்... அப்போ அந்தக் கிழவர்ட்ட வந்து அவரை ரெண்டு கையால பிடிச்சு உட்கார வைப்பாரு கர்ணன்... அதுக்கு முன்னாடி இடுப்புல கையை வச்சிக்கிட்டு அவரைச் சுத்திச் சுத்தி வந்து பேசுவாரு... அந்த ஸீன்... அந்த ஸீன்... என்று விட்டு உட்கார்ந்திருந்த ஒருவரை எழுப்பி அவரை மாறுவேஷத்தில் வந்த இந்திரனாகப் பாவித்து,

தள்ளாத வயசு.....

தளராத நோக்கம்...

என்று வசனத்தை அப்படியே ஒன்று விடாது அவர் சொல்லித் தீர்த்தபோது...இவர் அப்படியே தன்னை

மறந்து அமர்ந்திருந்தார். அவரையறியாமல் கண்கள் கலங்கியிருப்பதை உணர்ந்தார்.

எது எதை இவர்கள் சார்ந்து இருந்தார்களோ

அதன்பாற்பட்டே மனப்பிறழ்வுக்கு ஆளாகி விட்டார்களோ?

இத்தனை ஞாபகசக்தியா? உண்மையிலேயே மனநிலை சரியில்லாதவர்கள்தானா அல்லது எப்பொழுதாவதா? அப்படியென்றால் நிரந்தரமாக இவர்கள் இங்கேதான் இருந்தாக வேண்டுமா? என்றேனும் ஏற்படும் நினைவுப் பிசகல்களுக்குக் கூட உடனிருந்து அரவணைக்க உறவுகள் தயாரில்லையா? என்ன கொடுமை இது?

மாதத்துக்கு மினிமம் அமௌன்ட் பதினஞ்சாயிரம் ரூபா... ஆளுக்கு ஏத்தமாதிரிக் கூடும் குறையும்...

எல்லாம் வசதியானவங்கதான்... அதத்தான் இங்க நீங்க கவனிக்கணும்... எவ்வளவு பைசா ஆனாலும் கொடுக்கத் தயாரா இருக்காங்க எல்லாரும்... ஆனா யாரும் கூட வச்சுப் பராமரிக்கத் தயாரில்லை...பணத்தை முதலா வச்சு நடக்கிற சமூகம் எப்டியிருக்கும்ங்கிறதுக்கு இது ஒரு உதாரணம்... கிளம்பலாமா...?

மீண்டும் ஒவ்வொருவராகச் சொல்லிக் கொண்டு, கை குலுக்கி, பிரியாவிடை பெற்றுக் கொண்டு, அந்த மலையடிவாரத்தையும், பசுமையான மலையையும், சுற்றுப் புறச் சூழலையும், மூலிகைகளோடு கலந்து வரும் மருத்துவக் காற்றினையும் சுவாசித்தவாறே நாங்கள் வாயிலை எட்டியபோது, அதுவரை நாங்கள் கவனிக்காது எங்கள் பின்னாடியே வந்த ஒருவர் கடைசியாகக் கேட்டார்.

சார்... எங்கப்பாம்மாவைக் கூட்டிட்டு வர்றேன்னு சொன்னீங்களே... அவுங்க வரல்லியா...?

திரும்பிப் பார்த்தார் ஜி. என்ன பதில் சொல்லலாம் என்று நேரம் எடுத்துக் கொண்டதுபோல் இருந்தது அவரின் அமைதி.

வருவாங்க... வருவாங்க... கண்டிப்பா வருவாங்க... வர்றேன்னு சொல்லியிருக்காங்க... ஜி தயக்கமின்றிக் கூறிய வாறே இவர் கைகளைப் பிடித்து இழுத்துக் கொண்டே வெளியேறினார். கூடவே மற்றவர்களும் பின் தொடர்ந் தனர்.

அடுத்த முறை வர்றபோது கண்டிப்பாக் கூட்டிட்டு வாங்க சார்...நா பார்க்கணும்னு சொல்லுங்க...கட்டாயம் வருவாங்க...நாலு வருஷம் ஆச்சு எங்கப்பாம்மாவப் பார்த்து... ஃபோர் இயர்ஸ்... ஃபோர் இயர்ஸ்... முனகிக் கொண்டே எங்களுக்குக் கையைக் காண்பித்துக் கொண்டு நின்றார் அவர்.

ஆகட்டும்...ஓ.கே....ஓ.கே...

திரும்பிப் பார்த்துக் கையசைத்துக் கொண்டே வெளி யேறினார் குருஜி.

என்னவோ மனதில் விபரீதமாய்த் தோன்ற இவர் கேட்டார்.

ஜி... அவுங்க ஃபாதர் மதர் எங்கிருக்காங்க...? டவுனுக் குள்ளயா? வெளியூர்லயா? எங்க?

குருஜி முகத்தில் ஒரு சிறு புன்னகையோடு அமைதி யாகக் கூறினார்.

யு.எஸ்ல...!!! ●

17

ஆதரவு இல்லத்தில் யோகா மையத்தைச் சேர்ந்தவர்களுக்கும் வழங்கப்பட்டிருந்த இனிப்புகளை வீட்டிற்குக் கொண்டு வந்திருந்தார் வித்யாபதி. ஆனால் அதை எடுத்துத் தின்னத்தான் அவருக்கு மனசில்லை. அங்கே அவர் பார்த்த காட்சிகள் விடாது அவரைச் சங்கடப் படுத்திக் கொண்டிருந்தன. கெஜலட்சுமி இனிப்பு சாப்பிடும் வழக்கமில்லை. தனக்குக் குழந்தை பிறக்க வில்லையே என்கிற ஏக்கத்தில் சந்தோஷமான பல விஷயங்களைத் துறந்திருந்தாள் அவள். அதில் இனிப்பும் ஒன்று.

காப்பகங்களில் பணத்தைக் கொடுத்துப் பார்த்துக் கொள்ளுங்கள் என்று சொல்லி விட்டு விட்டுப் போய் விடுகிறார்கள். பிரதி மாதமும் தவறாமல் பணத்தை மட்டும் காப்பகத்திற்கு அனுப்பி விடுகிறார்கள். அவர்கள் மறந்தாலும், புத்தி பேதலித்த நிலையிலும் அந்தப் பிள்ளைகள் தங்கள் பெற்றோரை மறப்பதில்லை. எப்ப வருவாங்க... எப்ப வருவாங்க... என்ற புலம்பலும் எங்கப்பாம்மாவை வரச் சொல்றீங்களா... என்னை வந்து பார்க்கச் சொல்றீங்களா... அவுங்களப் பார்க்கணும் போல்ருக்கு... என்ற விடாத புலம்பல்களும், அழுகையும் வித்யாபதியின் மனசைக் கசக்கிப் போட்டிருந்தன.

கெஜலட்சுமியின் விருப்பத்திற்கேற்றாற்போல் என்றாவது குழந்தையைத் தத்து எடுத்தாலும், விபரமறியாத இரண்டு, மூன்று வயசுக்குள்ளான கைக் குழந்தையாகவே எடுத்து வந்து விட வேண்டும்... என்று நினைத்துக் கொண்டார்.

தத்து எடுத்துக் கொண்ட பிறகு உள்ளூரிலேயே இருத்தல் ஆகாது என்றும் ஒரு எண்ணமிருந்தது அவருக்கு. வேறு எங்காவது மாறுதல் வாங்கிக் கொண்டு போய் ஒடுங்கி விடுவது உத்தமம் என்றும் எண்ணியிருந்தார். அங்கு யாரும் எந்தவிதமான கேள்விகளையும் எழுப்ப வாய்ப்பில்லை. புருஷன், பெண்டாட்டி ஒரு குழந்தை என்கிற அளவில் விஷயம் நின்று போகும். எதற்கும் வேளை வர வேண்டுமே... அந்த வேளை நல்ல சுப வேளையாக அமைய வேண்டுமே... தங்களது ஐம்பதாவது வயதில் பிள்ளை பெற்றுக் கொண்டவர்கள் கூட இந்த உலகத்தில் இல்லையா என்ன?

இதை நினைத்த போது தன் கடைசித் தங்கை ராமலட்சுமி அம்மாவின் ஐம்பது எட்டும் வேளையில்தானே ஜனித்தது என்கிற ஞாபகம் வந்தது அவருக்கு. வெட்கம் பிடுங்கித் தின்க அந்தக் குழந்தையைக் கருவிலேயே அழிக்க அம்மா என்னவெல்லாம் முயன்றாள்... யாரோ சொன்னார்கள் என்று காபிப்பொடியைத் தின்ன, சூடத்தை எடுத்து வாயில் போட்டுக் கொள்ள, பப்பாளிப் பழம் சாப்பிட....அத்தனையையும் மீறிப் பிறந்தவளல்லவா அவள்! அதனால்தான் அத்தனை புத்திசாலியாய் அமைந்தாளோ? முதலமைச்சரிடம் தங்கப்பதக்கம் பெற்றவளாயிற்றே தன் படிப்பின் முதன்மைக்காக...? என்ன ஒரு புத்திசாலித்தனம்? எந்நேரமும் படிப்பு, படிப்பு, படிப்பு...! அப்படிப் பேயாய்ப் படித்த யாரையும் அவர் பார்த்ததேயில்லை. எதையும் யாராலும் தடுக்க முடியாது. நடக்க வேண்டியவைகள் நடந்தே தீரும். எத்தனை தடைகள் வந்தாலும் மீறி வெளிப்படும்... என்பதற்கு அவள் ஒரு சிறந்த உதாரணம் தங்கள்

குடும்பத்தில். ஒரு எண்ணம் எங்கெங்கோ கொண்டு நிறுத்தியிருந்தது வித்யாபதியை.

அப்பா ஊரிலிருந்து வந்திருந்ததே அப்போதுதான் அவருக்கு புத்தியில் உறைத்தது. மூன்று சகோதரர்களில் தன்னிடம் பிரியம் அதிகம் அப்பாவுக்கு. அதிலும் இந்த மதுரையில், சோலையாயிருக்கும் அந்த வைகை காலனியில் தனி வீட்டில் வந்து கொஞ்ச நாள் இருக்க வேண்டும் என்பது அவரின் வெகு நாளைய அவா. அதை அவ்வப்போது நிறைவேற்றிக் கொண்டிருக்கிறார் தன்னிச்சையாய்.

தனியாப் போகக் கூடாது என்று பெரியண்ணா எவ்வளவோ சொல்லியும், ஒண்ணும் ஆகாது... பயப் படாதே... அதெல்லாம் போயிட்டு சேஃப்டியா வந்திரு வேன்...என்று பிடிவாதமாய்க் கிளம்பி வந்திருந்தார். நினைச்சவுடனே கிளம்பி வரணும்னா அது உங்கிட்டதான் என்று அன்பாய்க் கூறுவார். அப்பாவின் திடீர் வருகை இவனை மிகவும் மகிழ்ச்சிக்குள்ளாக்கியிருந்தது. அப்பா... அப்பா... என்று அன்பொழுக அழைத்துக் கொண்டு கெஜலட்சுமியும் விழுந்து விழுந்து உபசரித்தாள்.. எத்தனை நாளைக்கோ என்கிற பயமும் அதில் தொக்கித் தானிருந்தது. திடீரென்று கோணிக் கொள்ளும் புத்தி யுடையவளாயிற்றே கெஜலட்சுமி. அப்போது ஜெகலட்சுமி ஆகிவிடுவாள் அவள். அந்த ஆட்டம் யாராலேயும் தாங்கவே முடியாது. அப்படி எதுவும் அப்பா இருக்கும் போது நடந்துவிடக் கூடாதே என்று வித்யாபதி பயந்தார்.

அப்பா எங்கே... ஆளக் காணோம்...? - என்று கேட்ட வாறே வாசலுக்கு வந்து சற்றுத் தள்ளியிருந்த காலனி அனுமார் கோயில் பக்கம் பார்வையைச் செலுத்தினார். அங்கும் அப்பாவைக் காணோம்.

திரும்ப வந்து அமர்ந்து ஜன்னல் வழியாகப் பார்த்துக் கொண்டேயிருந்தார். ஆளைக் காணவில்லை. சாலையில்

எங்கும் தடுமாறி விடக்கூடாதே என்ற பயம். நானே போய்க்கிறேன்... எனக்கென்ன பயம்... - சொல்லிக் கொண்டே இறங்கி விட்டார். எதற்கும் ஆள் துணை நிற்பதோ, முட்டுக் கொடுப்பதோ அப்பாவுக்குப் பிடிக் காது. தனித்து இயங்குவதில் ஒரு அதீத தைரியம். அத்தோடு யாரையும் சிரமப்படுத்தக் கூடாது என்கிற நல்லெண்ணம்.

அந்தக் காலனியில் வீடு பார்த்துக் குடியிருக்க வேண்டும் என்பது இவரது வெகுநாள் ஆசை. போகும் போதும் வரும்போதும் அந்தக் குடியிருப்புவாசிகள் நடமாடுவதில் இருக்கும் ஒரு ஆசுவாசமும், சந்தோஷமும், சுதந்திரமும், அமைதியும், உள்ளேயே அமைந்த சிறிய அனுமார் கோயிலும்...அங்கேயே ஆணியடித்தாற்போல் அமர்ந்திருக்கும் தூய காவி அணிந்த பண்டாரங்களும், பக்தி ரசம் சொட்டும் பாடல்களும்... காலை மாலைகளில் காதுக்கு இதமாய் ஒலிக்கும் மந்திர கோஷங்களும் சூழலை இதமாக்கும் அடர்ந்த மரங்களும்...படிந்திருக்கும் அடர்த்தியான நிழலும், அங்கங்கே நின்று சாவகாசமாய்ப் பேசிக் கொண்டிருப்பவர்களையும் நினைக்கையில் இவருக்குள் பொறாமை கிளர்ந்தெழும். தனக்குத் தெரிய எத்தனை வருஷங்களாக அந்த சுகத்தை அனுபவித்துக் கொண்டிருக்கிறார்கள்? ஆரம்பத்திலேயே தெரியாமல் போயிற்றே? இடம் தேர்வு செய்து அங்கே வீடு வாங்கிய வர்கள் கொடுத்து வைத்த ஆத்மாக்கள்...! அதில் ஒரு குச்சிலயேனும் கைப்பற்றியாகவேணும். அங்கு குடி யிருப்பதே ஒரு கௌரவம்.

அருகிலுள்ள வைகை ஆற்றில் திட்டுத் திட்டாக சலசலத்து ஓடும் நீரும்...அதில் அங்கங்கே கல்பாவி துணி துவைத்துக் கொண்டிருக்கும் சலவையாளர்களும்...சற்றுத் தள்ளி தண்ணீர் நிரம்பி வடிகட்டி விழுவதற்கு ஏற்றாற் போல் அமைந்த ஆற்றின் இரு கரைகளையும் அணைத்த தடுப்பணையும்...வழிந்து தேங்கி நிற்கும் தண்ணீரில்

பளீர்... பளீர் என்று குதித்துக் கும்மாளமிட்டுக் குளிக்கும் சிறுவர்களும், அவர்களை விரட்டிக் கொண்டே அந்த வாண்டுகளின் கும்மாளத்தை ரசிக்கும் பெரியவர்களும்.... ஆஉறா...என்னவொரு அருமையான சூழல்....!!! வீட்டிலிருந்தால் அத்தனை காட்சிகளும் இனிய ரசனைக்கு...

அவரையறியாமலே அந்த இடத்தின் மீது ஒரு ஏக்கம் படிந்து போனதை அறையில் படுத்திருந்த அந்த ஞாயிற்றுக் கிழமையின் உறக்கம் வராத இரவினில்...வந்து கலைத்தவர் மேன்சனின் பொறுப்பாளர் விக்டர் விஸ்வாசம். மேனாள் மிலிட்டரி மேஜர் ஜென்ரல். அது அவர் மேன்சனில் பாச்சலராய்க் குடியிருந்த காலம்.

என்னா ஒரு விஷயம்னா... எனக்குப் பொருந்துறாப்புல நிர்வாகப் பிரிவுக்கு விருப்பம் கொடுத்து மாறிக்கிட்டேன். அட்மினிஸ்ட்ரேஷனைக் கெட்டியாப் பிடிச்சிக்கிட்டேன் நான்...கைல துப்பாக்கி தூக்குற அவசியம் வந்ததில்லை... ஆனாலும் என் முன்னாடி அத்தனபேரும் நின்னு சல்யூட் அடிக்கிற தேவையை மட்டும் கடைசி வரைக்கும் விட்டுக் கொடுத்ததில்ல...ஒருத்தரும் என்கிட்ட வந்து குறைன்னு நிற்கக் கூடாது... அந்தளவுக்குப் பெர்ஃபெக்டா வச்சிருந்தேன்...கமான்டோஸ் அத்தனை பேருக்கும் என் மேலே அவ்வளவு மரியாதை... அவங்க தேவை என்னன்னு பார்த்துப் பார்த்துச் செய்திடுவேன்....ஃபர்ஸ்ட் டென் கிலோ மீட்டர்ஸ் ரேடியஸ்ல எங்க ட்ரூப் இருந்ததால... சண்டைன்னு வந்திடுச்சின்னா முதல்ல எங்களுக்குத்தான் அழைப்பு வரும்....அந்த மாதிரிச் சமயங்கள்ல நான்தான் அவங்க எல்லாருக்கும் கியாரண்டி.... அது ஒரு பொற்காலம்...

சொல்ல ஆரம்பித்தார் என்றால் பழைய இனிய நினைவுகளில் மூழ்கிவிடுவார் விஸ்வாசம். பெயருக்கேற்றாற்போல் தேசத்திற்கானது இந்த உடல் பொருள் ஆவி என்று இன்றும் உயிர் மூச்சாய்த் தெரிவித்துக் கொண்டேயிருப்பது அவர் வழக்கம்.

என்ன வித்யாத்தம்பி....அல்லாரும் சுருண்டு இழுத்துக் கொறட்டை விடுற நேரத்துல இப்டிக் கொட்டக் கொட்ட உட்கார்ந்திருக்கீக...என்னாடா...இந்தப் பையன் ரூம்ல மட்டும் இந்நேரத்துல லைட் எரியுதேன்னுல்ல ஓடியாறேன்...

தூக்கம் வரலை... மேஜர்..... என்னவோ மனசைப் போட்டு உழட்டுது.....

ஊர் நெனப்பு வந்திடுச்சாக்கும்....விட்டுத் தள்ளுங்க... அதான் பெரியண்ணன்ட்ட இருந்திக்கிறோம்னு போயிட் டாகள்ல... பெத்தவங்களுக்கு மூத்தவன்ட்ட இருந்தாத்தான் மனசு நெறயுமாக்கும்... என்னாதான் நீங்க ஓடி ஓடிச் செய்தாலும்...அதுல திருப்தி வராது... அதான் கௌம்பிட் டாக... சீக்கிரம் கல்யாணம் பண்ணப் போறீகள்ல... பெறவு என்ன...? கவலைய விடுங்க...ஒய்ப்ஃபை கூட்டிக் கிட்டு... இங்கயே வந்திடுங்க...

அப்டித்தான் ஜி..... அதுபத்தித்தான் யோசிச்சிட்டு இருந்தேன்....உங்க கிட்டக் கேட்கணும்னு.....

என்னா செய்யணும் சொல்லுங்க... உங்களுக்கில்லாததா... செய்திடுவோம்...

நம்ப வைகைக் காலனில எனக்கு ஒரு வீடு பார்க்கணும் ஜி....யாரையாச்சும் தெரியுமா உங்களுக்கு....?

ஆத்தாடீ... அவ்விடமா...? எடம் கிடைக்கிறது படு கிராக்கியாச்சே..... ரொம்ப ஆச்சாரமா இருக்கிற ஆளு களாச்சே...போகைல வரேல பார்த்திருப்பீகளே....மடிசார் மாமிகள? கையெடுத்துக் கும்பிடணும் போல இருக்கும்...

அதான் ஜி..... எனக்கு எப்டியாச்சும் அங்க ஒரு வீடு பார்த்துக் கொடுத்திடுங்களேன்...ரொம்ப ஆசையா இருக்கு...அங்க மட்டும் குடி போயிட்டேன்னு வச்சுக்குங்க... நாளப் பின்ன நான் சொந்தமா வீடு கட்டினாக் கூட, கட்டின வீட்டை வாடகைக்குத்தான் விடுவனேயொழிய...

அந்தக் காலனி வீட்டை மாத்த மாட்டேன்...அம்புட்டு ஆசை அந்த எடத்து மேலே....தெய்வீகமா நிறைஞ்சு வழியுது...எனக்காகச் செய்யுங்களேன்....வாடகை எம்புட்டானாலும் பரவால்ல...

அட்டேங்கப்பா.... இப்பத்தான் நிச்சயம் ஆகியிருக்கு... அதுக்குள்ளேயும் இவ்வளவு வேகமா...? அங்க குடி போயி கற்பனைல பிள்ளையே பெத்துடுவீக போல்ருக்கே... தனி வீடுதான் ஒண்ணு ரெண்டு கிடக்கும்னு நினைக்கிறேன். அபார்ட்மென்ட் ப்ளாக்குகள்ல இருக்கிற மாதிரித் தெரில...

என்னா ஜி... தனி வீடுன்னா ரொம்ப வசதியாப் போச்சு... ஒரு நல்ல, கண்ணியமான, கௌரவமான ஏரியாவுல போய் குடியிருக்கணும்னு நினைக்கிறது தப்பா..... என் ஒய்ஃப்புக்கு என் மேலே ஒரு மதிப்பும், மரியாதையும் வரவேணாமா...? அவள ஒரு நல்ல எடத்துல பாதுகாப்பா குடி வைக்க வேணாமா?

ஓ.கே... மிஸ்டர் வித்யாபத்........ செய்துட்டாப் போச்சு... அங்கே வெங்கட்ராம்ஜின்னு ஒருத்தர் இருக்கிறாரு... அவர்ட்டக் கேட்டுப் பார்க்கிறேன்...அவர்தான் இன்சார்ஜ்... அவர் மனசு வச்சா நிச்சயம் இடம் படியும்..... கவலைய விடுங்க... நானாச்சு அதுக்குப் பொறுப்பு..... இப்ப லைட்டை அணைச்சுட்டுப் படுங்க... மணி ஒண்ணாவப் போவுது - சொல்லிவிட்டு எழுந்து கிளம்பியபோது... விளக்கையும் அணைத்தார் விஸ்வாசம்..... அவரின் தன்பாலான உரிமை அது. காலங்கள் ஓடிப் போனது. இன்று வரை ஒரு குழந்தை பிறக்காததுதான் பெரிய மனக்குறையாய் இருந்தது. தான் கூட மனசை சமாதானப்படுத்திக் கொண்டாலும் ஜெலட்சுமியைத் தேற்றுவது இயலாது என்றே தோன்றியது.அவ்வப்போது அப்பா வந்து வந்து போவது ஒரு பெரிய ஆறுதல். கவலப்படாதே... பொறக்கும்... பொறக்கும்... உங்களுக் கென்ன வயசு முத்திடுத்தா...?

...அவளுக்கும் உனக்கும் ஆறோ, ஏழோ வித்தியாசம். ஒரு பிள்ளை நிச்சயம். கொஞ்சம் பிரசவம் மட்டும் கஷ்டப்படும்... உங்க ரெண்டு பேர் ஜாதகமும் அப்படித் தான் சொல்றது...குலதெய்வத்தை வேண்டிக்கோ... நானும் வேண்டிண்டுதான் வருஷா வருஷம் போயிட்டு வந்துட்டிருக்கேன்...

அப்பாவின் வார்த்தைகள் மிகுந்த தெம்பளிப்பவை. கூடவே இருந்து விடக் கூடாதா என்று தோன்றும். ஆனாலும் பெரியண்ணாவிடம் சென்று அடைந்து விடுவதுதான் அவருக்கு மனச் சமாதானமான ஒன்று.

வந்ததும் வராததுமாக அப்பாவே சில பணிகளை எடுத்துக் கொண்டதுதான் ஆச்சரியம். ரொம்ப நாளாய் அங்கேயே இருப்பதுபோல் இயல்பாக ஆரம்பித்து விட்டார். அங்கு வரணும் என்று அப்பா சொல்லுவார் என எதிர்பார்க்கவேயில்லை. முதலில் கிடைத்ததே மூன்றாவது மாடிதான். முன்னமே தெரிந்திருந்தால் தரை தளத்திற்கு முயன்றிருக்கலாம். கிடைக்காதுதான் என்றிருந் தார் வித்யாபதி. அதிர்ஷ்டவசமாய் ஒருவர் குடும்பத்தோடு பம்பாய் நகர்ந்தார். கப்பென்று பிடித்துவிட்டார்அந்தத் தனி வீட்டை. ரகசியமாய் ஒருவருக்கொருவர் சொல்லி வைத்துக் கொள்கிறார்கள். என்று தெரிந்து அதையே இவரும் பின்பற்றியிருந்தார். அந்த சீனியாரிட்டியில் அவரே முதலாயும் நின்றார். அத்தனை டிமான்ட். கேட்டால் உறவினர் என்று வேறு சொல்கிறார்கள். எப்படி நம்புவது?

அப்பாவுக்கு வைகை காலனி என்றாலே சொர்க்கம் தான். மீதிக் காலத்தை அங்கேயே தனியே கழிக்கிறேன் என்றாலும் சரிதான் என்பார்.

குடித்தனம் வைக்க அங்கயா எடம் பார்த்திருக்கே... பேஷ்... பேஷ்...என்றவர் இப்படி ஒரு விருப்பத்தை மனதில் வைத்திருப்பார் என்று தெரியாது. அண்ணாவின் ஃபோன்தான் அதை உறுதிப்படுத்தியது.

வித்யா... நான் ராமண்ணா பேசறேன்...அப்பா நாளைக்கு வைகைல கிளம்பி அங்க வர்றார்...ஜங்ஷன் போய் அழைச்சிட்டு வந்திடு... சரியா...? கொஞ்ச நாளைக்கு அங்க இருப்பார் போலிருக்கு....நீ அந்தக் காலனில கீழ் வீடு பார்த்திருக்கேன்னு சேதி கேட்டதும் ஆள் தயாராயாச்சு... வந்ததுலேர்ந்தே மனசு இங்கே இல்லன்னு வச்சுக்கோ... இப்போ இது ஒரு பலமான சாக்காச்சு... கிளம்பிட்டார்... முதல் முறை அப்பா வந்திருந்த அந்த நாட்கள் கடவுளே வந்து ஆசீர்வதித்தது போலிருந்தது வித்யாபதிக்கு.

ஒரே ஆச்சரியம். முன் தகவல் எதுவும் இல்லாமல் சடனாக அப்படிப் புறப்பட்டு வருவது அவருக்கான உரிமையைப் பறைசாற்றுவதாகவே இருந்தது. எட்டு மணி நேரம் உட்கார்ந்தே வர வேண்டுமே என்பதை நினைத்த போது அப்பாவின் அவசரமும், விருப்பமும்தான் முன்னே நின்றது. ஜங்ஷனிலிருந்து டாக்சியில் ஏற மாட்டார். பஸ் போதும் என்பார். விடக்கூடாது. உடம்பு புண்ணாகி வந்திருப்பார். ஆட்டோவிலாவது கொண்டு வந்து ஆளை இறக்கியாக வேண்டும்.

என் பிள்ளை... அங்கிருக்கான்... அவன்ட்டப் போறதுக்கும் வர்றதுக்கும் நான் அனுமதி வாங்கணுமா என்ன? நினைச்சா நினைச்ச எடத்துக்குக் கிளம்பிப் போவேன், இருப்பேன், வருவேன்... அது என் இஷ்டம்... யார்ட்ட முன்கூட்டி சொல்லணும், பர்மிஷன் கேட்கணும்...? நீ இங்க கிட....நான் ஜாலியா போய்ட்டு வர்றேன்...அடேயப்பா... எத்தனை துள்ளல்...!!

உங்களை யாரு போக வேண்டாம்னு சொன்னாங்க? நல்லா சந்தோஷமாப் போயிட்டு வாங்க... எனக்கு இங்க இருந்தாப் போதும்..... வர்றேன்னு ஒரு சேதி சொல்றதுல என்ன தப்பு? நீ சொல்லிடுப்பா ராமா...அவர் எப்பவும் அப்டித்தான்...ஜாலியாப் போறாராம்... பேச்சைப்பாரு... வயசு திரும்பறது...!! –

．அப்பாவுக்கு இளம் பிராயத்திலிருந்தே இவரிடம் தனிப் பிரியம். வித்யா... வித்யாபத்... என்றுதான் அழைப்பார். பதி... என்று கூப்பிடவே மாட்டார். அவராகக் கண்டு பிடித்த பெயர் அது. அருகில் படுக்க வைத்துக் கொள்வார். ராத்திரி அணைத்துக் கொண்டு தூங்குவார். அப்பாவின் மணம் இன்றும் நாசியில்.

அப்பா பால் வாங்கிக் கொண்டு திரும்பிக் கொண்டிருந் தார். சுற்றிலும் பார்வை படர்ந்திருந்தது. என்னென்ன கடைகள் புதிதாய் வந்திருக்கின்றன..புதிய கட்டடங்கள் எவை... அந்த ரூட்டில் பஸ்கள் என்ன எண்களில் ஓடுகின்றன....அந்தக் காபிப் பொடிக் கடைக்காரர் இருக் கிறாரா... என்று ஒவ்வொன்றையும் நுணுக்கமாய் ஆராய்வார். அவர் அப்பாவின் நண்பர். பொன்னகரத்தில் இருக்கையில் சாயங்காலம் அங்கு சென்று அவரோடு உட்கார்ந்து பேசிக் கொண்டிருப்பார். காபிப் பொடி வாங்கப் போய் வயதொத்த அந்த கடைக்காரர் பழக்கமாகிவிட்டது. அவருக்கும் அப்பாவைப் பிடித்துப் போனது. யாருக்குத்தான் பிடிக்காது. அங்கு உட்கார்ந்து கொண்டு விற்பனைக்கு உதவுவதும், வேடிக்கை பார்த்துக் கொண்டே பேசியவாறு பொழுதைக் கழிப்பதும் அந்த நண்பர் கொடுத்த இடம். நெஞ்சத்து அக நக நட்புதான் நட்பு என்பது அவருடைய தியரி.

ஒரு சமயம் சர்ச் வாசலில் நின்று கொண்டிருந்தார் அப்பா. உள்ளே பிரார்த்தனை நடந்து கொண்டிருந்தது.... எவ்வளவு நேரம்ப்பா... வாங்க போகலாம் என்ற போது கொஞ்சம் இரு...ஜெபம் முடியட்டும் என்றார்...என்ன ஒரு லயிப்பு? எல்லா சாமியும் ஒண்ணுதாம்ப்பா... என்பார். மனதில் எளிமை கொண்டவனுக்கு வித்தியாசங்கள் வேறுபாடுகள் கிடையாதுதான். மேலும் அப்பா எந்த சுயநலமும் இல்லாதவர். எங்களுக்காகவே தன் வாழ்க்கையை அர்ப்பணித்தவர். சுயநலம் இல்லாதவனே மேலான ஆன்மீகவாதி.

கடைநிலை 153

காலம்பற என்னை எழுப்பு...நான் போயிட்டு வர்றேன்... இந்தப் பக்கம் ஞானஒளிவுபுரம் வரைக்கும் நீளக்க நடக்குறது எனக்கு ரொம்பப் பிடிக்கும்...அந்தக் கடைசி அரசரடி வரைக்கும் போயிட்டு திரும்பைல வாங்கிட்டு வந்திடுவேன்...வசந்தம் ஸ்டோர்ஸ் வாசல்ல இருக்கிற டெப்போதானே... எனக்குத் தெரியும்... நாம பொன்னகரத்துல இருக்கைலயும் அங்கதானே வாங்கு வோம்... அந்தப் பக்கத்துக்கும் அதுதானே கிட்டக்க இருக்கிற பால் பூத்... டெப்போ நம்பரச் சொல்லித்தானே பால்கார்டே வாங்குவோம்... - என்று சொல்லிவிட்டு படுக்கை அருகே துணிப்பையையும், பால் கார்டையும் வாங்கி வைத்துக் கொண்டார்.. அப்போதே தயாராகி விட்டார்தான். அவர் வந்ததில் அவ்வளவு திருப்தி இவனுக்கு.

மனிதன் தனக்கென்று அமைந்த சூழலை ரசிக்கக் கற்றுக் கொள்ள வேண்டும் அமைந்த வாழ்க்கையையும் நேசிக்கத் தெரிய வேண்டும். எளிமையான மனம்தான் இதற்கெல்லாம் இடம் கொடுக்கும். அப்பா அப்படித்தான். இருப்பது போதும் என்றிருப்பவர். அவரின் தேவைகள் மிக மிகக் குறைவு. இது வேணும், அது வேணும் என்று என்றுமே கேட்டதில்லை. நாமாக வாங்கி வைப்பதை, கொடுப்பதை திருப்தியோடு பெற்றுக் கொள்வார். அவருக்கென்று ஏதேனும் எதிர்பார்ப்பு இருக்கிறதா என்பதே சந்தேகம்தான். இருக்கும் ஒரு கதர்ச் சட்டையை எடுத்து மாட்டிக் கொண்டு கிளம்பி விடுவார். அது பொருத்தமாய் இருக்கிறதா, தொள... தொளவென்று தொங்குகிறதா... என்பதெல்லாம் கணக்கில்லை. உடம்பை மறைக்க ஒரு துணி... அவ்வளவே... வெறும் துண்டோடு இருந்தவர்தான் அப்பா. வேலைக்குப் போக வேண்டாம் என்று சொல்லிச் சொல்லி ஆளைப் பிடித்து நிறுத்தி... வீட்டோடு இருக்க ஆரம்பித்த பின்னாடிதான் இந்தச் சட்டை முளைத்தது.

டீ ஷர்ட் வாங்கித் தர்றேம்ப்பா... குளிருக்கு அடக்கமா இருக்கும். அழகாவும் இருக்கும்...போட்டுக்குங்க - அண்ணா சொல்லத்தான் செய்தான்.

இந்த வயசுல எனக்கு என்ன அழகு வேண்டிக் கிடக்கு... அதெல்லாம் நீங்க போட்டுக்கிறது... நான் மாட்டிட்டு அலைய முடியுமா? சிரிப்பாங்க எல்லாரும்... எனக்கு ஒரு கதர்ச்சட்டை வாங்கு... அது போதும்...

கதர்ச்சட்டை என்று அப்பா சொன்னதுதான் ஆச்சரியம். வெகு நாளாய் மனதில் இருக்கும் ஆசையாய் அது இருக்குமோ? சொந்த ஊரில் இருக்கையில் அம்மா ராட்டையில் நூல் நூற்று, சிட்டம் போட்டு, கதர்க் கடையில் கொடுத்து அப்பாவுக்குப் போர்த்திக் கொள்ளத் துண்டு வாங்கித் தருவாள். வெளியே காசு கொடுத்து வாங்கியதாகச் சரித்திரமில்லை. இருக்கும் ரெண்டு துண்டில் ஒன்று கிழிய, அம்மா சிட்டம் தயாரித்து ரெடியாய் வைத்திருக்க. காலமும் நேரமும் மிகச் சரியாய்ப் பொருந்தி வரும். புதுத் துண்டை அப்படி விரித்து உதறி, பின்பக்கமாய் வீசி முதுகில் போர்த்தும் அந்த வேளை, தோள் கண்டேன் தோளே கண்டேன் என்று அந்தத் துணி அப்பாவின் நிமிர்ந்த புஜங்கள் கொண்ட பரந்த முதுகில் அப்படிப் பொருந்தி உட்கார்ந்து கொள்ளும். போதுமென்ற மனமே பொன்செயும் மருந்து... மனத் திருப்தியோடு வாழ்பவர் சிலர்தான்....! இருப்பதைக் கொண்டு சிறப்புடன் வாழும் இலக்கணம் படித்தவர் அப்பா.

ஆசைகள் மனிதனை எப்படியெல்லாம் அலைக்கழிக் கின்றன. அவைகளே துன்பத்திற்கும் காரணமாய் இருக்கின்றனவே...! உலகத்தின் துன்பங்களுக்கெல்லாம் பிரதானமாய் இருப்பது அதுதானே...! அதிலிருந்து விடுபட முடியாமல் மனிதன் எவ்வாறெல்லாம் தவறு செய்கிறான்... தத்தளிக்கிறான்... ஆனால் அப்பாவைப்போல் சிலபேர் அங்கங்கே இருந்துகொண்டுதானே இருக்கி

றார்கள். இது போதும் என்று...அப்பாவின் அந்த "இது போதும்" எங்களுக்கான தாரக மந்திரம்.

வெளியே யாருடனோ நின்று பேசிக் கொண்டிருந்தார். முதன் முறையாய் நோக்குபவர்கள் அவரோடு பேசாமல் நகர முடியாது. ஏதோ ஒன்று அவரிடம் ஈர்க்கிறது. யாரிடம் பேசினாலும் பெரியவர்கள், சின்னவர்கள் என்று பாராமல் பணிவோடும், அடக்கத்தோடும், புன்னகையோடும் அபிப்பிராயங்களைப் பக்குவமாய் முன் வைப்பவர் அப்பா. எதிர்க்கருத்துக்கள் இருந்தாலும் எதிர்வினையாற்றாதவர். அப்படியானவர்களைத்தான் இந்த உலகம் விரும்புகிறது. அந்த முதிர்ச்சி அப்பாவிடம் தென்படும்.

நீ எதாச்சும் மறுத்துச் சொல்லிப் பாரு... அடுத்தாப்ல உன்னோட யாரும் பேச வரமாட்டாங்க... மனுஷாளோட குணமே அப்டித்தான்... நல்லாப் பழகினப்புறம் லேசுபாசா சொன்னம்னா ஏத்துப்பாங்க... அதுவரை பொறுத்துக்கத் தான் வேணும்... அப்பத்தான் நம்மளச் சுத்தி நாலு பேர் இருப்பாங்க....மனுஷன்னா அவனுக்கு நாலு பேர் கண்டிப்பா வேணும்...

ஆளுக்கு ஆள் கருத்து மாறத்தான் செய்யும்... அஞ்சு விரலும் ஒண்ணாவா இருக்கு... என்று ரொம்ப சிம்பிளாகச் சொல்லி விடுவார். அவருக்குப் பகையென்றோ, சண்டை என்றோ ஓராள் இந்த உலகத்தில் கிடையாதுதான். இறைவன் படைப்பிலான அத்தனையையும் நேசிக்கும் இனிய மனப்பான்மை எங்கிருந்து அப்பாவுக்குள் வந்து படிந்தது என்பது புரியாத புதிர்.

அவரின் பார்வை அனுமார் கோயிலின் பண்டாரங்களின் பக்கம் நின்று நிலைத்திருப்பதை உணர முடிந்தது. முன்பு மொத்தக் குடும்பமும் இங்கிருந்தபோது... அது அண்ணா இங்கு பணியாற்றிய காலம்...ஒரு முறை பழனி கோயிலுக்குச் சென்ற வேளையில், படியேறுகையில்

பார்த்த ராமையாப் பண்டாரத்தைக் கண்டு பாதி வழியிலேயே அப்பா நின்று விட்டதும், நீங்க தரிசனத் துக்குப் போங்கோ... நான் பின்னாடி வர்றேன் என்று அவரோடு பேச உட்கார்ந்து விட்டதும், கோயிலுக்கு வந்துட்டு இப்டிப் பண்டாரம் பரதேசியோடெல்லாம் உறவாடிண்டிருக்காரே என்று அம்மா கோபம் கொண்ட தும், என்னய்யா இப்டி வந்து கிடக்கீரு...என்று கேட்ட மாத்திரத்தில்..... .நல்லாயிருக்கீங்களா....என்று கண்டு கொண்ட அவன் ரெண்டு கையையும் விரித்துத் தூக்க அதை அப்படியே அப்பா ஆதரவாய் அணைத்து வாங்கிக் கொண்ட அந்த மெய் சிலிர்க்கும் காட்சி... யாருக்குத்தான் மறக்கும்....? எளிமையான மனசு எந்த கௌரவத்தைப் பார்க்கப் போகிறது? மேலென்ன கீழென்ன... அன்புதான் பிரதானம்.

ராமையா ஊரில் பால் ஊற்றும் கோவாப்ரேடிவ் பால் பண்ணை வெண்டர். தினசரி வண்டியெடுக்கும்போதும் அலுப்புத்தான் அவருக்கு. கருத்த தேகத்தில், பரந்த முகத்தின் அகன்ற நெற்றியில் பளபளக்கும் திருநீறு. நடுவில் ரூபாய் அளவுக்கு உருண்டு திரண்டிருக்கும் சந்தனமும் அதன் மேலாய்ப் பதித்த அடர்த்தியான குங்குமமும். இத்தனைக்கும் ராமையா கட்டை பிரம்மச்சாரி... அதெல்லாம் கணக்குக் கிடையாது அவருக்கு. உச்ச பட்சக் கடவுள் பக்தி. மாடுகள் அத்தனை யும் கறந்து முடித்தபிறகு... கேனில் ஊற்றி, வரிசைப்படுத் நிறுத்தி, அவற்றுக்கும் பட்டையிட்டு, பொட்டிட்டு, விடிகாலை பூஜை முடிந்த பிறகுதான் உள் விநியோகம் மற்றும் வெளி விநியோகம். கிணி...கிணி...கிணி...கிணி... என்று பால் வண்டி ரவுன்ட்சுக்குக் கிளம்பும்போது மணி ஆறைத் தொட்டிருக்கும். அதற்குள் பால் வண்டி வரல்லயே... பால் வண்டி வரல்லயே... என்று தெருவே வாசல் தெளித்துக் கோலத்தைப் போட்டு விட்டு ஒரு வாய் காபிக்குத் தவித்து நிற்கும்...!

ராமையாவக் காணலியே... நீங்க பார்த்தீங்களா... பால் வண்டி இப்டிப் போச்சா... யாருக்குமே தெரிலயே... என்னாச்சு இன்னிக்கு....?

இல்லங்க... இன்னைக்கு ஈஸ்வரனாயிருக்கும்... அவன் எப்பவுமே கொஞ்சம் லேட்டாத்தான் வருவான்... தெரு வாசலில் வீட்டுக்கு வீடு முளைத்திருக்கும் முகங்கள். மணக்க மணக்க காபியை ஒரு வாய் ஊற்றவில்லையென்றால் அன்றைய பொழுதே விடிந்ததாக ஆகாது... அவர்களுக்கு...

நா போகலய்யா... வேற யாரையாச்சும் அனுப்புங்க டிரிப்புக்கு. ஏறக்குறைய முன்னூறு வீடு இந்த மூணு தெருவுல... குறைஞ்சது நூத்தம்பது லிட்டர் இருக்குதா... சொல்லுங்க... போறேன்... ஏதோ நிரவி ஊத்தி, சமாளிச் சிட்டு வர்றேன்...இல்லன்னா ஆள விடுங்க... கேட்குற பாலைக் கொடுக்கலைனா... நாக்கப் பிடுங்கிக்கிற மாதிரிக் கேள்வி கேட்பாக... நம்மால பதில் சொல்ல ஏலாது... கமுக்கமா வண்டிய நகத்துனா...அந்தப் பேச்சுப் பேசுறாக... மாமிகளச் சமாளிக்க முடில...... .வாங்கின கூப்பனுக்கே பால் தரமாட்டேன்னா எப்டின்னு கேட்குறாங்க... நீங்களாயிருந்தா பதில் சொல்லிடுவீங்களா...? யாரை யாச்சும் ஆள மாத்தி அனுப்புங்கங்கிறேன்... போயிட்டு வரட்டும்... அப்பத்தான என் அருமை தெரியும்...! நா ஒருத்தனே தெனம் படணும்னா இருக்கு...?

இப்படியே அலுத்துக் கொண்டு, அதோடு அதாய் வண்டியை நகர்த்தி வருவார் தெருவுக்குள். அன்றாடம் செத்துச் செத்துப் பிழைக்கும் பிழைப்பு. எந்தெந்த வீடுகளுக்கு எவ்வளவு பால் தேவை என்கிற கணக்கு அவர் மனத்தினில் படிந்திருக்கும். அளந்தும் நிரந்தும் ஊற்றி அனைவரையும் முடிந்த அளவு திருப்திப்படுத்தி, மூன்று தெருக்களையும் கடந்து வெற்றிகரமாக தேர் நிலைக்கு வருவதுபோல் மீண்டும் பண்ணைக்குள் வெறும் வண்டியாக நுழையும் பாங்கே தனி. அந்தப் பண்ணையில் தான் மட்டுமே தாங்க முடியாத கஷ்டத்துக்கு ஆளாவ

தாய்க் கருதி, சேர்மனும், செகரட்டரியும் வந்து உட்கார்ந் திருக்கிறார்கள் என்பதைப் பார்க்காதது போலவே அன்றாடப் பணிகளில் எத்தனை சிரமங்களை அனுபவிக் கிறோம் என்பதைக் கொட்டித் தீர்த்து விடுவார்.

ராமையா...என்னாத்துக்கு இப்டி கால வேளைல கரச்சல் பண்ற...அட்வான்சு வேணுமா... கமுக்கமா வாங்கிட்டுப் போ... மாடுக பால் கறக்க வந்திருக்கிற வேளைல மெம்பருக முன்னாடி இப்டிப் பேசிக்கிட்டுத் திரியாத...அவுக நம்ம சங்கத்தப் பத்தி என்ன நெனப்பாக... புரிஞ்சிதா... - செக்ரட்டரி பதவாகமாகத்தான் சொல்வார். சேர்மன் மனசுக்குள் கொதித்துக் கொண்டிருப்பார்...

அவன் என்னாய்யா...ரொம்பத் துள்றான்... தெனம் பெரிய்யா பஞ்சாயத்தால்ல இருக்கு... இருக்கப் பிரிய மில்லன்னா போகச் சொல்லுய்யா... வேறே ஆளப் பார்த்துக்கிடுவோம்... நம்ம சங்கிலியப் பழக்கி விடுவோம்...

நல்லாச் சொன்னீங்க நீங்க... பால் கறக்குற ஆளப் போயி...டிரிப்புக்குப் போன்னா ஒத்துக்குவானா... ஏற்கனவே விரல் வீங்கிப் போய்க் கெடக்கான்... தர்மாஸ் பத்திரிக்குப் போயி கைல பாண்டேஜ் சுத்திட்டான்... பொழப்பு நாறிப் போகுமாக்கும்..... என் ஓராளால முடியாது, ஆள் போடுங்க... இல்லாட்டி சம்பளத்தக் கூட்டுங்கன்னுட்டிருக்கான்... விடுங்க... விடுங்க... அப்டித் தான் இருக்கும்...சமாளிச்சிட்டே ஓட்ட வேண்டிதான்... - சில்லுண்டிப் பிரச்னைகளோடுதான் பயணித்துக் கொண்டிருந்தது கூட்டுறவுப் பால் பண்ணை. அது ஒரு காலம்.

ஆன மட்டும் நிர்வாகம் முயன்றுதான் பார்த்தது. பண்ணைக்கு வரும் மாடுகளை அதிகரிக்க எவ்வளவோ முயற்சிகளை எடுத்தது. கூட்டுறவுப் பால்பண்ணையின் மகத்துவத்தை எடுத்துச் சொல்லி எத்தனை விளம்பரம் செய்தாலும், மக்களை ஒரு வளையத்துக்குள் கொண்டு

வந்து நிறுத்துவது துர்லபம். மலிவு விலையில் எள்ளுப் புண்ணாக்கு, கடலைப் புண்ணாக்கு என்று விடாது கொடுத்தும் பலனில்லை. குறிப்பிட்ட எண்ணிக்கையிலான மெம்பர்களுக்கு மேல் அதிகரிக்கவே முடியவில்லை...! பால் வரத்தும், சப்ளையும் நாளுக்கு நாள் குறையத்தான் செய்தது. காலப்போக்கில் அரசு பால் கொள்முதல் செய்து விற்கப் போகிறது என்கிற மாற்றம் தவிர்க்க முடியாததானது.

அன்றாடம் செத்துச் செத்துப் பிழைக்க வேண்டிர்க்கு... பத்துத் தேதில ஒரு அட்வான்சு... இருபதுக்கு மேல இன்னொண்ணு...இப்டி வாங்கிட்டேயிருந்தா... மாசங்கூடி சம்பளத்தன்னிக்கு என்னதான் கைல வரும்...? என்ன பெரிசா கொடுக்குறாக... தெருவுல ஏச்சு வேறே... இது ஒரு பொழப்பா சாமி... என்னவோ ஆத்தமாட்டாம ஓடிட்டிருக்கு... என்று குறைபட்டுக்கொண்டே திருப்தி யில்லாமல் கழித்த ராமையா ஒரு கட்டத்தில் ஆளே இல்லாமல் போனார். நீங்கென்னய்யா என்னை அனுப்பறது...நானே போறேன்....!! இங்கருந்து எங்க போனாலும் நல்லாத்தான் இருப்பேன்...

நூறோ, இருநூறோ... என்ன கொடுத்தாரோ அப்பா... ராமையாவுக்கு அப்டி ஒரு சந்தோஷம்...இருங்க சாமி... காப்பி வாங்கியாரேன்...என்று ஓட...எதில் வாங்கப் போகிறான்...ஒருவேளை அந்தத் திருவோட்டிலேயே வாங்கி வந்து விடுவானோ என்று பார்த்திருக்க... சூடு பொறுக்காமல்... சாமி... சாமி..இந்தாங்க பிடிங்க... என்று க்ளாஸை ராமய்யா நீட்ட... தள்ளி நின்று காத்துக் கொண்டிருந்த வேளையில்... உங்கப்பாவுக்கு ஒரு விவஸ்தையே கெடையாது... என்றும் கோயிலுக்கு வந்த வேளையில் வெறும் வயித்தோட போகாமே என்னெல் லாம் கேடு பண்றார் என்று அம்மா அலுத்துக் கொண்டதும்... உலகத்துல மனுஷாளோட அன்புக்கு மீறின விஷயம் எதுவுமே கிடையாதாக்கும்... இதுனால

எதாவது பங்கம் வந்திடுத்துன்னு நீ நினைச்சேன்னா... நா சன்னதிக்குள்ளயே வரல்லை... போதுமா...? என்று அப்பா சொல்லியது கல்வெட்டுப் போல் மனதில் பதிந்துதான் கிடக்கிறது. அன்பிற்கும் உண்டோ அடைக்கும் தாழ்...!

இந்தா... கெஜா... பாலை எடுத்துக்கோ...எனக்கு ஒரு காபியை மட்டும் கலந்து கொடு...வாய்க்காலுக்குப் போயிட்டு வந்துடறேன்....-

அதிர்ந்தாள் கெஜலட்சுமி. அப்பா... அங்கெல்லாம் போய் குளிக்காதீங்கோ... அது தேங்கிக் கிடக்குற தண்ணி... ஓட்டமில்லே... சொரி வந்துடும்... - மருமகப் பெண் அக்கறையோடு சொன்னதை உடனேயே மறுக்க வேண்டாம் என்று அமைதி காத்தார் வெங்கடேசன். அங்கிருந்து பார்த்தால் ஆற்றில் தண்ணீர் தேங்கிக் கிடப்பதுபோல்தான் தெரியும். குறுக்கே தடுப்பணை யிலிருந்து தண்ணீர் இடைவிடாது விழுந்து கொண்டிருக் கிறதென்றாலே ஓட்டமிருக்கிறது என்றுதானே பொருள். இல்லையென்றால் தேங்கித் தேங்கி குளம் ஆழமாகி விடுமே...!... சின்னஞ் சிறுசுகள் தவ்வித் தவ்விக் குளிக்கும் காட்சி- அத்தனை ஆழமில்லாத இடத்தில் மட்டுமே சாத்தியம் என்பதை முதல் நாள் வெளியே போய்விட்டு கால் கை அலம்பிக் கொண்டு வந்தபோதே கூர்ந்து பார்த்து முடிவு செய்து கொண்டு விட்டார். ஓட்டமில்லை யென்றால் சலவையாளர்கள் அங்கங்கே கல் பாவி துணிகளைத் துவைத்து அலச முடியுமா? அப்போதே தினசரி அங்குதான் குளிப்பது என்று முடிவு செய்து கொண்டதும் அவருக்குள் நிகழ்ந்த இடவல மாற்றங்கள்.

அப்பாவிற்கு ஊரில் ஆற்றங்கரையில் குளித்து மகிழ்ந்த அந்தப் பழைய நினைவுகள் இன்னும் மனதை விட்டகலா திருக்கின்றன... என்பதை உணர்ந்த வித்யாபதி அவரிஷ்டம் போல் செய்து கொள்ளட்டும் என்று விட்டு விட்டார். வைகையில் பல இடங்களில் கருவேலை முளைத்திருந்தது.

அந்தந்த மறைவுகளில் மக்கள் ஒதுங்கினார்கள். இடப் பக்கம் கொஞ்சமும், வலப் பக்கம் கொஞ்சமுமாக ஆறு பிரிந்திருந்தது. மலைப் பகுதியில் மழை பெய்திருந்தால், அணையில் தண்ணீர் திறந்து விட்டால்தான் அதிக ஓட்டம் என்றாகிப் போனது. இருகரையும் அணைத்து வெள்ளமாய்ப் பெருக்கெடுத்து ஓடிய காலங்கள் அந்த மக்களின் மனங்களில் கனவாய்ப் போனது.

அடுத்தாப்ல எங்க கிளம்பிட்டீங்க என்று காலனியில் நின்று கொண்டிருந்தவர்களில் ஒருத்தர் கேட்க...இதோ வந்துட்டேன் என்று மொட்டையாய்ச் சொல்லி விட்டு அப்பா நகர்ந்தது... அவர்களுக்கும் தான் செல்லும் இடம் பிடிக்காமல் போகலாம் என்று முடிவு செய்து கொண்டது போல் தெரிந்தது. அப்பாவின் எல்லாவிதத்திலுமான எளிமையும் நிதானமும்தான் அவரை நிம்மதியாய் இருக்க வைத்துக் கொண்டிருக்கிறது.. தெளிந்த நீரோடை அவர்.

படித்துறையில் இறங்கி குளிக்கும் இடத்தை நோக்கிச் செல்வதை ஜன்னல் வழி பார்த்து உறுதி செய்து கொண்டு திரும்பியபோது...கெஜலட்சுமி சொன்னாள்.

அப்பா அவர் விருப்பம்போல இங்கயே... இருக்கர்தானா இருக்கட்டும்... எனக்கொண்ணும் சிரமமில்லை.....

அதெப்படி....? அம்மாவை விட்டிட்டு எத்தனை நாளைக்கு இருப்பார்...?

அம்மாவையும் வரவழைச்சிடுவோம்...அவ்வளவு தானே...? இங்கதான் மூணு ரூம் இருக்கே... இடம் வசதியாத்தானே கிடக்கு... அப்பா இங்க தொடர்ந்து இருந்தா அம்மா தானா வந்துட்டுப் போறாங்க...! நல்லவேளை மாடி வீடு பார்க்கலை. கீழ் வீடுதான். ஏற இறங்க சிரமமில்லையே வயசனவங்களுக்கு?

நீ சொல்றதெல்லாம் நல்லாத்தான் இருக்கு... அண்ணா ஒத்துக்கணுமே...! என்றான் இவன்.

மூத்தவன்ட்டதான் இருக்கணும்... அதான் நியாயம்... அதுதான் அவனுக்கும் பெருமை....என்றுதானே கிளம்பிப் போனார்கள். அந்தத் தியரியை அத்தனை சீக்கிரத்தில் உடைத்து விட முடியுமா? - நினைத்துக் கொண்டே குளிக்கப் புறப்பட்டார் வித்யாபதி.

அந்தக் காலங்களில் அம்மாவுக்கு இவர் ஒரு உதவியும் செய்ததில்லை. ஒரு கடைக்குப் போவதென்றாலும் கூட அவளேதான் கிளம்பிப் போவாள்.ஆபீஸ் போக, வர... ஆபீஸ் போக... வர... இதைத்தவிர வேறு என்ன செய் தோம்... வாங்கும் சம்பளத்தை முழுதாய்க் கொடுத்தோம்... அது ஒன்றுதான்... அந்த புத்தி மட்டும் கரெக்டாக வேலை செய்தது. நல்லவேளை அதற்கும் கோணக்கு வந்துவிடவில்லைதான். அம்மா திரும்ப வந்தால் எதற்கும் நகரவிடக் கூடாது.

ஃபோன் அலறியது. உயிர்ப்பித்தான்.

"நாந்தான் அண்ணா பேசறேன்... அப்பா நல்லாயிருக் காங்களா...? எப்ப அனுப்பறே...?"

எடுத்த எடுப்பில் வந்து விழுந்த கேள்விக்கு பதில் சொல்ல முடியாமல் தடுமாறினான் வித்யாபதி.

அதுக்குள்ளேயுமா...? - அவரை மீறி வந்த இந்த வார்த்தை இது.

அதுக்குள்ளேயுமான்னா...? நாளாச்சே? இங்க அம்மா வுக்கு என்னால பதில் சொல்ல முடில.....!

என்னாச்சு...? அம்மா என்ன சொல்றாங்க....?

நானும் அங்க போறேங்கிறாங்க...? என்னோட இருக்கணும்னுதானே வந்தீங்கன்னு சொல்லி நிறுத்தி வச்சிருக்கேன்...கேட்க மாட்டேங்கிறாங்க...அப்பாவ தினசரி பார்த்திட்டிருந்தாத்தான் அம்மா ஆரோக்யமா இருப்பாங்க... அது தெரியுமா உனக்கு...? அவர் கூட இருந்தாகணும்... அது பிரார்த்தனை மாதிரி...

சரி... அப்ப அம்மாவயும் இங்க அனுப்பிச்சிடு... அவ்வளவுதானே...!

அது சரி... புது யோசனை சொல்றியாக்கும் நீ? எப்டித் தனியா அனுப்புறது?

அதெல்லாம் வந்துடுவாங்க... வைகைலதானே... பாதுகாப்பா இருக்கும்... நான் ஸ்டேஷன் போய் கூட்டிட்டு வந்துக்கிறேன்...

கேட்டுப் பார்க்கிறேன்... சரின்னா தகவல் சொல்றேன்... எதுக்கும் நீ அப்பாட்டையும் ஒரு வார்த்தை கேளு...அவர் ஓ, கே.ங்கிறாரா பார்ப்போம்...சரியா...? இப்ப உடனே கேட்காதே... சமயம் பார்த்துக் கேளு...

சரிண்ணா...!.- அம்மாவும் வரப்போகும் விபரத்தை விக்டர் விஸ்வாசத்திடம் கூற வேண்டும் என்று நினைத்துக் கொண்டான். ரொம்பவும் சந்தோஷப்படுவார். ரெண்டு பேரையும் நமஸ்கரிச்சு ஆசீர்வாதம் வாங்கணும்... - ஏற்கனவே ஒருமுறை மனமுருகிச் சொல்லியிருக்கிறார்.

குளித்துவிட்டு, ஈர வேட்டியோடு கீழே கோயிலில் சாமி கும்பிட்டு விட்டு வந்து, மந்திரங்களை முடித்து அப்பா சாப்பாட்டுக்கு அமர்ந்த போது மெல்ல ஆரம்பித்தான்.

“அப்பா... அம்மாவும் இங்க வரப்போறாங்க...”

நிமிர்ந்து இவனைப் பார்த்தார். அந்தப் பார்வை என்னவோ சொல்லியது. ஒருவேளை இவனையே சந்தேகிக்கிறாரோ...? ரகசியமா ஏற்பாடு பண்ணிட்டானா?

போச்சு... கொஞ்ச நாளைக்கு சுதந்திரமா,, நிம்மதியா இருக்கலாம்னு வந்தேன். அது பொறுக்கலியா அவளுக்கு... சேர்ந்திருந்தாத்தான் அந்த சுதந்திரத்துக்கு அர்த்தம் கிடைக்கும் போலிருக்கு..... .சரி... கிளம்பி வரச் சொல்லு... விதி யார விட்டுது...? என்றார் அப்பா.

உள்ளே அடுப்படியில் வாயைப் பொத்திக் கொண்டு சிரித்துக் கொண்டிருந்தாள் கெஜலட்சுமி. அப்பா ஞாபகங்களில் மூழ்கிப் போனது மனதைச் சங்கடப் படுத்தியது. அவரைப் போல ஒரு தியாகி கிடைத்தது நம் அதிர்ஷ்டம், முன் ஜென்மப் புண்ணியம் என்று எண்ணிப் பெருமிதமடைந்தது மனம்.

திடீரென்று அலுவலக ஞாபகம் வர ஆபீசுக்கு ஃபோன் செய்தார் வித்யாபதி

ஐயா... வணக்கமுங்க... சரவணன் பேசுறேங்க...-எதிர் வரிசையில் வாட்ச்மேனின் குரல் கணீரென்று கேட்டது. பக்கத்து அலுவலக இரண்டு வாட்ச்மேன்களையும் சேர்த்து மூன்று பேரில் (ஒன்று காலியிடம்) இன்றைய ஷிப்ட் யாருக்கு என்பதில் சிறு சந்தேகம் எழவேதான் ஃபோன் செய்து உறுதி செய்து கொண்டார். இருவரில் ஒருவர் யாரேனும் திடீரென்று லீவு எடுத்திருந்தால்? என்கிற சந்தேகம் அவரிடம் ஏற்பட்டுக்கொண்டேயிருக்கும். சரியாகச் சொல்லவும் மாட்டார்கள். பகலில் இருக்கும் வாட்ச்மேன் ட்யூட்டி முடிந்து கிளம்பிப் போயிருப்பான். பக்கத்து இயந்திரவியல் ஆபீஸ் வாட்ச்மேன் வந்திருக் கிறானா இல்லையா என்கிற தகவல் கூடத் தெரியாது. இங்கு வந்து தலையைக் காட்டிவிட்டுப் போக வேண்டுமென்று எத்தனையோ முறை சொல்லிவிட்டார். கேட்டால்தானே? எது முறைப்படி நடக்கிறது இங்கே? அப்படிப் பார்த்தால் இராப் பொழுதுக்கு இரு காவலர்கள் வேண்டும். ஒருவனே விடிய விடியக் கிடக்க முடியுமா? ஒரு பணியிடம் காலியாகவே போட்டு வைத்திருக்கிறது. மூணு பேர் போதும் என்ற பதில். அதில் ஒன்று டெபுடேஷனில் ஓடுகிறதே...! அனுமதிக்கப்பட்ட இடங்களை நிரப்ப என்ன கொள்ளை? அரசாங்கத்துக்கு மிச்சம் பிடித்துக் கொடுக்கிறார்களா? யாருமே இவருடைய கேள்விக்கு பதில் தரவில்லை. எப்பொழுது சொன்னாலும்... பார்த்துக்கலாம்... என்று ஒரு மொட்டையான பதில்.

எல்லாவற்றையும் கண்காணித்துக் கொண்டே இருக்க வேண்டியிருக்கிறது. இல்லையென்றால் கேள்வி இவருக்குத் தான் வரும். இப்போது டெபியூடட் வாட்ச்மேன் சரவணன் (ஒரிஜினல் பியூன்) வந்திருப்பது உறுதியானதும் சமாதானமடைந்தது மனது. கொஞ்சம் பழைய ஆள்தான். ஆனால் பொறுப்பானவன். வயது முதிர்ந்தாலும் கடமையாற்றும் வல்லமை கொண்டவன். சரவணன் அன்றைய இரவுப் பணியில் இருப்பது இவரைத் திருப்திப்படுத்தியது. ●

18

சற்று நேரம் கண்ணயருவோம் என்று உடல் மீறிய அயர்ச்சியில் கையிலிருந்த தடியை ஓங்கித் தரையில் ஒரு தட்டுத் தட்டிவிட்டுத் துண்டை இழுத்து விரித்தான் சரவணன்.

எழுந்த சத்தத்தில் பிள்ளையாரை எழுப்பி விட்டோமோ என்று நினைத்துக் கொண்டான். வளாகத்தின் நுழை வாயிலுக்கு வலதுபுறமாய் அமைந்திருந்த அந்தச் சின்னக் கோயில் சந்நிதிக்கு எதிர் திண்ணைப் பரப்புதான் அவனது வழக்கமான படுக்குமிடம். அருகே மூஞ்சூறு நேர் எதிராய் அவரைப் பார்த்தபடி. பிள்ளையார் விழித் திருக்கும் நேரம், தான் கொஞ்சம் அயர்ந்து கொள்ளலாமே! அப்போது அவர் மட்டும்தான் அவனுக்குத் துணை. தன் மன பாரத்தை அவரிடம்தான் பலசமயங்களில் இறக்கி வைப்பான். மற்றவர் பார்த்தால் தனியே புலம்பிக் கொண்டிருப்பதுபோல் தோன்றும். புத்தி சரியில்லாத ஆள் போல்ருக்கு என்று நினைத்துக் கொள்வார்கள். போகட்டும், கவலையில்லை. அந்தப் பிள்ளையாரே தன் கஷ்டத்தை இதுநாள்வரை தீர்த்து வைக்கவில்லையே...!

நியாயமாய்ப் பார்த்தால் ரெண்டு பேர் இருக்க வேண்டும் அந்த நேரப் பணியில். ஒருவருக்கொருவர்

பாதுகாப்பாயும், அந்தப் பெரிய வளாகத்திற்குக் காவ லாயும். ஒருத்தரே போதும் என்று வைத்து விட்டார்கள். போதாது என்பதை யார் எடுத்துச் சொல்வது? தன் பாடே தாளம். நினைத்துப் பார்த்தால் அது பெரிய கதை.

விழித்துக் கொண்டுதான் இருக்கிறேன் என்று சுற்றுச் சாலையின் வீடுகளில் இருப்போருக்கு தரும் சிக்னல்தான் அந்தத் தடியடி. தனது பாதுகாப்பினாலேயே அவர்கள் கவலையின்றித் தூங்குவதாக நினைத்துக் கொள்வான். வளாகக் கட்டடங்களைச் சுற்றிச் சுற்றி வந்து கொண் டிருக்கும் அவன் அந்தப் பகுதிக்கே அரண் என்று அவர்கள் நினைத்திருக்கலாம். கம்பி வேலி வழியாக ஒரு நாய் உள்ளே நுழைவதானாலும், இவனது இருப்பை உறுதி செய்து கொண்டுதான் தலையை உள்ளே நுழைக்கப் பார்க்கும். சமயங்களில் அறியாமல் நுழைத்த தலையை வெளியே பதவாகமாய் இழுத்துக் கொண்டு பம்மி நழுவி விடும். இவனை விட கையிலிருக்கும் தடிக்கு அத்தனை பயம். ஒரு முறை ஓங்கிக் குறி பார்த்து அவன் விட்டெறிந்தது வதக்கென்று நடுவயிற்றில் போய் குத்தி விழுந்தது அந்தப் பகுதி நாய்களுக்கான அனுபவமாய் இருந்தது. சரவணனின் கைத்தடிக்கு அடி வாங்காத நாய் இனிமேல் புதிதாய் அங்கே வந்தால்தான் உண்டு.

ஆனால் ஆசையாய் அவனிடமே ஒரு நாய் உண்டுதான். பட்டி... பட்டி... என்று செல்லமாய் அதை அழைப்பான். அந்தப் பெயர் எப்படி, எங்கிருந்து உதித்தது என்பது தெரியாது. அது என்ன அவனுக்குத் துணையாகவா இருக்கிறது? வளாகத்தின் ஏதேனும் ஜீப்புக்கு அடியிலோ அல்லது அங்கே ரிப்பேருக்கு வந்திருக்கும் டிராக்டர், புல்டோசர், போரிங் மெஷின்கள் எதற்கேனும் கீழேயோ படுத்து நன்றாய் உறங்கிக் கொண்டிருக்கும். அவனுக்குத் துணையாய் அது காவல் நின்று இவன் பார்த்ததில்லை.

அப்படி அந்த ஏரியாவுக்கே காவலானாய், அதற்கும் சேர்த்தே தன்னை முன்னிறுத்திக் கொண்டிருக்கும்

அவனுக்கு, தனக்கு ஒரு பாதுகாப்பான இடம் இன்னும் அமையவில்லையே என்ற வருத்தம் விடாமல் வதைத்துக் கொண்டிருந்தது. யாரும் அதை உணர்ந்ததாகக் கூட இல்லை என்ற ஆதங்கம். அங்கே அவன் வந்தது தற்காலிக ஒதுக்கீட்டில்தான். அதனால் முழு உரிமை எதுவும் கொண்டாட முடியாது. தன் இருப்பையும் புரிந்துதான் சகித்துக் கொண்டிருந்தான் சரவணன். தன் மீது கருணை கொண்டேனும், தனக்கு நிரந்தரமாக அந்த இடத்துக்கு மாறுதல் செய்து யாரேனும் ஆணை வழங்கிவிட மாட்டார்களா என்பதே அவன் ஏக்கமாக இருந்தது. வித்யாபதி அய்யா செய்றேன்னு சொல்லியிருக்காரு... அது போதும்... அவர நம்பலாம் என்றிருந்தான். அவர் வாயில் நல் வார்த்தை வருவதற்காகக் காத்துக் கொண்டிருந்தான்.

அங்கு வந்து செல்வோர் யாராய் இருந்தாலும், அத்தனை பேருமே அவனுக்கு முக்கியமானவர்களாய்ப் பட்டார்கள். எல்லாரிடத்துமே இன் முகத்தோடே தன்னை முன்னிறுத்திக் கொண்டான் அவன். யார் மூலமாகவேனும் என்றேனும் தனக்கு விடிவு ஏற்படாதா என்று நினைத்தான்.

தன்னுடைய கடமையுணர்ச்சியையம், கட்டுப் பாட்டையும் முழுமையாய்ப் பயன்படுத்திக் கொள்ள நினைப்பவர்களுக்கு, தனக்கு ஒரு பாதுகாப்பான இடத்தை அளித்து, அதை நிரந்தரப் படுத்திக் கொள்ளத் தெரியவில்லையே! அதிகாரமாய் அழைப்பு விடுத்தவர்களுக்கு, அரவணைக்கத் தெரியவில்லையே!

பெரிய பெரிய ஆபீசர்கள் எல்லாம் அடிக்கடி வந்து செல்லும் இடமாகத்தான் அது இருந்தது. எல்லோரும் அவனைப் பார்த்து மென்மையாய்ச் சிரித்தார்கள். நல்லாயிருக்கியா? என்று கேட்டார்கள். இரு, இரு... என்று சொல்லிவிட்டுப் போனார்கள். டீ, காபி வாங்கி வரச் சொன்னார்கள். நீ ஒண்ணு சாப்பிட்டுக்கோ என்றார்கள். போகும்போது பைசா கொடுத்தார்கள். வேண்டாம்

என்று மறுத்துவிட்டான். ஆச்சரியமாய்ப் பார்த்தார்கள். அந்த இடத்திற்குப் பொருத்தமில்லாதவனாய் இருக்கிறானே என்று நினைத்திருக்கலாம். ஆனால் யாருக்கும் அவன் மன பாரம் தெரிந்திருக்கவில்லை.

காசெல்லாம் வேண்டாம். எனக்கு இந்தூருக்கு டிரான்ஸ்பர் கொடுங்க... இதுதான் அவன் கோரிக்கை.

ஏன் எப்பயும் ஒரு மாதிரி இருக்கே? உடம்புக்கு முடிலயா? ராத்திரி முழுக்கத் தூங்காததுனால அப்டி இருக்கியா? என்றெல்லாம் ஒருவர் கூட ஒரு நாளும் அவனைக் கேட்டதில்லை. எவரும் எதுவும் விசாரித்ததில்லை. அவன் பெயராவது அவர்களுக்குத் தெரியுமா தெரியவில்லை. தலைக்கு மேல் வேலை இருந்தது அந்த எல்லாருக்கும். கார்களிலும், சுமோவிலும், ஆட்டோவிலும் சர் புர் என்று பறந்தார்கள். வரும் போக்கும், போகும் வேகமும் சரியாயில்லையே என்றுதான் இவனுக்குத் தோன்றும். அவனின் இருப்பு, அவன் தலைவிதி என்று விட்டு விடுகிறார்கள் எல்லோரும். அவன் உடலால் பிரசன்னமாகியிருப்பதை மட்டும் உறுதி செய்து கொண்டு போய் விடுகிறார்கள். அவர்களைப் பொறுத்தவரை அது ஒன்றுதான் முக்கியமாகப் படுகிறது. காவலுக்கு ஆள் இருக்கிறது என்கிற பாதுகாப்பு.

அந்த இடத்திலேயே நிரந்தரமாக வேலை பார்க்கும் ஒரு ஆளாய், தான் இருந்தால் எவ்வளவு நன்றாய் இருக்கும் என்று நினைத்து நினைத்து ஏங்கியிருக்கிறான். அதற்கான வாய்ப்பு, தற்காலிகமாய்த்தான் அவனுக்கு அப்போது கிடைத்திருந்தது. வேண்டாம் என்று எப்படிச் சொல்வது? முடியாது என்று எப்படி மறுப்பது? பின்னால் அங்கு நிரந்தரமாக வருவதற்கு அது நிச்சயம் உதவியாய் இருக்கும் என்று நினைத்தான். தன் வேலைதான் தன்னை அடையாளப்படுத்தும் என்று நம்பினான். யார் கவனிக்கிறார்களோ இல்லையோ, எதுவோ ஒரு சக்தி தன்னைக் கவனித்துக் கொண்டிருக்கிறதென்றும், அது

தன்னை முழுமையாக உணரும் என்றும், தனக்காக ஒரு நாள் அது வேலை செய்யும் என்றும் கருதினான். பிள்ளையாரை நோக்கிய அவன் புலம்பலே அதுதானே...!

அந்த நினைப்பிலேயேதான் அவன் மனைவியும், இரண்டு குழந்தைகளும் அவனைப் பிரிந்திருப்பதைப் பொறுத்துக் கொண்டார்கள். என்றாவது தங்களுக்கு விடியும் என்று அவர்களும், தங்களைச் சமாதானப் படுத்திக் கொண்டு, அவனின் இருப்பு இல்லாத சிரமங் களை வலிய அனுபவித்துக் கொண்டு, தங்களைத் தாங்களே கட்டுப் படுத்திக் கொண்டார்கள். அவர்களின் தனிமையை, அதன் பாதுகாப்பற்ற தன்மையை இங்கிருந்தே உணர்ந்து, அந்த வலியை அனுபவித்தான் இவன். இரவில் காவலில் இருக்கும்போதெல்லாம் நினைப்பு வீட்டிலேயே இருந்தது.

மனைவியின் அருகாமை தரும் சுகம் மனதை வாட்டியது. குழந்தைகள் அயர்ந்திருக்கும் வேளைகளில் அவளின் அரவணைப்பு அவனை நெகிழ்த்தியது. பிறகு வர நாளாகும் என்ற ஆதங்கத்திலே அவள் அவனுக்குத் தரும் ஒத்துழைப்பு அவனை அடிமையாக்கியது. என்கிட்டே இது ஒண்ணுதான் இருக்கு என்று அவள் சொல்லாமல் சொல்கிறாள். பக்கத்திற்கு ஒன்றாகத் தன் மேல் கால்போட்டுக் களித்திருக்கும் பெண்டுகளை விலக்க மனமில்லாமல் கிடக்கிறான். அந்த நிமிடத்தின் ஆத்ம சுகம் வேறு எந்த நிகழ்வும் தந்துவிட முடியாதுதான். அப்படியே கிடந்தால் பிறகு காலையில் தான் எழுந்து போவதில் மனத்தடங்கல்கள் ஏற்படும் என்று வலிய அவர்களை விலக்கி, தன்னைக் கட்டாயமாகத் தனிமைப் படுத்திக் கொள்கிறான். அவர்களுக்காகத்தான் அவன் வாழ்கிறான். ஆனால் அவர்களைப் பிரிந்து வாழ்கிறான். நாளை போனால் பிறகு எப்போதோ? தற்காலிகமாக அவனை மாற்றி, பெண்டு கழற்றுகிறார்கள். யாருக்கும் மனதில் துளியும் இரக்கம் இல்லை. தனது கடமை

யுணர்ச்சியைப் புரிந்து கொண்டு தன்னிடம் சதும்ப வேலை வாங்கத் தெரியும் அவர்களுக்கு மனிதாபி மானத்தோடு தனது கஷ்டங்களையும் கேட்கத் தெரிய வில்லை. தனது கவனமான, கருத்தான இருப்பு அவர் களின் பாதுகாப்பு. தங்கள் காரியங்களுக்கு அமைந்த நன்றியுள்ள சேவகன் இந்தச் சரவணன்.

தனது பிரிவினால் ஏற்படும் சங்கடங்களை சரவணன் நன்கு உணர்ந்திருந்தான். மனைவியும், இரண்டு பெண் பிள்ளைகளும் தனித்திருப்பதையும், இரவுகளில் அவர்கள் தனியாய் உறங்குவதையும், வாயிலில் காவலாய்த் தன் இருப்பு இல்லாதிருப்பதையும், எண்ணி எண்ணி மறுகினான். தான் பல நாட்கள் வெளியே கயிற்றுக் கட்டிலில் படுத்துக் கிடப்பதை பெரும் பாதுகாப்பாக உணர்ந்து அவர்கள் உள்ளே நிம்மதியாய் உறங்குகிறார்கள் என்று தனக்குத்தானே நினைத்துக் கொள்ளும்போது, மனது அவ்வளவு திருப்தியடையும். தூங்குடா கண்ணு களா... அப்பா இங்கதான் இருக்கேன்... இப்பொழுது அது இல்லை. வாசலில் கட்டில் கிடக்காததே வெறுமையைப் பறைசாற்றும். அவர்களின் பாதுகாப்பற்ற இருப்புக்கு சாட்சியாய் அமையும். மூன்றுமே பெண்டுகள் என்பது மனதில் தோன்றத் தோன்ற இங்கே அவனுக்குக் குலை பதறுகிறது. மேலே கைநோக்கி கண்ணுக்குத் தெரியாத தெய்வத்தை மானசீகமாய்க் கும்பிட்டுக் கொள்வதே அவன் பயத்துக்கான தற்காலிகத் தீர்வாய் இருக்கிறது.

என்னென்னவோ திட்டங்களையெல்லாம் நிறைவேற்ற ஆபீசர்கள் அலையாய் அலைகிறார்கள். கூட்டம் போட்டுப் பேசுகிறார்கள். ஜீப்பிலும், காரிலும் திடீர் திடீரென்று ஏறிப் பறக்கிறார்கள். விடுமுறை நாட்கள் கூடக் கணக்கில் கொள்ளாமல் வந்து உட்கார்ந்து கொண்டு விவாதிக்கிறார்கள். இத்தனை மூச்சாய் செயல் படுபவர்களுக்குத் தன் கஷ்டம் ஏன் துளியும் தெரியாமல் போனது என்று புரியாமல் தவித்தான். பொது மக்கள்

கூட அடிக்கடி அங்கே வந்து வந்து தங்கள் கோரிக்கைக்கான நிவாரணத்தைப் பெற்றுச் செல்கிறார்கள், தேவையைப் பெற்று நகர்கிறார்கள் என்று புரிந்து வைத்திருந்த இவன், அவர்கள் யாரிடமாவது ஒரு வார்த்தை போட்டு வைக்கலாமா என்று கூட யோசித்தான். கேட்க வேண்டிய வர்கள் கேட்காத போது எவரிடம் தன் நிலையைச் சொன்னால் என்ன?

தான் வேலை பார்க்கும் அலுவலரிடம், நேரடியாகத் தனக்குக் கிடைக்காத கருணை, அவர்கள் மூலமேனும் என்றைக்காவது கிட்டி விடாதா என்பது அவன் எண்ணமாக இருந்தது.

இரவுக் காவல் முடித்து காலை ஏழு மணிக்கெல்லாம் வழக்கமான பக்கத்து ஆபீஸ் பணியாளனான ராமலிங்கம் வந்து பொறுப்பேற்றுக் கொண்டவுடன், தான் கிளம்பலாம் என்று சொல்லப்பட்டிருந்தது அவனுக்கு. அவன் அங்கு வந்த நாள் முதலாய் ஒரு சில தடவைகள்தான் இவ்வாறு நடந்திருக்கிறது. மற்ற நாட்கள் எல்லாமும் அவன் பகலில் அந்த வளாகத்தின் மூன்று அலுவலகங்கட்குமான பியூன் வேலைகளையும் பார்க்க வேண்டியவனாய் ஏவப்பட்டிருந் தான். அந்த மூன்றில் ஏதேனும் ஒன்றுக்குப் பியூனாய் நிரந்தரமாய் வந்து விடத்தான் அவன் மனது துடித்துக் கொண்டிருந்தது. ஒரு இடம் காலியாய்க் கிடந்தும் இரு பியூன்களே மூன்றுக்கும் ஆடிக் கொண்டிருக்கும் அவலம் அங்கே நிகழ்ந்து கொண்டிருந்தது. இப்போது அவனைத் தற்காலிகமாய் வரவழைத்து, காவல் வேலையும் சேர்த்துப் பார்க்கச் சொல்கிறார்கள். ஆட்குறைப்பு நடவடிக்கை என்றால் இப்படியா? காவலிலா கை வைப்பது? தன்னை வாட்ச்மேனாய் ஆக்கிக் கூட அந்த ஊருக்கு மாற்றி விட்டால் சரி. பணியிறக்கம் செய்வார்களா? என்னய்யா உளர்றே? என்பார்கள். காலியாய்க் கிடந்தால் அப்படியே விட்டுவிடுவதுதான் தீர்வா? இல்லையென்றால் அடுத்த வனைப் போட்டுக் கொல்வதா?

கடைநிலை

எத வேணாலும் பார்த்துத் தொலைப்போம்... அப்படி யாவது மனசு கசியாதா? - என்பதுதான் அவன் எதிர்பார்ப்பு..

சார், நான் வீட்டுக்குப் போய் குளிச்சு சாப்டிட்டு, இராத்திரிக்கு சாப்பாடு கொண்டுட்டு திரும்ப ட்யூட்டிக்கு வரணும் சார்... என்று பல நாட்கள் சொல்லிப் பார்த்து விட்டான்.

போலாம்... போலாம் என்றவர்கள் தொடர்ந்து அவனிடம் வேலை சொல்லிக் கொண்டேயிருந்தார்கள். அவனும் மனிதன்தான், இரவு பூராவும் கண் உறங்காமல் காவல் வேலை பார்த்திருக்கிறான், பகலில் வீட்டிற்குப் போய் கொஞ்சமாவது தூங்கிவிட்டு வந்தால்தான் மறுபடி இரவுப் பணியை அவன் சரியாகப் பார்க்க முடியும் என்பதை யாரும் மனதில் நினைத்தாரில்லை. வீடு போய்ச் சேரவே குறைந்தது ஒன்றரை மணி நேரமாவது வேண்டும். அம்பது அறுபது கி.மீ. போக வேண்டும். பஸ் ஸ்டான்டில் இறங்கி நடக்க வேண்டும். இவன் போய் இறங்கும் நேரம் பேருந்து கிடைக்காது. அதற்குக் காத்திருக்கும் வேளையில் அந்த நேரத்தை மிச்சப்படுத்தி நடந்து வீட்டை அடைந்து விடலாம்.

தன்னைப் பொறுத்தவரை ஏன் யாருக்கும் இரக்கம் என்பதே வர மாட்டேனென்கிறது, ஏதோ பாவத்துக்கு ஆளானவன் போலல்லவா வேலை வாங்குகிறார்கள் என்று நொந்து, தனிமையில் இருக்கையில் கண்ணீர் விட்டான் சரவணன். எல்லாம் தன் தலைவிதி என்றும், இந்த உலகத்தில் பணிவோடும், பக்தியோடும், நியாய மாயும், நேர்மையாயும் இருப்பவர்களுக்கு இப்படி யெல்லாம்தான் கஷ்டம் வரும்போலும் என்று நினைத்து சமாதானப்படுத்திக் கொண்டான்.

அந்தத் தலைமை அலுவலகத்திற்குத் தன்னைத் தற்காலிகமாக ஒதுக்கீடு செய்யப்பட்டுள்ளதை அவன் அறிந்த போது மனதிற்கு சந்தோஷமாய்த்தான் இருந்தது.

மனைவி வள்ளி கூட, நமக்கு நல்ல காலம் பொறந் திடுச்சய்யா... அப்டியே அங்கயே சாமர்த்தியமா ஒட்டிக்கப்பாரு... டவுனுக்குள்ள போயிட்டமுன்னா இன்னும் கொஞ்சம் சம்பளம் கூடக் கிடைக்கும்... கூடவே வருமானமும் வரும்...புத்திசாலித்தனமா பொழைச்சுக்க... என்றாள்.

சம்பளம் வாங்கும் இடம் ஒன்று. வேலை பார்க்கும் இடம் இன்னொன்று.

வாய்யா... பெரிய ஆபீஸ்காரரே...வாரும்...வந்து உம்ம கூலியை வாங்கிட்டுப் புறப்படும்...என்று அந்தச் சின்ன ஊர் ஆபீசின் தலைமை அவனைக் கிண்டலாய் விளிப்பது இவன் மனசைக் குத்தும். நானாகவா விரும்பிப் போனேன்? கூப்பிட்டார்கள், போனேன். இதற்கு என் மேல் என்ன பழி? என்று கலங்கி நிற்பான் சரவணன். அன்று அவர்கள் சொல்லும் வேலைகளை வளைத்து வளைத்துச் செய்துவிட்டுத்தான் அங்கிருந்து அகலுவான். அவர்களாக மனசு வந்து சரி, நீ போகலாம் என்று விட்ட பிறகு கிளம்புவான். அவனில்லாத வயிற்றெரிச்சலை அவர்கள் அப்படி ஆற்றிக் கொண்டார்கள். அவனை டவுன் ஆபீசுக்குத் தற்காலிகமாய் மாற்றியதில் அவர்களுக்கு ஒப்புதலில்லை. ஆனால் சொல்லவும் முடியாத இயலாமை. அதை இப்படி வெளிப்படுத்திக் கொண் டார்கள். எல்லாமும் தன் தலையில்தான் விடிகிறது என்பதை எண்ணி நொந்து கொண்டான் சரவணன்.

ஒட்டிக்கப்பாரு... என்று வள்ளி சொன்னதில் ஒப்புதலிருந்தது இவனுக்கு. ஆனால் அந்தச் சாமர்த்தியமா என்ற வார்த்தைதான் இடித்தது. எதை அர்த்தப்படுத்தி அவள் அந்த வார்த்தையைப் பிரயோகிக்கிறாள். எதைச் சாமர்த்தியம் என்று சொல்கிறாள். தவறாய் நடப்பதைத் தானே இப்போது அப்படிச் சொல்லிப் பெருமைப் படுத்துகிறார்கள்...!

சம்பளம் சற்றுக் கூட வரும் என்கிறாளே... அறியாமல் பேசுகிறாள். சம்பளம் வாங்குவது இன்னொரு இடம். இது தற்காலிக ஒதுக்கீடு எப்படி டவுன் சம்பளம் கிடைக்கும்? . ஆனால் கூடவே வருமானமும் வரும் என்று ஒரு புதிய எதிர்பார்ப்போடு அவள் பேசுகிறாளே...? என்னைச் சார்ந்த இவள் இப்படி இருக்கலாமா? இப்படி ஆரம்பித்தாளென்றால் பிறகு அது எங்கோ போய் முடிந்து விடுமே? இவளைச் சமாளிப்பதே பெரும்பாடாய் விடுமே? நியாயமான எதிர்பார்ப்பு இல்லாமல் போனால் பிறகு மனசு அலைபாயுமே... தவறு செய்யத் தூண்டுமே... செய்தால் தப்பில்லை என்குமே...!

அப்படியெல்லாம் இல்லாமல் இருப்பதுதானே தனது சிறப்பு. அது பெற்றோர் வழி தனக்குக் கிடைத்த பெரும் பேறு. அதை இழக்கச் சொல்கிறாளா இவள்? சராசரி மனைவிகள் பலரும் இப்படித்தான் இருப்பார்களோ? என் போக்கு அறிந்தாவது இவள் தன்னை மாற்றிக் கொள்ள வேண்டாமா? பியூனாய் இருப்பவன் அப்படி யெல்லாம்தான் நெகிழ்ச்சியாய் இருக்க வேண்டுமா? பியூனான என்னை வாட்ச்மேனாய் நகர் அலுவலகத்திற்கு அனுப்பியுள்ளார்கள். அதைப்பற்றி எந்தக் கவலையும் இல்லையா அவளுக்கு? அதெப்படிங்க... பியூனுக்கு வாட்ச்மேன் வேலை கொடுப்பாங்க... இது அநியாய மில்லை? கேட்டாள். எதுவும் நடக்கும் இங்கே. கேட்கவா முடியும். சரி என்று தலையாட்டத்தான் ஏலும். நாளைக்கு நகருக்கு மாறுதல் வாங்க அவர்களிடம்தானே போய் நின்றாக வேண்டும்? பணிந்தே போவதுதான் நல்லது என்பதே சரவணனின் எண்ணம்.என்னைப் போல் இப்படி இருக்கக் கூடாதா? இருந்தால் அது பாவமா? கீழ்நிலைப் பதவியில் இருப்பவன் கீழாகத்தான் நடந்து கொள்ள வேண்டுமா? அவனிடமும் உயர் சிந்தனைகள் இருக்கக் கூடும் என்பதை ஏன் ஏற்றுக் கொள்ள மறுக்கிறார்கள்?

ராமலிங்கம் அங்கங்கே அலுவலர்களுக்கு எதிரே தலையைச் சொறிந்து கொண்டு நிற்கிறானே... அதுவாய்த் தான் இருக்குமோ அது? கான்ட்ராக்டர்கள் என்று சொல்லிக் கொண்டு பலரும் வெள்ளையும் சொள்ளையு மாய் வந்து போகிறார்கள்... அவர்கள் கூடவே போகிறானே இவன்... அவர்களோடு என்ன வேலை? ரோட்டுக்கு எதிர்ச்சாரியில் இருக்கும் டீக்கடையில் நின்றுவிட்டு, வாங்கித்தரும் வடை பஜ்ஜிகளை விழுங்கிவிட்டு, மேற்கொண்டு தருவதை வாங்கிக் கொண்டு, அவர்களை வழியனுப்பிவிட்டு குஷாலாய் வருகிறானே... இவனுக்கு ஆபீசில் வேலையா? டீக்கடையில் வேலையா? தெரிந்து தான் விட்டு விடுகிறார்களோ? என்னவோ பண்ணிக் கொள்ளட்டும், தங்களிடம் பிடுங்காமல் இருந்தால் சரி என்ற பாதுகாப்போ? தவறுகள் செய்வதிலும்தான் எத்தனை சுயநலம்? தவறே அதீத ஆசையின்பாற்பட்ட சுயநலம்தானே?

காவலன் வேலை பார்க்கும் இவனே இந்த அளவுக்கு இருந்தால், பியூன் வேலை பார்க்கும் நான் எந்த அளவுக்கு இருக்க வேண்டும்? என் இடத்தில் வேறொருவன் இருந்தால் கதையே கந்தலாகிவிடுமோ?

என்னை பியூன் வேலையோடு சேர்த்து ராத்திரி காவலன் வேலையும் பார் என்று சொன்னதற்காக அவனும் நானும் ஒன்றாகி விடுவோமா? என்னைக் காவலன் வேலை பார்க்கச் செய்தது அவனுக்குச் செய்யும் சலுகையோ? இனம் இனத்தோடு... அந்த கதைதான்...

சார், பியூனாத்தான் இந்த ஆபீசுக்கு டெப்டேசன் போட்டீங்க... இப்ப ராத்திரி வாட்ச்மேன் வேலையும் பார்க்கணும்ங்கிறீங்க... இதுக்கு நான் அங்கயே இருந் திருப்பனே சார்...ஏன் சார் என்னைப் போட்டு இப்டிக் கொல்றீங்க...? என்னால முடில சார்....மூணு ஆபீசுக்கும் நான் ஒத்த ஆளு சார்...பகல்ல அந்த ராமலிங்கத்தையும் வரச்சொல்லலாமுல்ல சார்...

கடைநிலை 177

அழுதே விட்டான் சரவணன். யார் மனசும் கரைய வில்லையே? பத்து வருஷத்துக்கும் மேல ஆச்சு சார்... நான் வெளியூர்ல இருந்துக்கிட்டிருக்கேன்... இதுவரைக்கும் எத்தனை அப்ளிகேஷன் கொடுத்திருக்கேன்...ஒண்ணுக் காவது பலனுண்டா சார் எனக்கு? பொறு... பொறுங்கிறீங் களே ஒழிய இன்னைவரைக்கும் செய்யலியே சார்.... நானும் வர்ற ஆபீசர்கள்ட்டயெல்லாம் சொல்லிச் சொல்லி அழுதிட்டேன்... யாரும் இரக்கம் வைக்க மாட்டேங்கிறாங்க...அப்டி என்னாதான் சார் என் மேலே கோபம்? நான் என்னா தப்பு செஞ்சேன்? எம்பேர்ல என்னவாவது ரிமார்க் இருக்குதா?.யாரும் என்னை வேண்டாம்னு சொல்ல மாட்டாங்க சார்... அப்டித்தான் சார் இன்னைவரைக்கும் இருந்துக்கிட்டிருக்கேன்.... மரியாதையா நடந்துக்கிட்டிருக்கேன்.

அதுனாலதானய்யா உன்னை இங்கே வரவழைச்சிருக்கு... நீ நல்லா வேலை பார்க்குற ஆளுன்னு தெரிஞ்சிதான கூப்பிட்டிருக்கோம்....இரு... இரு... பார்ப்போம்....

அவன் கண் முன்னே ராஜபோகமாய் அந்த ராம லிங்கம் திரிந்து கொண்டிருப்பதாய்த் தோன்றியது இவனுக்கு. அவனை அவர்கள் எங்கெங்கோ உரிமையாய் அழைத்துக் கொண்டு போகிறார்கள். கொண்டு விடுகிறார்கள். ப்ரோக்கர் வேலை பார்ப்பானோ... மாமாப்பய...சீ இதுவும் ஒரு பொழப்பா...?

சதா ராமலிங்கத்தின் கண்கள் சிவந்தே கிடக்கின்றன. வாய்க்குள் எதையோ போட்டு அதக்கிக் கொண்டு, புளிச் புளிச்சென்று அங்கங்கே இன்ன இடம் என்று பார்க்காமல் துப்பிக் கொண்டேயிருக்கிறான். அந்த நாற்றத்தோடுதான் போய் அலுவலர்கள் முன் நிற்கிறான். அவர்களும் அவனை அப்படியெல்லாம் வேலை நேரத்தில் இருக்கக் கூடாது என்று சொல்லவில்லை. தவறு என்றும், உடல் நலக் கேடு என்றும் அறிவுறுத்தவில்லை. சகித்துக் கொள்கிறார்கள். அதோடு அதாய் அவனிடம் வேலை

சொல்லிக் கொண்டுதான் இருக்கிறார்கள். அவன் அப்படி இருப்பதுதான் அவர்களுக்கு வசதி என்று நினைக்கிறார்களோ என்னவோ...பயன்படுபவனை, பயனாய்ப் பயன்படுத்துகிறார்கள்.

இந்தா வந்திர்றேன் சார்... இப்பவே போயி முடிச்சிர்றேன்... என்று சொல்லிக் கொண்டு வெளியில் கிளம்பிப் போய் விடுகிறான். அப்படியே வீட்டுக்கும் போய் சொந்தக் காரியங்கள் எல்லாவற்றையும் முடித்துவிட்டு சாவகாசமாய் வருகிறான். எல்லாருக்கும் தெரிந்துதான் இருக்கிறது. யாரும் எதுவும் அவனைச் சொல்வதில்லை. மேலே இருக்கும் நெருக்கம், கீழே இருப்பவர்களின் வாயை அடைத்து விடுகிறது.

அன்றொரு நாள் இரவு ஓய்வுக்கு வீட்டுக்குப் போய்விட்டு காலை ஏழுமணி ட்யூட்டிக்கு வந்த போது, கூட்டித் தண்ணீர் எடுத்து வைக்கும் பெண்ணிடம் கொஞ்சிக் கொண்டிருந்ததைப் பார்த்துவிட்டான் இவன். ஓடிப் பிடித்து விளையாடிக் கொண்டிருந்தார்கள் அவர்கள். அந்தப் பெண்ணும் கொஞ்சமும் அலட்டிக் கொள்ளாததும், சர்வ அலட்சியமாய் உடைகளைச் சரி செய்து கொண்டு போனதும்...

ராமலிங்கத்தின் இருப்பை அலுவலர்களுக்குச் சொல்லி, தன்னை நிலை நிறுத்திக் கொள்ள முடியாதா அங்கே...? அவன் காவலனாய் இருக்கிறான்...எதற்குக் காவலன்? யாருக்குக் காவலன்? தனக்கே அவன் காவலனாய் இல்லை என்பதை அவன் அறிவானா? காவலனா, கேவலனா?

தான் பியூனாய் இருக்கிறோம்... எதற்காக அவன் வம்பு? - கண்டு கொள்ளாமல் விட்டுவிட்டான் சரவணன். ஆனால் அவனின் அந்த இருப்பும் அவர்களுக்குத் தெரிந்தேதான் இருந்தது என்பதை அவன் அறிந்தபோதுதான், எதற்காக இப்படியான ஒழுங்கீனங்களையெல்லாம் பொறுத்துக் கொண்டு போக வேண்டும்

கடைநிலை

என்று தனக்குத்தானே கேட்டுக் கொண்டான் இவன். இதற்குப் பெயர்தான் செல்வாக்கு போலும்...!

எதிர்ச்சாரியில் டீக்கடை திறப்பதற்கான சத்தங்கள் கேட்க ஆரம்பித்திருந்தன. மணி நாலாகி விட்டதா என்று எழுந்து உட்கார்ந்தான். கடை வாசலைக் கூட்டிப் பெருக்கி, தண்ணீர் தெளித்து, திறக்க ஆரம்பிக்கும் அந்த அம்மாள். நம்பிக்கையோடும், உறுதியோடும் நாளைத் துவக்குகிறார்கள். எவ்வளவோ பேர் என்னென்னவோ விதத்தில் பணம் சம்பாதிக்கையில், நேர் வழிகளின் மீது தீராத நம்பிக்கை கொண்டு இப்படி உழைத்துக் கொண் டிருப்பவர்கள் இன்னும் எவ்வளவு பேர் இருக்கிறார்கள் இந்த உலகத்தில்? அவர்களுக்காகத்தானே அவ்வப்போது சிறிது மழையாவது பெய்கிறது?

கடை திறந்ததும் முதல் டீயை வாங்கி ஊற்ற வேண்டும் என்று தோன்றியது சரவணனுக்கு. உடம்பை உதறிக் கொண்டு எழுந்தவன், கையில் தடியை எடுத்துக் கொண்டு ஒரு சுற்றுச் சுற்றிவரப் புறப்பட்டான். வெளிச்சம் படாத இருண்ட பகுதியில் அந்தக் கார் நின்றிருப்பதைக் கூர்ந்து பார்த்தான். ஊர்க் கோடி பந்த்ரா நகர்ப் பகுதியில் இருந்த இன்னொரு அலுவலகத் தின் வளாகத்திலிருந்து திருடு போனது அந்தக் கார். இப்போது இங்கே வெட்டியாய் இடத்தை அடைத்துக் கொண்டு. தன்னைக் கட்டிப் போட்டு, வாயில் துணியை அடைத்து, காரைத் திருடிக் கொண்டு போய்விட்டதாக அந்த வாட்ச்மேன் சொன்னான். ஆனால் இரண்டாம் ஆட்டம் சினிமாவுக்கு அவன் போயிருந்த சமயத்தில் நடந்த திருட்டு என்று வேறு சிலர் சொன்னார்கள். பிறகு யார் கட்டிப் போட்டது, தன்னைத்தானே கட்டிக் கொண்டானா? கிருஷ்ண பரமாத்மா போல...எல்லாம் ஒரு ஏற்பாடு என்றார்கள்.

எதுவானாலும் சரி என்று அவனை சஸ்பென்ட் பண்ணி விட்டார்கள். அப்படித்தானே வந்து சேரும்.

உடனடித் தீர்வு அதுதானே? ஒரு வருடத்திற்கும் மேல் சும்மாயிருக்கிறான். மண்டபம் பக்கத்தில் மணல்வெளியின் புதர்கள் அடர்ந்த திரண்ட மறைவில் அந்தக் கார் கண்டு பிடிக்கப்பட்டது. இன்ஜின் மற்றும் முக்கிய பாகங்கள் கழற்றப்பட்டிருந்தன. வெறும் பாடி மட்டும் நின்றது அநாதையாய். லாரியில் தூக்கிப் போட்டு வந்து, இங்கு யாரும் கவனிப்பாரற்று, சாட்சியாய்க் கிடக்கிறது.

நாலஞ்சு பேர் சேர்ந்து வந்தால், ஒருவன் தனியே என்னதான் செய்ய முடியும்? அவன் நிலையில் தான் இருந்திருந்தாலும் இதே கதிதான். ஆனாலும் ஆள் இருக்கு என்று தெரிந்தால் பெரும்பாலும் திருட்டுக்கள் நடப்ப தில்லைதான். யாரும் இல்லை என்ற தீர்மானத்தில் தான் ஏதாவது சமயங்களில் நடந்து போகின்றன. அந்த பாபு வாட்ச்மேன் இன்றுவரை தான் சினிமாவுக்குப் போனதாய் யாரிடமும் வாய்விட்டுச் சொல்லவில்லை. எல்லோரும் வந்து பார்த்தபோது தான் கட்டப்பட்டுக் கிடந்ததுதானே சாட்சி...! அப்படியானால் அதுதானே உண்மை...!! எதிரே மூடப்பட்ட கடை வாசல்களில் படுத்திருந்தவர்கள் யாரோ அவனுக்கு இந்த யோசனையை வழங்கியிருக்கிறார்கள். நாடகத்தையும் அரங்கேற்றியிருக்கி றார்கள். தன்னால் அப்படியெல்லாம் இருக்க முடியாது. நேராய் இருப்பதற்கே இவ்வளவு சங்கடங்களை அனுபவிக்க வேண்டியிருக்கிறது. இன்னும் அப்படி வேறு இருந்து விட்டால்?

பொழுது நன்றாய் விடிந்த வேளையில் அலுவலகத்தைத் திறந்தான் சரவணன். பழைய காகிதங்களின் மட்கிப் போன வாசனையும், அடங்கிக் கிடந்த புழுக்கமும் அவன் மூக்கைப் பதம் பார்த்தன. தினமும் ஆபீசைக் கூட்டுகிறதா அந்தப் பெண்? கூட்டுகிறதா அல்லது அவனோடு கூடி விளையாடிவிட்டுப் போகிறதா? அங்கங்கே இருந்த குப்பைக் கூடைகளில் கிழித்துப் போடப்பட்ட காகிதங்கள் நிறைந்திருந்தன. அப்படித்தான்

தன்னுடைய மாறுதல் விண்ணப்பமும் அங்கே கிடக்குமோ என்று நினைத்துக் கொண்டான் சரவணன். எடுத்து வெளியே மண் வெளியில் குவித்து நெருப்பு வைத்து விடலாம்தான். செய்து காண்பித்தால், பிறகு அந்த வேலை தொடர்ந்து தனதாகி விடும்.. ராமலிங்கம்தான் அதைச் செய்ய வேண்டும். அல்லது ஒரு சாக்கு ஏற்பாடு செய்து அதில் நிறைத்து வைக்க வேண்டும். மொத்தமாய் ஏழெட்டுச் சாக்குகள் சேர்ந்த பின்னால் எடைக்குப் போட வேண்டும். அந்தப் பொறுமையல்லாம் இப்போது யாருக்கும் இல்லை. பல முறைமைகள், காலத்தால் தானே கழன்று கொண்டு விட்டன.

அப்படிச் செய்யாமல் கொஞ்சம் கொஞ்சமாய் வீட்டிற்கு எடுத்துக் கொண்டு போய் சேகரித்து, கிழிக்காத அழிக்க வேண்டிய பழைய காலம் கடந்த கோப்புகளை எடைக்குப் போட்டுக் காசு பார்த்து மாட்டிக் கொண்ட ஒரு பழைய மேலாளரை அறிவான் இவன். அந்தத் தவறைச் செய்ததற்காக ஓய்வு பெற முடியாமல் போன அவலத்தை இன்னும் அனுபவித்துக் கொண்டிருக்கிறார் அவர். கால் காசு பிச்சை காசுக்கு ஆசைப்பட்டு இது தேவையா? மனுஷன் புத்தி ஏன் இப்படியெல்லாம் இஷ்டத்துக்குக் கோணிக்கொள்கிறது? என்று அவரை நினைத்துப் பரிதாபப்பட்டிருக்கிறான் சரவணன். அவர் அவனை விரட்டிய விரட்டலெல்லாம் இன்னும் பசுமையாய் நினைவிருக்கிறது. சர்வீசுக்கு வந்த புதிதில் அவரிடம் மாட்டிக் கொண்டதும், தன்னைப் பாடாய்ப் படுத்தியதும், அத்தனைக்கும் தான் மடங்கி மடிந்து போனதும், அப்படியும் அவர் அன்பைப் பெற முடியாததும், அவரது அந்த அதிகாரமான பெரும்போக்கான இருப்பு அவரைக் கடைசியில் கொண்டு நிறுத்திய இடத்தையும், என்னதான் கற்றவனாய், புத்திசாலியாய், கடமையாற்றுபவனாய் இருந்தாலும் அவனிடம் அடிப்படையாய் இருக்க வேண்டிய ஒழுக்கம் இல்லாமல் போனால் எல்லாமும் பாழ்தான் என்பதை அவர் தன்

மூலமாய் மற்றவர்களுக்கு உணர்த்தியிருப்பதாய் நினைத்துக் கொண்டான் சரவணன்.

ஒவ்வொரு ஜன்னல்களாய்த் திறக்க ஆரம்பித்தான். புழுக்க வாடை கொஞ்சம் கொஞ்சமாய் விலக ஆரம் பித்தது. குளிர்ச்சி பரவட்டும் என்று காற்றாடிகளை ஓட விட்டான். மேஜைகள் மேல் வைக்கப்பட்டிருந்த பறக்க ஆரம்பித்த பேப்பர்கள் மேல் வெயிட்டுகளை வைத்தான். போட்டது போட்டமேனிக்கு என்று கிளம்பிப் போய் விடுகிறார்கள். ஒரு மேஜையில் பேனா திறந்தமேனிக்கு அப்படியே கிடந்தது. கோப்பும் திறந்து கிடந்தது. ஒவ்வொன்றாய் ஒழுங்கு படுத்தினான். கண்ணில் பட்டதைச் சரி செய்யாமல் அவனால் இருக்க முடியாது.

நீ எதுக்கு இதைத் தொடுறே... வச்சிட்டுப் போன எனக்குத் தெரியாதா? உன் சோலி எதுவோ அத மட்டும் பாருய்யா....ரெண்டு செக் ஷன் வேலைல கிடந்து மாரடிச்சிக்கிட்டு இருக்கேன் நான்... சொல்ல வந்துட் டயாக்கும்... தன் தவறை மறைக்கத்தான் அவர் இப்படிப் பேசுகிறார் என்பது தெரிந்தது சரவணனுக்கு. வீட்டிற்குக் கிளம்புகையில் டேபிளைச் சுத்தம் செய்துவிட்டுக் கிளம்ப வேண்டும் என்பது ஒரு கிளார்க்குக்குத் தெரியாதா? அப்படியேவா எழுந்து கிளம்புவது? எடுத்து பீரோவில் வைத்துப் பூட்டிச் சென்றால்தானே பாதுகாப்பு? கோப்பு தொலைந்து போனால்? யாரேனும் வேண்டாதவர்கள் கோப்பின் ரெண்டு பேப்பரை வேண்டுமென்றே கிழித்துப் போட்டால்? இருக்கும் இருப்பைப் பார்த்தால், தானே அப்படிச் செய்ததாய்ச் சொன்னாலும் சொல்லுவார்கள். எதற்கு வம்பு? என்று அமைதியாய் வெளியேறினான் சரவணன்.

தான் அவர்களோடு ஒட்டாத ஆளாய் இருப்பதுதான் தனது பலவீனம். ஒட்டிப் பிசினாய் இறுகிக் கொள்வதுதான் ராமலிங்கத்தின் பலம். எது பலமாய் நிற்க வேண்டுமோ அது பலவீனமாய்க் கிடக்கிறது. பலவீனமானது பலமாய்

நின்று பரிணமிக்கிறது. இருக்கலாம். ஆனால் தன் மனோ பலம்? அதற்கு ஈடு இணை உண்டா என்ன? அது அந்த ஒருவனுக்குத்தான் வெளிச்சம். கைகளை வானத்தை நோக்கி உயர்த்திக் கும்பிட்டுக் கொண்டான் சரவணன்.

அதற்கு அடுத்த மாதம் அவனுக்கு அந்த மாறுதல் கிடைக்கத்தான் செய்தது. அதிசயங்கள் அவ்வப்போது நடக்கத்தானே செய்கின்றன. ஊருக்கு வெளியே தனித்திருந்த இயந்திரங்களுக்கான ஒர்க் ஷாப்பில் அவனைப் போட்டிருந்தார்கள். சுற்றிலும் வயல்வெளி. சற்றுத் தள்ளி ஒரு கல்லூரி. வெளியே நாற்கரச் சாலையின் ஓயாத பரபரப்பு. ஒரு வசதி இருந்தது சரவணனுக்கு. வேலையை முடித்து வாசலுக்கு வந்தானெனில் பக்கத்து பஸ் ஸ்டாப்பில் நின்று கொள்ளலாம். அவன் ஊருக்குப் போகும் பஸ் வரும். கையைக் காட்டினால் நிச்சயம் நிற்கும். ஒன்றில்லாவிட்டாலும் இன்னொன்று இரக்கப் பட்டு நின்று விடும். அதில் ஏறிக் கொண்டு நிற்சிந்தையாய் வீடு நோக்கிப் பயணிக்கலாம். அப்படியே அங்கே நின்று நின்று ஒரு ஆள் அந்த நேரத்திற்கு அங்கே ஏறுமே என்ற பழக்கத்தை பஸ்காரனுக்கும் ஏற்படுத்தி விட்டோமென்றால், இரக்கச் சித்தம் மேம்பட, வழக்கம் போல் தன்னையும் ஏற்றிக் கொள்ளத் தயாராகி விடுவார்கள். இந்த உலகத்தில் இன்னமும் நேசமும் கருணையும் முழுக்க வற்றி விடவில்லைதானே...! சரவணனுக்குச் சந்தோஷமாய்த்தான் இருந்தது.

வெள்ளரிப்பட்டி ஒர்க் ஷாப்புக்கு என்னை மாத்திட் டாங்கடீ... என்று வள்ளியிடம் சொன்னால் ரொம்பவும் மகிழ்ந்து போவாள். மேல் வரும்படி எதும் கிடைக்குமுல்ல... என்ற அவளின் நிச்சயமான கேள்வி இப்போதே அவன் மனதில் தோன்றிக் குறுகுறுக்க வைத்தது. ஆனால் அங்கு போயும், பொய்யாய், பழங்கதையாய், ஆள் பற்றாக் குறையில், அதே பகலும் இரவுமான வாட்ச்மேனாயும், பியூனாயும் மாறி மாறித் தான் வேலை பார்க்க வேண்டி

யிருக்கும் என்கிற துக்கிர அவலத்தை அவன் அறிந்தா னில்லை.

கும்பிட்ட கையை எடுக்காமல் அப்படியே குனிந்து நின்றான் சரவணன். கண்கலங்கிப் போனார் வித்யாபதி. இப்பச் சந்தோஷம்தான...? என்றார்.

ஐயா... உங்களாலதான் இது நடந்திச்சு... எனக்கு வேற யாரும் செய்ய மாட்டாக...உங்கள ஆயுசுக்கும் மறக்க மாட்டேங்கய்யா...! என்று கண்கள் கலங்க தளர்ந்து நின்றான் சரவணன்.

சந்தோஷமாப் போயிட்டுவா... நல்லபடியா வேலையைப் பார்... அங்கயே சிவனேன்னு இரு... நான் இருக்கேன்..யாரும் தொடாமப் பார்த்துக்கிறேன்... என்றார் வித்யாபதி.

அங்கயும் வாட்ச்மேன் வேலையையும் சேர்த்து அப்பப்பப் பார்க்க வேண்டியிருக்கும்னு சொல்றா களேய்யா.... - கேட்க நினைத்தான் சரவணன். வாய் நுனிவரை வந்துவிட்ட வார்த்தைகளை இழுத்து நிறுத்திக் கொண்டான். முதலுக்கே மோசமாகி பிறகு இந்த மாறுதலும் கான்சல் ஆகி விட்டால் என்ற பயம் வந்து அவனைத் தடுத்து நிறுத்தியது.

அங்கேயும் இதே தொந்தரவு உண்டு என்பதை அறிந்திருந்தும் வித்யாபதி அந்தச் செய்தியைச் சொல்லி அவனைப் பயமுறுத்த விரும்பவில்லை. எட்டு மணி நேரத்துக்கு ஒரு காவலர் வீதம் மூன்று பணியிடங்கள் அங்கு உண்டுதான். ஆனால் இருந்தது இருவரே. அலுவலகத்திற்கென்று இருந்த இரு பியூன்களில் ஒருவர் மாற்றி ஒருவர் காவலராகவும் பணிமாற்றம் செய்து கொண்டு ஷிப்ட் முறையில் அங்கே பணிபுரிய வேண்டிய நிர்ப்பந்தம் இருந்தது.

இப்போது அந்தச் சங்கடத்தை விட சரவணனை உள்ளூருக்குக் கொண்டு வருவதே பெரிய சாதனையாக

வித்யாபதிக்குப் பட்டதால் அவரின் தனிப்பட்ட கவனத்தில் அவர் இந்த மாறுதலை எழுதி வைத்து மறுக்க இயலாத வகையில் ஒப்புதல் பெற்றிருந்தார்.

சந்தோஷமாப் போயிட்டு வா... தினமும்தான் வீட்டுக்குப் போயிடலாமில்ல...அந்தவகைல திருப்திப்படு... எவ்வளவு சீக்கிரம் முடியுமோ அவ்வளவு சீக்கிரம் உன்னை இங்க இழுத்துக்கிறேன்... சரிதானா?

வித்யாபதி இப்படிச் சொன்னபோது ஐயா... நீங்க தெய்வம்...என்று தடாலடியாய்க் காலடியில் சாஷ்டாங்க மாய் விழுந்தான் சரவணன்.

19

கெஜலட்சுமியின் விருப்பத்தை நிறைவேற்ற முடியாத அளவுக்கு, தான் தன் அலுவலகப் பணியில் ஈடு பட்டிருப்பது வித்யாபதிக்கு உறுத்திக்கொண்டேதான் இருந்தது. ரொம்பவும் நிதானமாகச் செய்ய வேண்டிய பணி அது என்பதுவே அவரைத் தாமதிக்கச் செய்தது. வயதும் ஆகிப் போனது... இனிமேல் குழந்தையைத் தத்து எடுத்து, வளர்த்து, ஆளாக்கி வேலைக்கு அனுப்பி, திருமணம் செய்து நினைத்தபோதே மலைப்பாகத்தான் இருந்தது. இந்த எண்ணமே தன் மனதில் சுணக்கத்தை ஏற்படுத்தி, அலுவலகப் பணிகளில் அதிகக் கவனத்தைச் செலுத்த வேண்டித் தள்ளிவிட்டதோ என்று நினைத்துக் கொண்டார் வித்யாபதி. அவளும் ஏதும் கேட்பதில்லை. வேண்டாம் என்கிற எண்ணம் வந்துவிட்டதோ என்னவோ... அவ்வப்போது உடம்பு படுத்துவதைப் பார்த்தால் இனி எதற்கு ஒரு குழந்தைக்கு என்று மெனக்கெட்டுக் கொண்டு என்று நினைத்து தயங்குகிறாளோ என்னவோ...! உனக்கு நான் குழந்தை... எனக்கு நீ குழந்தை... இருவரில் ஒருவர் முன்னால் போய்விட்டால் இன்னொருவர் ஒரு முதியோர் விடுதியில் போய் இருந்து கொள்ள வேண்டியதுதான். அதுதான் இந்த ஜென்மத்திற்கு நமக்கு விதித்த விதி. அதற்கான மன தைரியத்தையும்,

கடைநிலை 187

பக்குவத்தையும் நமக்குள் வளர்த்து நிர்ணயம் செய்து கொள்ள வேண்டியது நம் இருவரின் பொறுப்பு என்று அவ்வப்போது சொல்லித்தான் வருகிறார். சமீபமாய் அவள் குழந்தை தத்து எடுப்பது பற்றிப் பேசுவதேயில்லை என்பதை இப்போதெல்லாம் அவர் அடிக்க நினைத்துக் கொள்கிறார். அவள் ஆசையைக் காலாகாலத்தில் பூர்த்தி செய்ய முடியாதவனாகிவிட்டேன் என்கிற வருத்தம் அவரிடம் இருந்துகொண்டேதான் இருக்கிறது. அலுவலகப் பணிகளுக்கிடையே மறக்க முடியாததாய் அந்த எண்ணம் அவரைப் பாடாய்ப் படுத்திக் கொண்டுதான் இருந்தது. மனைவியின் விருப்பத்தை நிறைவேற்ற முடியாத பாவியாகிவிட்டேன் என்கிற குற்றவுணர்வு அவரை உறுத்திக் கொண்டேயிருந்தது.

சார்... தபால் திரும்பி வந்திருக்கு.... - ஒரு வணக்கம் போட்டு சொல்லிக் கொண்டு வந்த போஸ்ட்மேனை நிமிர்ந்து பார்த்தார் வித்யாபதி. சட்டென்று எதுவோ நினைவுக்கு வந்தது. இருக்கும் உறரிபரியில் இதை மறந்து போனோமே என்று பதட்டமடைந்தார். தேர்தல் பணி யாயிற்றே... பணி ஒதுக்கீடு செய்யப்பட்டிருக்கும் பணி யாளர்கள் கரெக்டாக அதற்கான வகுப்பிற்கு ஆஜராகியாக வேண்டும். அது தலையாய கடமையாயிற்றே...?

நீட்டிய தாளில் கையொப்பமிட, கௌஸ் பாய் வந்து சீல் வைத்து திருப்பிக் கொடுத்தார். வாசலில் வைக்கப் பட்டிருந்த மண் பானையில் தண்ணீர் எடுத்து போஸ்ட் மேன் கடகடவென்று குடித்தபோது அவரின் வெயில் அலைச்சலும், வழியும் வியர்வையும் இவரைச் சங்கடப் படுத்தியது.

தபாலை நிதானமாக சிசர் வைத்து நுனியில் கட் பண்ணினார். உள்ளே இருந்த தாளை எடுத்தார். ஒரு மெல்லிய பதற்றம் அவரிடம் பரவியிருந்ததை உணர்ந்தார்.

எழுத்தர் அவிநாசிக்கு அனுப்பிய கடிதம்தான் அதன் ஜெராக்ஸ் இணைப்போடு திரும்பியிருந்தது. நாம

அனுப்பிச்சதே திரும்பிடுச்சு? என்றவாறே அந்தக் கடிதத்தையும் இணைப்போடு ஓரத்தில் கிழித்த தபால் கவரையும் பின்னால் வைத்து ஸ்டாப்ளர் பின் அடித்தார்.

மை வைக்கும் வேலை ஒதுக்கீடு செய்து அவரை நியமனம் செய்திருந்த ஆணை அது. முதல் வாரம் வெள்ளிக்கிழமை அனுப்பியிருந்த கடிதம். சனிக்கிழமை கொடுத்திருக்கலாம். அல்லது திங்கட்கிழமை டெலிவரி செய்யப்பட்டிருக்கலாம். அப்படி டெலிவரி செய்யும்போது வாங்க மறுத்து திரும்ப அனுப்பப்பட்டிருக்கிறது. அதானே?

ஆள் வரும்முன்னே அனுப்பிய கடிதம் திரும்ப வந்து விட்டது. தேர்தல் பணி ஏற்றே ஆக வேண்டும், மறுத்தல் கூடாது என்கிற நோக்கில் ஒப்புதல் அட்டையோடு பதிவஞ்சலில் அனுப்பப்பட்ட தபால் திரும்பியிருக்கிறது.

பொதுவாக இம்மாதிரி தபாலில் அனுப்பும் நடைமுறை இல்லைதான். தகவல் தெரிவிக்காமல் முடியாதே! வெளியூரில் இருக்கும் ஆள் ஒருவேளை வராமலே போய்விட்டால்? இந்த முக்கியமான ஆணையைக் கண்டாவது ஆள் வந்தே ஆக வேண்டுமே? இப்பணியை மறுக்க முடியாது... அசல் தன்னிடம் இருப்பதை டிராயரைத் திறந்து பார்த்து உறுதி செய்து கொண்டார்.

சொல்லப்போனால் இம்மாதிரித் தபால்களை நேரடியாக வழங்கி, கையொப்பம் பெற வேண்டும். அதுதான் முறை. நடைமுறையே அதுதான். ஆள் வெளியூரில் இருந்ததால் அவசரம் பார்த்து வந்து சேர வேண்டும் என்று இப்படிச் செய்யப்பட்டது. ஃபோனில் பிடிக்க முடியவில்லை. அப்படியும் தபால் திரும்பி யிருக்கிறது. ஆளில்லையா? வாங்கவில்லையா? வெவ் வேறாக முயற்சித்தும் பலனில்லை. ஒரு ஆளை அனுப்பி யாவது தபாலை செர்வ் பண்ணியாக வேண்டும். தேர்தல் பணியை மறுத்தால் ஒழுங்குமுறை நடவடிக்கை பாயும்.

அவிநாசிக்குத் தெரியும்தான். அப்படி ஓடி ஒளியும் ஆளும் இல்லை.

வந்த தபாலைத் திருப்பித் திருப்பிக் கவனமாய்ப் பார்த்தார் வித்யாபதி. இவங்களோட பெரிய்ய்ய தொல்லையப்பா...என்ற எண்ணம் அவர் மனதில் ஓடிக் கொண்டிருந்தது. சலிப்பும் ஏற்படத்தானே செய்கிறது.... *Door locked*... என்று மூலையில் கிறுக்கப்பட்டிருந்தது.

இன்று ஆளும் பணிக்குத் திரும்பியிருக்க வேண்டும். நேற்றோடு விடுப்பு முடிந்தது. அவநாசி வரவில்லை. ஒரு வேளை தேர்தல் பணிக்குப் பயந்து கொண்டு விடுப்பை நீட்டிப்பாரோ? சந்தேகம் வந்தது.

மாவட்ட ஆட்சியர் அலுவலகத்திலிருந்து தேர்தல் பணி ஒதுக்கீட்டு ஆணைகளை எடுத்துக் கொண்டு டெலிவரி செய்ய வந்த பணியாளர் இன்று மீண்டும் வரக்கூடும். எல்லாத் தபால்களும் எல்லாருக்கும் வழங்கப்பட்டுவிட்டதா என்பதை உறுதி செய்ய. என்ன பதில் சொல்வது?

திரும்பி வந்த தபாலைத் திருப்பியளிக்க முடியுமா? ஆளில்லை என்று சொல்ல முடியுமா? தேர்தல் பணியை மறுப்பது கூடாது. மறுக்கும் பணியாளர் மீது நடவடிக்கை உண்டு. அதற்கு பதில் சொல்லி மாளாது. பதிலாக தேர்தல் பணியை ஏற்றுச் செய்வதே உத்தமம். காசும் கிடைக்கிறதே? அரசாங்கம் தேல்தல் பணி செய்ய சன்மானம் வழங்குகிறது. அப்பொழுது அதை மதிக்க வேண்டாமா? பணம் கொடுத்தும் வாங்க... வாங்க... என்னும்போது மறுப்பது ஒழுங்கீனமில்லையா? எந்தக் கூலியுமில்லாது அழைத்தாலே போய்ச் செய்ய வேண்டியது நம் கடமை. இருபத்திநாலு மணி நேர ஊழியர் என்று சொல்வார்களே...!

யோசித்தவாறே அமர்ந்திருந்தார் வித்யாபதி. வேறு வேலை ஓடவில்லை. எதிரே இருந்த எழுத்தர்கள்,

தட்டச்சர்களின் இருக்கைகள் காலியாயிருந்தன. அனைத்துப் பேரும் தேர்தல் பயிற்சி வகுப்பிற்குச் சென்றிருந்தார்கள். ஒவ்வொருவருக்கும் ஒவ்வொரு இடம் போடப்பட்டிருந்தது. டவுனுக்குள்ளேயும், சற்று ஒதுக்குப் புறமாகவும்...வகுப்பு அரை நாளில் முடிந்து விடும்தான். மதியம் ஆபீஸ் வந்து விட வேண்டும் என்று சொல்லித்தான் அனுப்புவார். ஆனால் யாரும் வருவதில்லை. வீட்டிற்குப் போய் சாப்பிட்டு வருவதானாலும் இரண்டரை, மூன்றுக்குள் வந்துவிடலாம்தான். போனால் போனது தான். குறைந்தது நான்கு வகுப்புகளாவது இருக்கும். போகும் இடத்தில் எப்போது வகுப்பு ஆரம்பிக்கும், எப்போது முடியும் என்றும் சொல்ல முடியாது. அதிலும் தாமதமாகலாம். வகுப்பு எடுப்பவர் கொஞ்சம் முன்னே பின்னே வந்தால் நேரம் ஆகத்தானே செய்யும்? அதனால் பணியாளர் ஏன் மதியம் ஆபீஸ் வரவில்லை என்று யாரையும் கேட்கவும் முடியாது. கேட்டும் பயனில்லை. கொடுத்த ஆணைப்படி ஒழுங்காகத் தேர்தல் பணியைச் செய்து முடிக்கட்டும் அதுவே போதுமானது என்று தோன்றிவிடும். இல்லையென்றால் அலுவலருக்குக் கெட்ட பெயர். அவருக்குக் காரணங்கள் கேட்கப்படும்.

எனவே மதியம் ஆபீஸ் வருவதைப்பற்றி பொதுவாய் யாரும் பொருட்படுத்துவதில்லை. அது அந்தந்த ஆபீஸ் சம்பந்தப்பட்ட, அங்குள்ள அலுவலகம் சம்பந்தப்பட்ட நடைமுறை விஷயங்கள்.

வித்யாபதிக்கு மதியம் இரண்டு மணிக்கு மேல் தேர்தல் வகுப்பு. பகல் அரைநாள் ஆபீஸ் போய் இருக்கும் வேலைகளை முடித்து விடுவோம் என்று வந்திருந்தார் அவர். குறிப்பாய் அவர் மனதிலிருந்த விஷயம் இதுதான். அவிநாசி தபால் பெற்றாரா இல்லையா?

சந்தேகப்பட்டதுபோலவே ஆகிப் போனது.

எதற்காக தேர்தல் பணியை ஏற்க மறுக்கிறார்கள் அல்லது தயங்குகிறார்கள் அல்லது பயப்படுகிறார்கள்?

கடைநிலை

அங்கென்ன அடிக்கிறார்களா, பிடிக்கிறார்கள்? அப்படி யென்ன அறிவில் ஏறாத விஷயமா அது? எவ்வளவு எளிமைப்படுத்தி வைத்திருக்கிறார்கள்? ஒருவர் பெயர் படிக்க இன்னொருவர் பட்டியலில் அன்னாரின் பெயரும் படமும் இருப்பதை நீட்டும் அடையாள அட்டையை வைத்து உறுதி செய்து கொண்டு கையொப்பம் பெற, மூன்றாவது நபர் இடது கை ஆள்காட்டி விரலை நீட்டச் சொல்லி நகத்திற்கும் சதைப் பகுதிக்கும் குறுக்கே சமமாய் விழுவது போல் மையைத் தடவி அனுப்ப வேண்டியதுதான். இதில் இந்த மை வைக்கும் வேலைக்குக் கூடப் பயந்தால் எப்படி? பட்டியலில் பெயர் தேடுவது என்ன அவ்வளவு சிரமமா? ஆபீசில் எத்தனை கோப்புகளை ஆவண அறைக்குப் போய் விழுந்து விழுந்து தேடுகிறோம். வேட்பாளர் வரிசை எண். பார்த்து பட்டியலில் ஒரு டிக் அடிக்க வலிக்கிறதா என்ன? இயல்பாக மக்களுக்கு அமைந்த சோம்பேறித்தனம் அப்படிச் சுணங்கச் செய் கிறது. நினைத்து சிரித்துக் கொண்டார் வித்யாபதி.

முதல் நாள் மாலையே எங்கு பணி செய்ய ஆணை யிடப்பட்டிருக்கிறதோ அந்தப் பள்ளிக்கு அல்லது இடத் திற்குச் சென்று விட வேண்டும். ஒரு இரவு மட்டும் அங்கேயே தங்கி உண்டு உறங்கி எழுந்து மறுநாள் காலை தயாராக வேண்டும். இதற்கென்ன சுணக்கம்? இதிலென்ன பயம்? புதுஇடத்தில் ஓர் இரவு படுத்திருந்தால் தொலைந்து போவோமா? அப்படியே சரியான தூக்கம் இல்லையென் றாலும்தான் என்ன? நாட்டின் பணிக்காக ஓர் இரவு தூக்கம் முழிக்கக் கூடாதா? குடி முழுகி விடுமா? பலரும் உற்சாகமாய்த்தான் கிளம்பகிறார்கள். சிலர்தான் சுணக்கம் காட்டுகிறார்கள்.

வேண்டாம் சார்... ஏதாச்சும் தகராறு... அடிதடி வரும்... எதுக்குப் பிரச்னை? எனக்கு எலெக் ஷன் டியூட்டி வேண்டாம் சார்... - கணக்குப் பிரிவு எழுத்தர் முனியம்மா இப்படிச் சொன்னது நினைவுக்கு வந்தது வித்யாபதிக்கு.

அப்படியெல்லாம் நினைச்சு பயப்பட வேண்டியதில்ல... எதுவும் நடக்காது. எல்லாம் பக்காவா ஏற்பாடு பண்ணி யிருப்பாங்க... பாதுகாப்புக்குப் போலீஸ் காவல் போட்டிருப்பாங்க... தேர்தல் பணியை வேண்டாம்னு சொல்ல முடியாது... செய்தே ஆகணும். அது நம்மளோட கடமை... புரிஞ்சிக்குங்க...

சரி சார்... நீங்க சொல்றீங்களேன்னுதான் சம்மதிக் கிறேன். எங்க வீட்டுக்காரரு வேண்டாம்னு சொல்றாரு... உத்தரவ வாங்காதங்கிறாரு... அப்புறம் நான் என்ன சார் பண்றது? நாளைக்கு ஏதாச்சும் பூத்ல கலாட்டா கிலாட்டா அடிதடின்னு நடந்திச்சின்னா... காயம் பட்டுப் போச்சின்னா... யார் சார் பொறுப்பாறது?வீட்டுல குழந்தைங்கள வேறே தனியா விட்டுட்டு வரணும். நீங்களா உதவிக்கு வருவீங்க...?

நேரடித் தாக்குதல். எதிர்கொண்டுதான் ஆக வேண்டும். இது எனக்காக வர்றதில்லம்மா... நல்லாப் புரிஞ்சிக்குங்க... நான் சொல்றதுனால நீங்க ஏத்துக்க வேண்டாம். சொல்ல வேண்டியது என் கடமை... அதனால சொன்னேன். இது கலெக்டர் ஆர்டர்..இல்லன்னா உங்க பேர்ல ஆக் ஷன் எடுப்பாங்க... பரவால்லியா? மெமோ கொடுப்பாங்க... ஏன் தேர்தல் பணியை ஏத்துக்கலைன்னு காரணம் கேட்பாங்க...அலையய வேண்டியிருக்கும்... அதுக்கு கமுக்கமா ஏத்துக்கிட்டு செய்துட்டு வந்துடறதே பெட்டர். நான் உங்களுக்கு நல்லதத்தான் சொல்லுவேன்... நம்புங்க... நம்மள மாதிரி ஊழியர்களை நம்பித்தாம்மா எலெக் ஷனே நடக்குது... நாம செய்யாம வேறே யாரு செய் வாங்க... மகிழ்ச்சியா ஒத்துக்கிட்டுப் போயிட்டு வருவீங் களா? எதை எதையோ சொல்லிப் புலம்புறீங்களே? செய்த வேலைக்குப் பணமும் கொடுக்கிறாங்கல்ல... இந்தியா முழுக்க இது நடக்குது? உங்கள மாதிரி அங்கங்க இருக்கிறவங்க உனக்கு வேண்டாம்... எனக்கு வேண்டாம்னு சொன்னா அப்புறம் யாரை நம்பிம்மா தேர்தல் நடத்தும்

அரசாங்கம்...? கவர்ன்மென்ட் சர்வன்டா இருக்கோம்... தேர்தல் கமிஷன் அரசாங்க மெஷினரிய நம்பித் தேர்தலை நடத்துறாங்க... நம்பள நம்பித்தான் முறையாத் திட்டமிட்டு இந்த வேலைல இறங்குறாங்க... செய்து கொடுக்க வேண்டியது நம்ப கடமையில்லையா? அத விட வேறே வேலை என்ன நமக்கு? சந்தோஷமா ஏத்துக்கிட்டுப் போயிட்டு வர வேண்டாமா? இப்டியா சீக்குப் பிடிச்ச கோழி மாதிரிச் சுணங்குறது? தப்பும்மா...ரொம்பத் தப்பு... முதல்ல கையெழுத்துப் போட்டு எலெக் ஷன் டியூட்டி ஆர்டரைக் கும்பிட்டுக் கைல வாங்குங்க...

கலெக்டர் ஆபீஸிலிருந்து வந்திருந்த அதிகாரி முன்னேயே இப்படி ஒரு நீண்ட லெக்சர் கொடுத்து அவரவர் ஆணைகளை வாங்கச் செய்தார் வித்யாபதி. தன்னால் கூட இப்படி விளக்கிச் சொல்ல முடியாது என்று அகமகிழ்ந்து தேர்தல் பணி ஆணைகளை வழங்கிவிட்டுப் போனார் அந்த அதிகாரி. போகும்போது மட்டும் ஒன்று சொன்னார்...

மலைப் பகுதிக்கெல்லாம் தேர்தல் வேலைக்குப் போறாங்கம்மா... தெரியுமா? கழுதை முதுகுல, குதிரை மேலே... எல்லாச் சாமான்களையும் ஏத்திட்டு, மொத நா ராத்திரியே போய் கெதம் கெதம்னு கிடக்காங்க... அவுங்களும் நம்மள மாதிரி கவர்ன்மென்ட் சர்வன்ட்கள் தான்... மனுசங்கதான்... கொஞ்சம் எல்லாத்தையும் நினைச்சுப்பாருங்க...

முனியம்மா பயந்தது என்னவோ ஓரளவு சரிதான் என்றும் தோன்றியது வித்யாபதிக்கு. ஏனென்றால் அவருக்கே அப்படியான ஒரு அனுபவம் உண்டு. மானேஜர் ஆவதற்கு முன் இருபதாண்டு காலம் உதவியாளராகப் பணி புரிந்த காலங்களில் மூன்று நான்கு தேர்தல் பணிகளுக்குச் சென்றுள்ளார். ஒரு இடத்தில் பெரிய கலாட்டாவே நடந்து போனது என்பதுதான் உண்மை. கும்பலாக வந்து தேர்தல் நடக்கும் பூத்தை

நோக்கி கற்களை விட்டெறிந்து, உள்ளே புகுந்து இருந்த ஆட்களையெல்லாம் விரட்டி அடித்து மேஜை நாற் காலிகளை உடைத்து, தேர்தல் ஆவணங்களைக் கிழித்துக் காற்றில் பறக்கவிட்டு, பிறகு மிலிட்டரி போலீஸ் வந்து அவர்களை விரட்டி விரட்டிப் பிடித்த கதையும் காட்சி யும் இப்போதும் அவர் மனதில் அழியாது நிலைபெற்ற ஒன்றாக இருந்து கொண்டிருக்கிறதுதான். குலை நடுங்கிப் போனது அன்று.

எங்கோ என்றோ ஒன்றிரண்டு நடந்து விட்டது என்பதற்காக தேர்தல் பணிக்கே செல்ல மாட்டேன் என்று சொல்வது என்ன நியாயம்? அப்படி மறுப்பது மனசாட்சிப்படி சரியாகுமா? நாமெல்லாம் ஒன்று சேர்ந்துதானே தேர்தலை வெற்றிகரமாக நடத்திக் கொடுக்க வேண்டும்? அது நம் அத்யந்தக் கடமை யில்லையா? ஓட்டுப்போடுவது எப்படி மக்களின் ஜனநாயகக் கடமையோ அதுபோல தேர்தல் பணிக்கும் சந்தோஷமாக ஒத்துக் கொண்டு மகிழ்ச்சியாய் உற்சாகமாய் அந்தக் கடமையை நிறைவேற்றுவது இந்த நாட்டின் பிரஜையாகிய நமது பணியாளர்களின் கடமையும் ஆகிறதுதானே?

பெரும்பாலும் யாரும் வாங்க மாட்டாங்க சார்... அந்தந்த ஆபீஸ் சூப்பிரன்ட், மானேஜர்னுதான் நாங்க கொடுத்திடுவோம். அவரோட பொறுப்பு அதை அவரவருக்கு விநியோகிப்பதும், ஏற்றுக் கொள்ளச் செய்வதும்...இப்டி ஒவ்வொரு ஆபீசா நாங்களே உட்கார்ந்து கொடுத்துக் கையெழுத்து வாங்கிட்டிருந் தோம்னா எங்களுக்கு வேலை முடியாது சார்... ஒவ்வொரு ஆபீஸ்லயும் பாதிக்குப் பாதிதான் விரும்பி வாங்குறாங்களே யொழிய எல்லாரும் சந்தோஷமா ஏத்துக்கிறதில்ல சார்... பயப்படுறாங்க... அதான் ஏன்னு தெரில...? அப்படியென்ன கஜகர்ண வித்தையா இந்த வேலை? அதான் நாலஞ்சு வகுப்பு எடுக்கிறாங்களே... அதுலயே எல்லாமும் நல்லாத்

தெரிஞ்சி போயிடுமே...? பிறகென்ன சார் தயக்கம்? நம்ம ஊழியர்களை மாத்தவே முடியாது சார்... இப்டி சோம்பின மனநிலைல இருக்கிற இவுங்களை உசுப்பிவிட்டு உசுப்பி விட்டுத்தான் ஆள் சேர்த்து இந்தத் தேர்தலை நடத்தி முடிச்சாக வேண்டியிருக்கு...இதாச்சும் பரவால்ல... தேர்தல் அன்னைக்கு வராம இருந்த ஆட்களும் உண்டு... அது தெரியுமா? ஒருத்தரே ரெண்டு பேர் வேலையைப் பார்க்க வேண்டிய நிலமையும் வந்திருக்கு. எல்லாத்தை யும்தான் சார் சமாளிச்சிக்கிட்டிருக்கோம்... குடும்பங்களில் ஏற்படும் திடீர்ச் சாவுகளால் சில சமயம் பிரேக் விழுந்த துண்டு. அது தவிர்க்க முடியாதது. உடனிருப்பவர்கள் அப்பணியையும் சேர்த்து செய்து வெற்றிகரமாகத் தேர்தல் பணியை முடித்திருக்கிறார்கள். அவையும் நினைவு கூறத்தக்கதுதான்.

திரும்பி வந்த தபாலையே வைத்த கண் வாங்காமல் பார்த்துக் கொண்டிருந்தார் வித்யாபதி. என்ன செய்யலாம் என்கிற யோசனை அவர் மனதில் தீவிரமாக ஓடிக் கொண்டிருந்தது.

அவிநாசி வேலைக்கு வரவில்லை. விடுப்பு நீட்டித்து விண்ணப்பமும் வரவில்லை. கதவு பூட்டப்பட்டிருக்கிறது என்று எழுதி தபால் திரும்பி வந்திருக்கிறது. ஆளை எங்கே போய்த் தேடுவது? ஒரு வேளை தபால் இன்று அலுவலகத்திற்குத் திரும்பக் கிடைத்து விடும் என்று தெரிந்து... ஒரு நாள் விட்டுத் தாமதமாக அலுவலகம் செல்வோம் என்றிருப்பாரோ? நீட்டித்த ஒரு நாளைக்கு ஆபீஸ் போய் விடுப்பு எழுதிக் கொடுத்துக் கொள்வோம் என்று முடிவு செய்து கள்ள மௌனம் சாதிக்கிறாரோ? ஏற்கனவே அடிக்கடி காரணமில்லாமல் பொய்க் காரணங்கள் சொல்லிச் சொல்லி விடுப்பு எடுக்கும் ஆசாமி. தாத்தா இறந்துட்டார்... பெரியப்பா போயிட்டார்... (எத்தனை முறை இறந்தார்களோ!) என்று. வேறு ஏதேனும் வியாபாரம் செய்கிறாரோ என்றெல்லாம் கூடச் சந்தேகம்

வந்தது இவருக்கு. வெளியூர் ஆசாமி. தினமும் வந்து செல்பவர். இதையெல்லாம் போய் உளவறிந்து கொண்டிருக்க முடியுமா? அதுவா வேலை? அவராய்ச் சொன்னால் கேட்டுக் கொள்ளலாம்.

எதற்கு இத்தனை யோசனை? இப்போது இந்த உத்தரவை யாருக்காவது கொடுத்தாக வேண்டும். அதற்கு பெயர் மாற்றி எழுதி வாங்க வேண்டும். அதற்கு ஒரு பணியாளைப் பிடிக்க வேண்டும். யோசித்து யோசித்து மண்டைதான் குழம்பியது வித்யாபதிக்கு.

திடீரென்று ஏதோ தோன்ற அவநாசிக்கான தேர்தல் பணி ஆணையினைத் திரும்பவும் எடுத்துப் புரட்டினார். அவருக்கும் தான் செல்லும் பள்ளியில்தான் முதல் தேர்தல் வகுப்பு என்பது தெரிந்தது. சரி என்று மனதில் ஒரு முடிவுக்கு வந்தார். மணியைப் பார்த்தார். பன்னி ரெண்டு. கொண்டு வந்த டிபனை விலுக் விலுக்கென்று முழுங்கினார். அரை பாட்டில் தண்ணீரை உள்ளே செலுத்தினார். அலுவலரின் அறைக்குள் நுழைந்தார்.

ஆச்சு... நீங்களும் கிளம்பிட்டீங்களா? என்றார் அதிகாரி.

ஆமா சார்... இப்போ போய் பஸ் பிடிச்சாத்தான் டயத்துக்கு வகுப்புக்குப் போய்ச் சேர முடியும்...அந்தப் பகுதிக்கு அடிக்கடி பஸ் வேறே வராது. மேலூர் போற பஸ்ல த்ரூ டிக்கெட்தான் போடுவான்... இடைல நிக்க மாட்டான்... அந்த ஊர் வண்டி அடிக்கடி வராது. காத்திருந்துதான் ஏறணும்...

சரி... சரி... கிளம்புங்க... கேஷ் செஸ்ட்லாம் பூட்டிட்டீங் கல்லே... ஞாபகமா ஒரு தரம் இழுத்துப் பார்த்துட்டுப் போங்க... அப்போ இன்னைக்கு நாந்தான் இந்த ஆபீசுக்குக் காவல்... அப்படித்தானே...?

பதில் சொல்லாமல் பார்த்துக் கொண்டு நின்றார் வித்யாபதி.

பியூன் ரெண்டு பேர்ல யாராச்சும் ஒருத்தராவது இருக்காங்களா? என்றார். இல்ல சார்... அவுங்களுக்கும்தான் டியூட்டி...

அவுங்களுக்குமா? என்னாது... மை வைக்கிற வேலயா...?

ஆமா... சார்...பேரு படிச்சிக் கூட கையெழுத்து வாங்குவாங்க... நம்மள விட நல்லாவே செய்வாங்க... அதெல்லாம் டிரெயினிங் கொடுத்திடுவாங்கல்ல சார்... நாலு வகுப்பு எதுக்கு வைக்கிறாங்க...?

ஓ.கே...வாட்ச்மேனை இங்க வந்து இருக்கச் சொல் லுங்க... பெல் அடிச்சா வர்றதுக்கு ஒரு ஆள் வேணும் எனக்கு... ஒரு டீ சாப்பிடணும்னாக் கூட ஆள் இல்லேன்னா எப்டி?

வாசல்ல பிள்ளையார் கோயில்ல படுத்திருப்பான் சார்... சொல்லிட்டுப் போறேன்...! – சொல்லிக்கொண்டே வெளியேறினார் வித்யாபதி.

அரசமரப் பிள்ளையார் கோயில். வெக்கயே தெரியாது. குளு குளுன்னு இருக்கும்...தூங்குறதுக்குக் கேட்கணுமா? ஆளப் பத்தி விடுங்க... என்றார்.

அவிநாசிக்கு ஒதுக்கப்பட்ட தேர்தல் பணித் தபாலிலேயே அவரின் முழுக் கவனமும் குவிந்திருந்தது. எப்படியாவது தேர்தல் வகுப்பின்போது வந்திருக்கும் அதிகாரியிடம் விபரத்தைச் சொல்லி அந்தக் கூட்டத்தில் வேறு யாருக்கேனும் அவர்களது அலுவலகத்தில் விருப்பமுள்ளவர்களுக்கு அந்தப் பணியை வழங்கச் செய்ய வேண்டும். அங்கேயே அவநாசியின் பெயரை அடித்துவிட்டு புதிய பணியாளரின் பெயரை எழுதச் செய்து வழங்கியாக வேண்டும் என்று உறுதி செய்து கொண்டார். அதுபோல் முன்னம் நடந்தது அவர் மனதில் நிலைத்திருந்தது. அத்தோடு கலெக்டர் அலு வலகம் சென்று அவிநாசியின் பணி வேறொருவருக்கு ஒதுக்கீடு செய்யப்பட்டுவிட்டது என்கிற விபரத்தைச்

சொல்லி மேற்கொண்டு அவருக்கு ஏதும் ஒழுங்கு முறை நடவடிக்கை வராமல் தடுக்கச் செய்ய வேண்டும். அதுவும் அவர் விருப்பமாய் இருந்தது.

வேறென்ன செய்வது? தன் அலுவலகப் பணியாளரைத் தானே விட்டுக் கொடுக்க முடியுமா? சமய சந்தர்ப்பங்களில் சேர்த்து அணைத்துத்தானே கொண்டு போயாக வேண்டும்? அலுவலகத் தலைமைக்கு வேலை வாங்குவது மட்டும்தானா வேலை? அவர்களின் நலன்களில் அக்கறை கொள்வதும்தானே?

முடிவு செய்து கொண்டு பஸ்ஸில் ஏறினார் வித்யாபதி. அவிநாசியின் தேர்தல் பணி ஆணையை இன்னொருவருக்கு எப்படியாவது ஒதுக்கீடு செய்து விட்டால்தான் தனக்கு நிம்மதி என்கிற தீவிர சிந்தனையே அவர் மனதில் ஓடிக் கொண்டிருந்தது.

சார்...வந்திட்டீங்களா...? உங்கள எதிர்பார்த்திட்டுத்தான் காத்துக் கிடக்கேன்... - சொல்லிக் கொண்டே ஒரு பெட்டிக்கடை வாசலிலிருந்து திடீரென்றுஎதிரே தோன்றிய அவிநாசியைக் கண்டதும் பிரமித்துப் போனார் வித்யாபதி.

என்னங்க இது... திடீர்னு கடவுள் மாதிரித் தோன்றி நிற்கிறீங்க... உடம்பு சௌகரியமாயிடுச்சா...? - என்று தனது சங்கடங்களை வெளிக்காட்டிக் கொள்ளாமல் கேட்டார்.

ஆயிடுச்சு சார்... இன்னைக்கு டேரக்டா நீங்க க்ளாசுக்கு வருவீங்கன்னு செல்லச்சாமிதான் எல்லா விபரமும் சொன்னாரு...அவரும் திருமங்கலம்தான சார்... என் தபால் கொண்டு வந்திருக்கீங்கல்ல சார்...?

பின்னே? உங்களுக்கு அனுப்பிச்சதுதான் திரும்பிடுச்சே...? யாருக்காவது சர்வ் பண்ணி ஆகணுமே... அதுக்காகத்தான் எடுத்திட்டு வந்திருக்கேன்... இல்லன்னா எம்பொழப்பு நாறிப் போகுமேங்க... கலெக்டருக்கு யாரு

பதில் சொல்றது? அது ரெண்டாவது...கலெக்டர் நம்ம பாஸைக் கேள்வி கேட்பாங்களே...? அதுக்கு எடம் வைக்கலாமா? நம்ம ஆபீசுக்குத்தானே கெட்ட பேரு...? ஏங்க வர்றேன்... வரல்ல... விடுப்பு நீடிக்கிறேன்... ன்னு ஏதாச்சும் ஒரு தகவலை அனுப்ப மாட்டீங்களா? இப்ப மட்டும் செல்லச்சாமி சொன்னார்ங்கிறீங்க...? மத்த நேரத்துல ஆள் கண்ணுல படலையாக்கும்?

ஸாரி சார்... மன்னிச்சிடுங்க...உங்க ரிஜிஸ்டர் தபால் வந்தன்னிக்கு மொத நாள் எங்க அப்புத்தா இறந்து போயிடுச்சி... அதுக்கு ஊருக்குப் போயிருந்தோம் எல்லாரும்... அதான் தபால் திரும்பியிருக்கு... எனக்குத் தேர்தல் வேலன்னா ரொம்பப் பிடிக்குமே சார்... விடுவனா... அதான் நேரா இங்க வந்திட்டேன். ஒரு எலெக் ஷன் ட்யூட்டி கூட மிஸ் பண்ணினதில்ல சார் நான்...! கலெக்டர் ஆபீசுக்கு போய் எனக்குக் கொடுங் கன்னு கேட்டு வாங்கியிருக்கேன்...! என் ராங்குக்கு பிரிசைடிங் ஆபீசர்-1 தர மாட்டாங்க... தந்தாங்கன்னா அதையும் சக்ஸஸ்ஃபுல்லா செய்து முடிச்சிடுவேன். நான் ஆபீஸ் வர...நீங்க இங்க கிளம்பி வந்திருக்க... சந்திக்க முடியாமப் போச்சின்னா... சிக்கலாயிடுமே சார்... அதான் த்ரூ வண்டில அட்வான்சாக் கிளம்பி வந்திட்டன்... எங்கூர்லர்ந்து டேரக்ட் வண்டி மேலூருக்கு இருக்குல்ல சார்... அதப் பிடிச்சேன்...

அப்புத்தா இறந்ததாகச் சொல்கிறார். உண்மையோ பொய்யோ... நமக்கென்ன... ஆள் வந்தாச்சு. அந்தவரைக்கும் நிம்மதி.

அது சரிங்க... எதுக்கும் ஒரு ஃபோன் அடிக்க மாட்டீங் களா? இப்டியா கிணத்துல போட்ட கல்லு மாதிரிக் கிடக்கிறது? நாங்க என்னன்னு நினைக்கிறது? இந்தத் தபால வச்சிட்டு அல்லாடிட்டேன் தெரியுமா? எலெக் ஷன் டியூட்டிங்கிறது எவ்வளவு சீரியஸ் தெரியுமா? யாருமே ரிஜெக்ட் பண்ண முடியாதாக்கும். டிஸிப்ளினரி

ஆக் ஷன் எடுத்திருவாங்க... அனுபவப்பட்ட ஆள் நீங்களே இப்படி செய்தா என்ன அர்த்தம்?

வெரி வெரி ஸாரி ஸார்... தப்பா நினைக்காதீங்க... அப்புத்தா கடைசிக் காரியத்துக்குப் பணத்துக்கு அலைஞ் சிட்டிருந்தேன்... எங்கப்பாவால எதுவும் ஆகாது... நாந்தான் எல்லாம் பார்த்து செய்யணும்... அதுனால அதெத் தவிர வேறே எந்தச் சிந்தனையும் என் மனசுல இல்ல...மன்னிச்சிடுங்க...! டெத் வந்து முடக்கிடுச்சு...

சரி... விடுங்க... வந்திட்டீங்கல்ல... அது போதும்...! ஒரு வகைக்கு நல்லதாப் போச்சு நீங்க நேரடியா இங்க வந்தது. இன்னைக்கு உங்களுக்கும் தேர்தல் வகுப்பு இங்கதான்... பாருங்க இந்த ஆர்டரை... - என்றவாறே அந்த ஆணையை நீட்டினார் வித்யாபதி.

ஆவலோடு வாங்கிக் கொண்டார் அவிநாசி.

வாங்க... முதல்ல எலெக் ஷன் ஆபீசரப் பார்ப்போம்... உங்க ஆர்டரும் சர்வுடு... ஆளும் வந்தாச்சுங்கிறதைப் பதிவு பண்ணுவோம்...

சந்தோஷமாக இருவரும் உள்ளே நுழைந்தனர்.

மலை போலே வரும் சோதனை யாவும் பனிபோல் நீங்கி விடும்... - பழைய பாடலின் வரிகள் சட்டென்று வித்யாபதியின் மனதில் ஒலிக்க யப்பா... பெரிய இக்கட்டுலர்ந்து தப்பிச்சன்... நரி முகத்துல முழிச்சேன் போல்ருக்கு இன்னைக்கு... சங்கடம் நீங்கிருச்சு... - சிரித்தவாறே அவிநாசியைப் பார்த்துக் கூறிக்கொண்டே உற்சாகமாக நடந்தார்.

அப்டியெல்லாம் உங்கள இக்கட்டுல விட்ருவனா சார்... அதான் கன் மாதிரி டயத்துக்கு வந்திட்டன்ல... என்ற அவிநாசி, மானேஜரின் மீதான மரியாதையில் ஒரு நிமிடம் நின்று அவர் கைகளை எடுத்துக் கண்களில் ஒற்றிக் கொண்டார்.

20

ஒரு கணத்தில் தடுமாறித்தான் போய்விட்டார் மயிலேறி. வார்த்தைகள் வந்த வேகத்திற்கு அவரால் இருக்கையை விட்டு எழ முடியவில்லை. மாடிப்படி ஏறி வந்தது மூட்டு வலித்தது. கையில் கைத்தடியை வைத்துக் கொண்டிருந்தால் ஒருவன் எப்படி அதன் உதவியோடு தட்டுத் தடுமாறி எழ முயன்று தடியின் ஊன்றுதலில் எழுந்து நிற்பானோ அது போல் தடியில்லாமலேயே தடுமாறினார் அவர். நாற்காலிக்கும் மேஜைக்கும் இடையில் இருந்த குறைந்த தூரம் அவர் முட்டியைத் தடுக்க வைத்து பிராண வலி வலித்தது.

'மெதுவா... மெதுவா...' - யாரோ சொன்னது போல் நினைத்துக் கொண்டார். யாரும் சொல்லவில்லை. ஓரமாக இருந்த ஒரு பெண் பணியாளர் மட்டும் லேசாகத் தலை நிமிர்ந்து பார்த்தது போலிருந்தது.

லேசாகத் தப்படிகள் வைத்து அறைக்கு வெளியே கிடந்த பெஞ்சில் வந்து அமர்ந்தார். மூச்சு வாங்கியது. பத்தடி இடைவெளிக்குக் கூட மூச்சு வாங்க ஆரம்பித்து விட்டது. அத்தனையா நான் தளர்ந்து போனேன்? இல்லை... இல்லை... இது இப்போது ஏற்பட்ட பதட்டம். சற்று முன் கேட்ட வார்த்தைகளால், அதன் சூட்டினால் உண்டான அதிர்வு.

"எழுந்திரிங்க, வேலை பார்க்கணும்..." - மொத்தம் மூன்றே மூன்று வார்த்தைகள்தான். ஆனாலும் அதன் தாக்கம்? அமர்ந்த மேனிக்கே தான் எழுந்து வந்த இருக்கையில் இப்போது அமர்ந்து வேலையில் ஈடு பட்டிருக்கும் அந்தப் பையனைப் பார்த்தார். பையன்தான். அதற்கு மேல் மதிப்பதற்கில்லை. அதனால்தான் பேச்சே அப்படி வருகிறதோ? சட்டென்று அவன் நிமிர்ந்து விட்டால் 'என்ன முறைக்கிறார்?'என்று கூட நினைக்கக் கூடும். அவன் வயது அப்படி! அவர் பார்ப்பதை மற்ற யாரும் கவனிக்கவில்லை. எல்லோரும் அவரவர் வேலையில் ஈடுபட்டிருந்தார்கள்.

"சார், கொஞ்சம் அப்படிப் போய் உட்கார்ந்துக் கிறீங்களா?" என்று அவன் கேட்டிருக்கலாம். அது நாகரீகமாகவும், மரியாதையாகவும் கூட இருந்திருக்கும். மென்மையான வேண்டுதல் என்பது அதுதானே? ஆனால் அவனுக்குக் கேட்கத் தெரியவில்லை. கேட்கத் தெரியவில்லையா அல்லது யாரோ என்கி;ற அலட்சியமா? அந்த அலுவலகத்தின் முன்னாள் பணியாளாகக் கூட இல்லாமல்தான் இருக்கட்டுமே, ஒரு வயதான மனிதர் என்கிற அளவுக்காவது ஒரு கரிசனம் வேண்டாமா? நல்லவேளை ஒருமையில் பேசவில்லை, அந்த மட்டும் பரவாயில்லை.

முதலில் தான் அந்த இருக்கையில் சென்று அமர்ந் திருக்கக்கூடாது. தவறுதான். தானாக அமரவில்லைதான். அந்த மானேஜர் சொல்லித்தான் அமர்ந்தார். அவர் சொல்லியபோது அந்த இருக்கை மட்டும்தான் காலியாக இருந்தது. மானேஜருக்கு எதிரே கிடந்த ஒரு நாற்காலியில் வேறு யாரோ ஒருத்தர் அமர்ந்திருந்தார். அவர் வந்த வேலை முடிந்து கிளம்பி விட்டார். உடனே இவர் தன் இருக்கையை அதற்கு மாற்றிக் கொண்டிருக்க வேண்டும். தலைக்கு மேல் ஓடிய காற்றாடியின் சுகத்தில, வந்த களைப்புத் தீர உணர்ந்த ஆசுவாசத்தில், கண்களை மூடி

அப்படியே இருந்து விட்டார். இதிலென்ன இருக்கிறது, இருந்து விட்டுப் போகட்டும் என்று மானேஜரும் விட்டிருக்கலாம். அப்பொழுதே எழுந்திருந்தால் இந்த வார்த்தை கேட்க வேண்டி வந்திருக்காது. சிரமம் பார்க்காது எழாமல் போனது தவறுதான். அந்த அலுவலகப் பணியாளரின் இருக்கை அது. உட்கார்ந்து வேலை செய்யும் அதில் போய் ஒரு காரியார்த்தமாக வந்திருக்கும் வெளியாளான தான் போய் அமருவது சரியா? சொல்லித்தான் அமர்ந்திருந்தாலும்... அது சரியில்லையே? 'இங்க வந்து உட்கார்ந்திருக்கியே... எழுந்திரிய்யா... ' என்பதைச் சற்றே கோபம் கலந்த நாகரீகத்தில் வேறு வார்த்தைகளில் உணர்த்தி விட்டான் அவன்.

மயிலேறி எதிரே தொங்கிய கண்ணாடியைப் பார்த்தார். உட்கார்ந்தமேனிக்கே அவரது முகம் மட்டும் தெரிந்தது அதில். அப்பொழுதெல்லாம் காலையில் ஆபீஸ் வந்தவுடன் சாப்பாட்டுக் கூடையை வைத்துவிட்டு வந்து கண்ணாடி பார்த்து தலை சீவிக் கொண்டு, லேசாக கர்சீப்பில் இருக்கும் பவுடரை ஒத்திக் கொண்டு, சட்டைப் பையில் மடித்து வைத்திருக்கும் விபூதியை எடுத்துக் கீற்றாகத் தீட்டிக் கொள்வதை நினைத்துக் கொண்டார். அன்று கருகருவென்று இருந்த அவரது தலைமுடி இன்று வெண்பட்டையாகப் பறந்தது. ஏறக்குறையப் பத்துப் பன்னிரண்டு ஆண்டுகள் ஓடி விட்டன. கடைசி நிமிடம் வரை அத்தனை சுறுசுறுப்போடு தான் வேலை பார்த்ததாகத் தோன்றியது. இங்கு இருப்பவர்கள் முப்பதுகளில் இருப்பவர்களாகத் தெரிகிறார்கள். உட்கார்ந்திருக்கும் நாற்காலியில் ஆள் இருக்கிறதா இல்லையா என்று சந்தேகம் கொள்வது மாதிரி 'டொய்ங்' என்று கூனிக் குறுகிக் கிடக்கிறார்கள். இருக்கையில் கம்பீரமாக நிமிர்ந்து அமர்ந்து பார்த்தால்தானே வேலை ஓடும். என்ன பெரிதாக வந்து விடப் போகிறது என்று சவாலாக எதிர்நோக்கினால்தானே பிரிவின் வேலைகளை

சுறுசுறுப்பாகவும், வேகமாகவும், வெற்றிகரமாகவும் எதிர்கொள்ள முடியும்?

எதற்கு இதையெல்லாம் நினைக்கிறோம் என்று தோன்ற அலுவலக அறைக்குள் நோக்கினார். தான் வந்த காரியமாக யாரிடம் சொன்னோமோ அவர் இன்னும் தன் வேலை சம்பந்தமாக எதுவும் துவக்கியதாகத் தெரியவில்லை. பத்து நாட்களுக்கு முன்பே வந்து ஒரு விண்ணப்பம் எழுதிக் கொடுத்து விட்டுப் போனதுதான். வந்தவுடனே அதைத்தான் ஞாபகப் படுத்தினார். அப்டியா? என்றுவிட்டு அதைத் தேட ஆரம்பித்தார் அவர். இப்பொழுது அதைத்தான் தேடுகிறாரா அல்லது வேறு எதையுமா? தேடியது கிடைத்ததா? என்று தெரியவில்லை. அந்த எழுத்தரின் இருக்கையில் ஒரு ஒற்றைத்தாள் காற்றில் பறந்து பறந்து ஆடிக் கொண்டிருந்தது. ஒரு வேளை அதுவாக இருக்குமோ? அதை ஒரு நல்ல டேபிள் வெயிட் வைத்து இப்படிப் பறக்காமல் இருக்கச் செய்யலாம் என்று அவருக்குத் தோன்றியது.

எல்லோருமே புது முகமாக இருந்தார்கள். பழைய ஆட்களெல்லாம் என்ன ஆனார்கள் என்று தெரியவில்லை. ஒரு சிலர் ஓய்வு பெற்றிருக்கலாம். வேறு சிலர் மாறுதலில் சென்றிருக்கலாம். ஆட்கள்தான் மாறியிருந்தார்கள். அலுவலகம் அப்படியேதான் இருந்தது. அதே மாற்றப் படாத காற்றாடிகள். பெரிய மண்டையோடு தலையில் எப்பொழுது இறங்குமோ என்று இவர் உட்கார்ந்திருந்த போதே பயமாய் நினைத்துக் கொண்டிருந்த அந்தக் காலத்துக் காற்றாடி இப்பொழுதும் சத்தத்தோடு விதியே என்று ஓடிக் கொண்டிருந்தது. சற்று சத்தம் மட்டும் இப்பொழுது அதிகமாகியிருக்கிறது. அது மட்டும்தான் இவரைப் பார்த்து நலம் விசாரித்தது போல் இருந்தது இவருக்கு. மேலே மாடத்தில் முன்புபோல் புறாக்கள் இருக்கின்றனவா என்று சற்றே தலையைக் குனிந்து உள் அறையின் உயரச் சுவரைப் பார்த்தார். எல்லாம் கம்பி

வலைகள் வைத்து அறையப்பட்டிருந்தன. பக்... பக்...பக்... பக்... என்ற சத்தங்களைக் காணோமே! இல்லைதான்!

நேர் எதிர்ச் சுவற்றில் சாமி படம். அதில் பத்தி ஏற்றி ஏற்றி கண்ணாடியில் கோடாய் கறுப்புப் புகை படிந் திருந்தது. நேர் கீழே கோப்புகள் வைக்கப்பட்டிருந்தன. எரிந்து எரிந்து தீக்கங்குகள், சாம்பலோடு விழுமே, கோப்புகளுக்கு ஏதாவது ஆகி விட்டால்? கவனிக்காமல் விட்டால் தீ கூடப் பற்றிக் கொள்ள வாய்ப்பிருக்கிறதே என்று இவருக்குத் தோன்றியது.

அலுவலகம் என்பது பொதுவான இடம். அங்கு பலரும், பல பிரிவினரும் வருவர், போவர், வேலை பார்ப்பர், எனவே சாமி படம் என்பதற்கிடமில்லை என்று தான் சொல்லியிருந்ததும், தான் இருக்கும்வரை கடைப்பிடித்ததும் லேசாக நினைவில் ஓடியது. அவரவர் பக்தி அவரவரோடு.

ஒட்டடைகள் அப்பிக் கிடந்தன. அங்கங்கே எட்டுக்கால் பூச்சிகள் தெரிந்தன. இவர் உட்கார்ந்திருந்த இடத்திலேயே மெல்லிய மூத்திர வாடை வந்தது. இடது பக்க மூலையில் கக்கூஸ. அதன் கதவு திறந்திருப்பதுதான் இப்படி வாடை வருகிறது என்று தோன்றியது. எழுந்தார். சத்தமின்றி நடந்து போய் மெல்ல அந்தக் கதவைச் சாத்திவிட்டு வந்து உட்கார்ந்து கொண்டார். வந்து உட்கார்ந்த பின் னால்தான் அந்தச் சந்தேகம் வந்தது, உள்ளே யாரையேனும் வைத்துச் சாத்தி விட்டோமோ என்று. ஆள் உள்ளே போயிருந்தால் கதவைச் சாத்திக் கொண்டுதானே போவார்கள் எனவே இருக்காது என்று சமாதானம் செய்து கொண்டார். ஆனாலும் உள்ளேயிருந்து யாரேனும் தட்டக் கூடுமோ என்று தோன்றிக் கொண்டேயிருக்க, திரும்பித் திரும்பிப் பார்த்துக் கொண்டிருந்தார்.

“சார், இங்க வாங்க...” - அந்த எழுத்தர் இவரை அழைக்க எழுந்து அவரது இருக்கையை நோக்கி நடந்தார்.

பக்கவாட்டில் பார்த்து நடக்கவில்லையென்றால் மேஜைகளின் மூலைகளில் இடித்துக் கொள்ள வேண்டி வரும் என்று கவனமாகப் போனார். தான் இருக்கையில் இவ்வளவு இடைஞ்சல் இல்லையே என்று தோன்றியது. அவரின் எதிரில் மேஜையின் காலோடு சேர்த்துக் கட்டியிருந்த ஒரு ஸ்டூலில் அமர்ந்தார். அப்போது அவரது கால் அந்த எழுத்தரின் காலோடு இடற, "ஸாரி... ஸாரி... தெரியாமப் பட்டுடுத்து..."என்றவாறே அவரது காலைத் தொட்டுக் கும்பிடுவது போல் பாவனை செய்து கொண்டார்.

"இந்த அப்ளிகேஷன்தானா பாருங்க...?" என்றவாறே அவர் ஒரு தாளை நீட்ட இவர் பதட்டத்தோடு அதை வாங்கினார். அதை விட அவரின் கை நடுங்குவதைக் கண்டு ஏன் என்று தோன்றியது இவருக்கு. உடல் நலம் இல்லாதவரோ? கேட்கலாம்தான். என்ன நினைத்துக் கொள்வாரோ? தான் ஒன்றும் அவரை அவசரப் படுத்தவே யில்லையே! ஒரு வேளை தான் உட்கார்ந்திருப்பதே அவருக்குப் படபடப்பாகி விட்டதோ?

கொடுத்துப் பத்து நாட்களுக்கும் மேல் ஆன பின்பு இதுதானா பாருங்க என்று தூக்கி நீட்டினால் என்ன அர்த்தம் என்ற கேள்வியோடேயே அதைப் பார்க்கலானார். படிக்க ஆரம்பித்ததுமே தெரிந்து விட்டது அது தன் னுடையதில்லை என்று. மேலே அனுப்புநர் முகவரியில் என்ன பெயர் என்று பார்த்தார். சொர்ணமாரி என்று போட்டிருந்தது. 'சொர்ண மாரியுமில்லே, சூரண மாரியுமில்லே எம் பேரு மயிலேறி...'.அவர் வாய் சொல்ல யத்தனித்தது. அடக்கிக் கொண்டார். தான் அப்போது கோபப் படுவதில் எந்த அர்த்தமும் இல்லை. காரியம் முடிய வேண்டும் தனக்கு. அதுவே முக்கியம்.

"இது என்னோடதில்லையே சார்..." என்றார் அவரிடம் நீட்டியவாறே.

"சொர்ணமாரி தானே உங்க பேரு..."

"இல்ல சார்... மயிலேறி...இது ஏதோ இயந்திரம் வாங்கக் கொடுத்த அப்ளிகேஷன் மாதிரில்ல இருக்கு... என்னோடது என் லோன் ரெக்கவரி சம்பந்தப்பட்டது..." என் அப்ளிகேஷன் இல்லை என்பதோடு நிறுத்திக் கொண்டிருக்கலாம். உள்ளே இருக்கும் விஷயத்தையுமா அவர் கேட்டார். ஏன் சொன்னோம் என்று இருந்தது.

"அப்டீங்களா...? அது என்னன்னு பார்க்கிறேன்... ஒரு வாரம் லீவுல போயிட்டு இன்னைக்குத்தான் நா வந்தேன்... எதுக்கும் நீங்க இன்னொரு அப்ளிகேஷன் எழுதிக் கொடுத்திடுங்க... தபால்ல சேர்த்திடுவோம். அப்புறம் இன்னொன்னு உங்ககிட்டக் கேட்கணும்...நீங்க ஸ்பெஷல் ப்ராஜக்ட் பீரியடுலயா ஒர்க் பண்ணினீங்க?"

"ஆமா சார்... கரெக்ட்.... பத்த வருஷம் இருந்ததே அந்த ஸ்கீம்..."

"இருந்தது, யார் இல்லேன்னா? ஆனா அதுக்கப்புறம் எங்கெங்கோ கொண்டு போயிட்டாங்களே அதை... கூடவே ரெக்கார்டுகளுமில்ல போயிடுச்சி...."- சொல்லிவிட்டு என்ன எதிர்வினை என்பதுபோல் அவர் இவரைப் பார்த்தார்.

"அப்டீன்னா?" - இவருக்கு வயிற்றைக் கலக்கியது.

"இங்கயிருந்து தாராபுரம் போச்சு, அப்புறம் நாகர் கோயில் போச்சு, அங்கேயிருந்து ஊட்டிக்குப் போச்சு... அப்புறம் தஞ்சாவூர் போச்சு... பிறகு வேறெங்கயோ போச்சுன்னு சொன்னாங்க... சரியா ஞாபகமில்லே... விசாரிக்கணும்... "

அடி வயிற்றைப் பிசைந்தது மயிலேறிக்கு. அவரையே பார்த்தவாறு பரிதாபமாக அமர்ந்திருந்தார். "சரி எதுக்கும் நீங்க, நான் சொன்ன மாதிரி இன்னொரு அப்ளிகேஷனை எழுதிக் கொடுங்க... என்னன்னு பார்ப்போம்..."

இன்னொரு அப்ளிகேஷனை எழுதிக் கொடுத்திடுங்க என்பதே ஏதோ தனக்கு அவர் செய்யும் சலுகை என்பது போல் அவர் சொன்னதாகத் தோன்றியது இவருக்கு.

அவரிடமே ஒரு தாளை வாங்கிக் கொண்டு மீண்டும் அந்த பெஞ்சுக்கே வந்தார் மயிலேறி.

'என்னத்த எழுதிக் கொடுத்து என்னத்த ஆகப் போகுது...' - அப்பொழுதே அவர் நம்பிக்கை தளர்ந்து விட்டது. பணியில் இருக்கும் காலத்திலேயே இதெல்லாம் செய்திருக்க வேண்டியது. பலரும் அப்படித்தான் இருந்திருக்கிறார்கள். தான் வாங்கிய கடனுக்கான பிடித்தங்கள் எல்லாம் பிரதி மாதமும் தவணை மாறாமல் பிடித்தம் செய்யப்பட்டு விட்டன என்பதற்கான முழு விபரங்களை மாதம் ஒரு வரி என்கிற ரீதியில் எழுதி வைத்திருந்தால் கடைசியாக அந்த அலுவலகம் விட்டுப் போகும்போது (தன்னைப் பொறுத்தவரை பணியை விட்டே போகும்போது!)அலுவலரிடம் ஒப்பம் வாங்கிக் கொண்டு பத்திரமான முக்கிய ஆவணமாகப் பாது காத்திருக்கலாம். அதெல்லாம் ஒன்றும் செய்யவில்லை. செய்யத் தெரியவில்லை. வேலை வேலை என்று அத்தனையையும் இழுத்துப் போட்டுக் கொண்டு தலை நிறைய வழிய விட்டுக் கொண்டு மூழ்கி முக்குளித்துக் கொண்டிருந்ததுதான் மிச்சம். இப்போ? யார் செய் வார்கள்? எவன் செய்து தருவான்? அப்படியான தர்மிஷ்டன் யார்? அழுதழுது பெத்தாலும் அவதான பெறணும் என்பதுபோல் தான்தானே வந்து மெனக்கெட வேண்டியிருக்கிறது. ஒரு முன்னாள் பணியாளருக்கான கடமை என்கிற ரீதியில் இது உணரப்படுமா?

அப்படியாயினும் பரவாயில்லை. அதற்கும் தயாராகத் தான் இருந்தார் மயிலேறி. எடுத்துக் கொடுத்தால் மட்டும் போதும். தானே விபரங்களைச் சேகரித்து விடுவார். அந்த எழுத்தரின் வேலையை இவரே முடித்துக் கொடுத்து விடுவார். ஆனால் அந்தப் பதிவேடுகள் எல்லாம்

இருக்கும் என்றே தோன்றவில்லையே? ப்ராஜெக்ட் முடிந்து எங்கெங்கோ சென்றது. கூடவே ஆவணங்களும் என்றல்லவா சொல்கிறார். அப்படியேயானாலும் அந்தந்த அலுவலகத்தின் பணியாளர் சம்பந்தப்பட்ட ஆவணங்களை அங்கங்கேயே வைத்திருப்பதுதானே முறை. இவர் சொல்வது உண்மைதானா? சம்பளப் பட்டியல் பதிவேடுகள் இருக்குமே... மயிலேறிக்கு சந்தேகம் வந்தது. கழித்துக் கட்டவென்று சொல்கிறாறோ?

கைகள் மெல்ல நடுங்கின. எழுத்து சரியாக வர மறுத்தது. இன்னும் நன்றாகப் புரிவது போல் ஏதாவது சேர்க்கலாமா என்பதாக அவர் மனம் யோசித்தது. பழைய விண்ணப்பம் வீட்டில் வைத்து எழுதியது. அதுவே விபரமாக இருக்கும்தான். இப்பொழுது அந்த அளவுக்காவது ஞாபகத்தில் எழுத முடியும் என்று தோன்றவில்லை. இதில் மேற்கொண்டு என்ன விபரமாக எழுதுவது? யோசித்தார். எதுவும் புலப்படவில்லை.

'இதெல்லாம் உங்கள யாரு சார் எழுதச் சொன்னது? உங்களுக்கு என்ன வேணுமோ அத மட்டும் கேளுங்க...!'- வந்தவுடனே கேட்ட பேச்சுப் பத்தாதா? இன்னும் வேறு வாரிக் கட்டிக் கொள்ள வேண்டுமா?

எதையோ எழுதி நிரப்பி கொடுத்துவிட்டுப் புறப் பட்டார். அத்தனை திருப்திகரமாக இல்லை. அன்று அவ்வளவுதான் என்று எழுதும்போதே தோன்றிவிட்டது அவருக்கு. எனவே புறப்பட்டார். இடது பக்க மேல் மூலையில் டப் என்ற சத்தத்தோடு அவர் விண்ணப்பத்தில் சீல் விழுந்தபோது யாரோ தலையில் ஓங்கி அடித்தது போலிருந்தது.

"அடுத்த வாரம் வரேன்..." என்றார் புறப்படும் போது. பதிலுக்குத் தலையாட்டியது மாதிரிக்கூட இல்லை. 'என்னவோ ரொம்ப நெருக்கம் மாதிரிச் சொல்லிட்டுப் போறாரு...?' என்று கூட நினைக்கலாம். ஒரு முன்னாள்

பணியாளன் என்கிற அளவிற்குக் கூட அங்கே மரியாதை இல்லை என்பதை நினைக்க அவருக்கு ரொம்பவும் வேதனையாக இருந்தது. மேலாளராக இருந்தவருக்கு நிச்சயம் ஐம்பது தாண்டியிருக்கும். அவர் கூட ஒன்றும் கண்டு கொள்ளாததும், தனக்கும் அதற்கும் எந்தச் சம்பந்தமுமில்லை என்பது போல் உட்கார்ந்திருந்ததும் இவரை ரொம்பவும் ஆச்சரியப்படுத்தியது. சென்னையிலிருந்து வந்த ஆள் இவர்தானோ? என்கிற சந்தேகம் வந்தது. தனது பணி நாட்களில் தான் ஒரு முறை கூட இவரைப் போலெல்லாம் இருந்ததில்லை என்பதை நினைத்துக் கொண்டார்.

'சே! எங்கே காலடி எடுத்து வைக்கக் கூடாது என்று நினைத்திருந்தோமோ அங்கே வரும்படி ஆகி விட்டதே...?' - ஏனோ அந்த நேரத்தில் அவரால் அப்படித்தான் நினைக்க முடிந்தது. தவறாகக் கூட இருக்கலாம். ஆனால் அந்த வேளையில் மனசு பட்ட சங்கடத்திற்கு அதுதான் ஆறுதல். அப்படித்தான் ஒத்தடம் கொடுத்துக் கொள்ள முடியும்.

மாடிப் படியிறங்கி வெளியே வந்தார். உச்சி வெயில் மண்டையைப் பிளந்தது. வெயிலில் இறங்கவே பயமாய் இருந்தது. நா வறட்சியாய் உணர்ந்தார். வெளியே போய் ஒரு நல்ல காபியாகச் சாப்பிட வேண்டும் என்று அவர் மனம் அவாவியது.

இரண்டு பேர் உள்ளே நுழைந்தார்கள். இவரை ஓரக்கண்ணால் பார்த்துக் கொண்டே கடந்தார்கள்.

அதில் ஒருவன் கேட்டான்.

"யார் அது, போறது?"

"யாரோ பழைய ஆள் போலிருக்கு...!"

மயிலேறியின் காதுகளில் அந்த வார்த்தைகள் விழாமலில்லை. மனசு நொந்து தளர்ந்த நடையோடு

வெளிப்பட்ட அவர் அப்போதுதான் வண்டியில் வேகமாய் உள்ளே நுழைந்த வித்யாபதியின் பார்வையில் பட்டார்.

யாரு....மயிலேறி அண்ணாச்சியா...? சந்தேகத்தோடு கேட்டுக் கொண்டே வழக்கமான இடத்தில் வண்டியை நிறுத்தி விட்டு அவரை நோக்கி ஓடோடி வந்தார் வித்யாபதி. ●

21

அண்ணாச்சி... நலமாயிருக்கீங்களா...? நமஸ்காரம்... பணிவோடு அவரருகே வந்து வணக்கம் சொல்லி அவரை அணைத்துப் பிடித்தார் வித்யாபதி.

யாரு... தெரிலயே...? - மயிலேறியின் பார்வை இவரை நோக்கிக் கூர்மைப் பட்டது. இடுங்கிய கண்களுக்கு நடுவே இவர் அறியப்பட்டாரா தெரியவில்லை.

என்ன அண்ணாச்சி... என்னை மறந்துட்டீங்களா? நான்தான் வித்யா... வித்யாபதி... உங்ககிட்டதானே முதல்ல வந்து அஸிஸ்டென்டா ஜாயின் பண்ணினேன்... கே.கே. நகர் ஆபீஸ்ல... ஞாபகமில்லே?

இதைச் சொன்னபோது அவர் முகம் சிறிது மாறியது போலிருந்தது.

ஓ...! ஞாபகமில்லை... இப்ப இங்கதான் இருக்கீங்களா...? எந்த ஆபீஸல? என்றவாறே அங்கிருந்த மூன்று அலுவலகங்களையும் விரல் நீட்டிக் காண்பித்தார்.

கீழதான் அண்ணாச்சி... செயற் பொறியாளர் அலுவலகத்துல... நீங்க மேலதான இருந்தீங்க... கடைசில ரிடையர்ட் ஆகுறபோது... ஆமாமா... ஆனா அப்போ ஆபீஸ் இங்க இல்ல...அண்ணா நகர்ல இருந்திச்சு...

ஆமா அண்ணாச்சி... அங்கிருந்துதான கே.கே. நகர் போச்சு... அப்புறம் இங்க சொந்த பில்டிங் கட்டினவுடனே இங்க வந்துட்டாங்க... -சொல்லியவாறே அவரை அருகிலிருந்த பிள்ளையார் கோயிலுக்கு அழைத்துப் போனார் வித்யாபதி.

உட்கார்ந்து பேசுவோம் அண்ணாச்சி... நிற்கக் கஷ்டப் படுறீங்களே...

பேச நேரமில்லே...வீட்டுக்குப் போய் சாப்டுட்டு ஷுகர் மாத்திரை போடணும்... இல்லன்னா ஒரு மாதிரி கிறுகிறுன்னு வந்திடும்...பிரஷர் மாத்திரையும் போட்டாகணும்... டயம் தப்பக் கூடாது... நா கிளம்பறேன்...

சரி அண்ணாச்சி... டீ சாப்டீ ங்களா...? சாப்பிடுறீங்களா...?

அதெல்லாம் ஒண்ணும் வேண்டாம். நா புறப்படறேன். அவரிடமிருந்த பரபரப்பு வித்யாபதிக்கு வியப்பளித்தது. என்ன விஷயமா வந்தீங்க... அதச் சொல்லலியே...? என்றார். அவருக்குத் தேவையானதைச் செய்து கொடுக்க வேண்டும் என்கிற உத்வேகம் மனதில் புகுந்து கொண்டது.

நீங்க கேட்கலியே... கேட்காம எப்டிச் சொல்றது?- தப்பா நினைச்சிக்கிடாதீங்க... இப்படிப் பேசறனேன்னு...

சொல்லுங்க அண்ணாச்சி... எதுக்காக வந்தீங்க... எங்கிட்ட சொல்லுங்க... எதுவானாலும் நான் செய்றேன்.

நீங்க கீழ் ஆபீஸ்ங்கிறீங்க... எனக்குக் காரியம் ஆக வேண்டியது மேல... உங்களால எப்படி முடியும்? - தயங்கினார் மயிலேறி.

அதனாலென்ன அண்ணாச்சி... என்ன செய்யணும்... அத மட்டும் சொல்லுங்க... நான் ட்ரை பண்றேன்... எஸ்.இ.ட்டயே பேசி பர்மிஷன் வாங்கிச் செய்தாப் போச்சு...

வேறொண்ணுமில்லே... என்னோட பே டிரான் பர்டிகுலர்ஸ் வேணும். அதுல உறவுஸ் பில்டிங்

அட்வான்ஸ் மொத்தப் பிடித்தமும் வருது. அத்தனை தவணையும் ரெக்கவரி ஆன விவரம் எடுக்கணும்.... அதான்...

இவ்வளவுதானே...? இந்த ஆபீஸ்ல இருந்தவரைக்குமான டீடெய்ல்ஸ்... அதானே... பழசெல்லாம் வச்சிருக்கீங்களா...? மத்த ஆபீஸ்கள்ல வேலை பார்த்தபோது பிடித்தம் செய்தது?

அதெல்லாம் ஒரு மாதிரி கலெக்ட் பண்ணிட்டேன்... இதான் இழுவையா இழுத்திட்டிருக்கு... ரெண்டு அப்ளிகேஷன் கொடுத்திட்டேன்... யாரும் கவனிக்க மாட்டேங்கிறாங்க...!.நொச்சுப் பிடிச்ச வேலைதான்... என்ன பண்றது? சர்வீஸ்ல இருக்கிறபோதே விட்டுட்டேன்... இப்பத் திண்டாடுறேன்...

ஃபுல் பே டிரான் பர்டிகுலர்ஸ் எடுத்து மொத்தத் தவணையும் பிடிச்சாச்சு..நிலுவை எதுவும் இல்லன்னு சொல்லி, உங்க வீட்டு லோன் அசல் பத்திரத்தைக் கலெக்டர் ஆபீஸ்லர்ந்து வாங்கணும்.. அதானே... அத இன்னுமா வாங்கல....? ரிடையர்ட் ஆகி வருஷங்கள் ஆச்சே அண்ணாச்சி...? எப்டி விட்டீங்க...? - அக்கறையோடு கேட்டார் வித்யாபதி.

ஆபீஸ்..ஆபீஸ்... என்று கிடப்பவர்கள் பெரும்பாலானோர் தங்கள் சொந்த லாப நஷ்டங்களைப் பற்றி நினைப்பதே யில்லை. இருக்கும்வரை தலைநிறைய வாரிப் போட்டுக் கொண்டு வேலைகளைப் பார்த்துவிட்டு அந்தத் திருப்தி யோடு பணி ஓய்வு பெற்று, அதற்குப் பின் சொந்த விஷயங்களுக்காக அல்லாடுகிறார்கள். பணியில் இருக்கும் வரை ரொம்பவும் சின்சியர், நேர்மையானவர் என்றெல்லாம் பெயரெடுத்துவிட்டு அந்த சந்தோஷத்தில் சுய லாபங்களை... லாபங்களை என்று கூடச் சொல்லக் கூடாது... விதிப்படி தனக்குக் கிடைக்க வேண்டியவைகளைக் கூட கிடைக்க வழி செய்யாமல் அல்லது தாங்களே

கடைநிலை 215

பணியில் இருக்கும்போது அக்கறை எடுத்து செய்து முடித்துக் கொள்ளாமல் வெளியேறிவிட்டு பின்பு திண்டாடுகிறார்கள். அவர்களை மதித்து, மரியாதை பண்ணி, பின்பு வந்தால் கவனமாக, தாமதமின்றிச் செய்து கொடுப்பதற்கு ஆட்களில்லை. பலருக்கும் அக்கறை இருப்பதில்லை. போதாக் குறைக்கு பணியாளர் மாற்றங்கள் வேறு நிகழ்ந்து விடுகின்றன. தங்கள் காரியங் களுக்காகப் போய் நிற்கும்போது எல்லாமும் புது முகங் களாக நிற்க... இவர்கள் தடுமாறிப் போய் விடுகிறார்கள். அப்படித்தான் இவருக்கும் நிகழ்ந்திருக்க வேண்டும். ஆனால் மாடியிலுள்ள கண்காணிப்புப் பொறியாளர் அலுவலகத்தில் இருக்கும் மானேஜர் இவரை நன்கு அறிந்தவர்தான். இருப்பினும் ஏன் இவருக்கு நடக்காமல் போகிறது? அவரும் அங்கிருக்கும் எழுத்தர்களையே சார்ந்து நிற்க வேண்டியிருக்கிறது. சொன்னால் செய்தால் தானே? ஒரு குறிப்பிட்ட கால இடைவெளியிலேனும் ஒன்றை நிறைவேற்றிக் கொடுக்க வேண்டாமா? அவ்வள வெல்லாம் இரக்கப்பட்டு, இதுவும் நம் கடமைதான் என்று நினைத்துச் செய்வதற்கு இன்று யாரும் இருப்பதாகத் தோன்றவில்லை. கொடுத்த விண்ணப்பமே இல்லை என்றும், புதிதாக ஒன்று கொடுத்துவிட்டுப் போங்கள் என்றும் இரண்டு முறை இவருக்கே சொல்லப்பட்டிருக்கிறது என்றால்... என்ன அநியாயம்?

வித்யாபதிக்கு ஆத்திரம் எழுந்தது. அதிக பட்சம் ஒரு நாள் ஆகும். கேட்டால் நாள் பூராவும் இந்த ஒரு வேலையையே பார்த்திட்டிருக்க முடியுமா சார்...? என்பார்கள். இப்படியே சொல்லிச் சொல்லி நீட்டித்து விடுவார்கள். ஸ்கீம் முடிந்ததால் பதிவேடுகள் இல்லை என்றிருப்பார்கள். முடிந்த திட்டத்துக்கான பதிவேடுகள் தேடி எடுக்க வாய்ப்பில்லை என்று கழித்துக் கட்டுவார்கள். இரக்கமற்றவர்கள். மனசாட்சி இல்லாதவர்கள்.

அதவிட முக்கியம்... ஒவ்வொரு வரிக்கும் வவுச்சர் நம்பர் போடணும் சார்... அதுக்கு எம்.டி.சி.70- ரிஜிஸ்டர்

வேணும். அதப் பார்த்துப் பார்த்து எழுதியாகணும். பழசெல்லாம் ரெக்கார்டுலர்ந்து எடுத்தாகணும்...நான் அன்றாட வேலையைப் பார்க்கிறதா இதத் தேடிட் டிருப்பனா? மூடின ஆபீஸ் ரெக்கார்டு. இருக்கோ இல்லியோ? - என்ன மாதிரி பதில் வரும் என்பதை இவரே கற்பனை செய்து கொண்டார். எம்.டி.சி 70 பதிவேடுகளையெல்லாம் ஏ.ஜி. ஆடிட் முடியும்வரை ஆபீஸ் பாதுகாப்பிலேயே வைத்திருக்க வேண்டும் என்பதுதான் விதி. அதைத் தூக்கி ஆவண அறைக்குக் கொடுத்துவிட்டால் பிறகு தேடித்தானே ஆக வேண்டும். அங்கென்ன ஆவணங்கள் முறைப்படியா அடுக்கப்பட்டுப் பராமரிக்கப்படுகின்றன? எல்லாமுமே ஏதோ அப்படி இப்படித்தான். ..எதைச் சொல்வது... யாரைச் சொல்வது? கூட்டிக் கழிச்சுப் பாரு... கணக்குச் சரியா வரும்... என்று ஒரு பழமொழியை சமாதானத்துக்குச் சொல்லிக் கொள்ள வேண்டியதுதான்.

நீங்க கிளம்புங்க அண்ணாச்சி... உங்க ஃபோன் நம்பர் மட்டும் கொடுத்திட்டுப் போங்க... நான் தயார் பண்ணிட்டுப் பேசறேன்....

ஃபோன்லாம் வச்சிக்கலைப்பா... அத ஆபரேட் பண்ணத் தெரியாது... ரெண்டு வாட்டி தொலைச்சிட்டேன். மறதியாயிடுது... பையன் சத்தம் போட்டுட்டான். அதுலர்ந்து வச்சிக்கிறதில்ல...

அப்டியா அண்ணாச்சி... உங்க பையன் ஃபோன் நம்பராச்சும் தர முடியமா?

ஞாபகமில்லையே...! - சங்கடப்பட்டவராய் அவர் நின்றது பார்க்க மிகப் பரிதாபமாயிருந்தது. இப்படி யெல்லாம் வந்து பரிதவித்து நிற்க வேண்டி வந்துவிட்டதே என்று அலமந்து நிற்கும் அவரின் ஆகிருதிதான் எத்தனை பெரியது? எவ்வளவு நேர்மையானவர்? ஆபீசையே கட்டிக் காத்துத் தூக்கி நிறுத்தியவர் இன்றிருக்கும் நிலை இதுவா? பார்க்கவே வேதனையாயிருந்தது வித்யாபதிக்கு.

சரி அண்ணாச்சி...நான் ரெடி பண்ணிட்டு எப்படி யாச்சும் உங்களக் கான்டாக்ட் பண்றேன்... என்றார் வித்யாபதி.

ரொம்ப நன்றிப்பா... இத மட்டும் செய்து கொடுத்தேன்னா... அப்புறம் இந்தப் பக்கம் எதுக்காகவும் என்னால வர வேண்டியிருக்காது... நிம்மதியா வீட்டுல கெடப்பேன்.....அது சரி... நீங்கவெளியூர் போயிட்டதால்ல சொன்னாங்க... இங்க எப்ப வந்தீங்க...?

நான் இங்க வந்து ரொம்ப நாளாச்சே அண்ணாச்சி... அஞ்சரை வருஷம் வெளில இருந்துட்டுத்தான் வந்திருக்கேன்... டெய்லி ட்ரெயின்ல போயிட்டும் வந்திட்டும்தான் இருந்தேன்... இப்பத்தான் அந்த ரயிலை நிறுத்திட்டாங்களே... பிராட்கேஜ் ஆக்கப் போறாங்களாம்... பாவம் நம்ப ஜனங்க... பஸ்ல போய் அல்லல்படுதுங்க...பஸ் சார்ஜ் கொடுத்து மாளாதுல்ல... உடம்பு வலி வேறே... பின்னி யெடுத்திடும்... நல்லவேளை நான் தப்பிச்சேன் அண்ணாச்சி...

அதான் கேள்விப்பட்டேன்... உங்களத் திட்டமிட்டே வெளில கிளப்பிட்டாங்களோ...? ரொம்ப வருஷமா உள்ளூர்லயே இருக்காருன்னு உங்களுக்கு ஒரு பேர் உண்டே? தப்பா நினைச்சிக்காதீங்க... மத்தவங்க சொல்றதச் சொன்னேன்...

அதுக்கு நான் என்ன பண்ணுவேன் அண்ணாச்சி... அதுவா அப்படி அமைஞ்சு போச்சு... இப்போ வெளியூர் போக வேண்டி வந்திச்சு... மாட்டேன்னா சொன்னேன்... நாம்பாட்டுக்குக் கிளம்பிப் போகலை...?

இது பிரமோஷன்ல போயிருக்கீங்க... அப்படித்தானே...?

இதே பிரமோஷன்ல இங்கயே உள்ளூர்ல வாங்குறதுன்னாலும் என்னால போஸ்டிங் வாங்கியிருக்க முடியும் அண்ணாச்சி... வேணாம்னுட்டுத்தான் போயிட்டேன்.

ரொம்ப வயித்தெறிச்சலைக் கொட்டுறாங்க... ஏதாவது சாபம் பலிச்சிடுச்சின்னா?

சிரித்துக் கொண்டார் மயிலேறி. அவரிடம் முதன் முதலில் உதவியாளராகப் போய்ச் சேர்ந்தது அப்போது அவரது நினைவில் வந்து நின்றிருக்கும் என்று தோன்றியது வித்யாபதிக்கு.

சரி... கிளம்பறேன்... ரொம்பப் பேசிட்டேன்... கொஞ்சம் சீக்கிரமாச் செய்து கொடுங்க... யாருக்காச்சும் ஏதேனும் பைசா கொடுக்கணும்னாலும் கொடுத்திடுவோம்... தயங்காமக் கேளுங்க... போயிட்டு வரட்டுமா?

கண்டிப்பா செய்றேன் அண்ணாச்சி...உங்களுக்குச் செய்யாம வேறே யாருக்குச் செய்யப் போறேன். ஒரே வாரம்... உங்க வேலையை முடிச்சிடறேன்...

அவர் முகத்தில் திருப்தி படருவதை உணர்ந்தார் வித்யாபதி.

மயிலேறி போய்க் கொண்டிருந்தார். வாழ்க்கையின் கடைசி நுனிக்கு வந்து விட்ட அந்த ஜீவனின் பின் புறத் தோற்றமும் தளர்ந்த நடையும் வித்யாபதியை மிகுந்த வேதனைக்குள்ளாக்கியது. பணியாற்றி ஓய்வு பெற்ற அலுவலகத்திலேயே அவருக்கான தேவையைப் பூர்த்தி செய்து கொள்ள யாருக்கேனும் ஏதேனும் கொடுக்க வேண்டியிருந்தால்... கொடுத்திடுவோம் என்று சொல் கிறார். என்ன அவல நிலை? மொத்த சர்வீசில் யாரிடமும் ஒரு பைசாவுக்கும் கை நீட்டாத மயிலேறி என்கிற அற்புதமான மனிதரின் அந்த வார்த்தைகள் வித்யாபதியின் மனதை நெருடத்தான் செய்தன. பணி உயர்வில், அவர் வேலை பார்த்த, மானேஜராக இருந்த மாவட்டத் தலைமை சர்க்கிள் ஆபீசில் பணியில் சேரச் சென்ற அந்த முதல் நாள் அப்போது வித்யாபதியின் நினைவில் வந்து நிழலாடியது.

22

உங்களத் துருப்புச் சீட்டாப் பயன்படுத்தியிருக்காங்க... - எடுத்த எடுப்பிலான மயிலேறியின் அந்த வார்த்தைகள் மனசைச் சட்டென்று தாக்கியது வித்யாபதிக்கு. பணி உயர்வில் பொறுப்பேற்க வரும் ஒரு இளைஞனிடம் ஆரம்பத்திலேயே இப்படியா சொல்வது? ஏதோ நடந்த விஷயங்களையெல்லாம் ஆழமாகக் கிரகித்து உள்வாங்கித் தீர்மானமாகச் சொல்வது போலல்லவா சொல்கிறார்? எல்லாம் அறிந்துதான் சொல்கிறாரோ?

எதிரே அமர்ந்திருந்த வித்யாபதி அமைதி காத்தார். என்ன சொல்வதென்று அந்தக் கணம் அவருக்கு எதுவும் தோன்றவில்லைதான். இணக்கமாக அவர் முகத்தைப் பார்க்கவும் முடியாமல், முறைக்கவும் ஏலாமல், இதென்னடா இது... வந்ததும் வராததுமாய் தர்ம சங்கடம்? என்று எண்ணி நெளிந்தார்.

அந்த ஆபீசில்தான் இனிப் பணியாற்ற வேண்டும். நுழையும்போதே தகராறு என்றால்? அதுவும் ஆபீஸ் நிர்வாகத் தலைமையுடனா?

என்ன பேசாம இருக்கீங்க... சொல்லுங்க... அப்படித் தானே?

தெரில சார்....அப்டியெல்லாம் எதுவுமில்ல...?

தெரிலன்னு வேணா சொல்லுங்க... எதுவுமில்லன்னு சொல்லாதீங்க...! உங்களுக்குத் தெரியாது...ஆனா உள்ளே நடந்திருக்கிறது அதான்...அவுங்க நினைச்சதை நிறை வேத்திக்க உங்களைக் கருவியாப் பயன்படுத்திட்டிருக் காங்க... அவ்வளவுதான்...

என்னவோ புரிந்தும் புரியாதது போலிருந்தது இவருக்கு. வித்யாபதி இருந்த பணியாளர் சங்கம் வேறு. மயிலேறி அங்கம் வகித்த சங்கம் எதிர்ச் சங்கம். அவர் சார்ந்த சங்கத்தின் மாவட்டத் தலைவரைத் தூக்கி விட்டுத்தான் அந்த இடத்திற்கு இப்போது வித்யாபதி வந்திருந்தார். ஆனால் அது அவராய்ச் செய்ததில்லை. அவர் சார்ந்த சங்கம் அவருக்காகச் செய்து கொடுத்தது. அது இப்படியான வில்லங்கமாய் இருக்கும் என்று இவருக்குத் தெரியாது. ஆணை வந்த பின்னால்தான் விஷயமே படிப் படியாகத் தெரிய வந்தது. அதுவும் கொஞ்சமாக. கொஞ்சம் கொஞ்சமாக விரிவாக இனித் தெரியும் போலிருக்கிறது.

தைரியமாப் போங்க... ஜாய்ன் பண்ண ஏதாச்சும் இடைஞ்சல் பண்ணினாங்கன்னா பேசாமத் திரும்பிடுங்க... எதுவும் பேச வேணாம்... பிறகு பார்த்துக்கிடுவோம்.. புரிஞ்சிதா... எதுக்கும் பயப்படாதீங்க...!-சொல்பவற்றை வெட்டு ஒண்ணு துண்டு ரெண்டாகத்தான் சொன்னார்கள் சங்க முக்கியஸ்தர்கள். அந்த ஆபீசில் நான் வேலை செய்யப் போகிறேனா அல்லது சண்டை போடவா? அப்படித் தோன்றத்தான் செய்தது வித்யாபதிக்கு அப்போது.

அமைச்சரின் பரிந்துரையில் தான் உள்ளூரிலேயே போஸ்டிங் வாங்கி வந்துவிட்டதான மகிழ்ச்சியில் திளைத்திருக்கையில், இப்போது வேறு என்னென்னவோ முளைக்கிறதே...!

அதெல்லாம் எதுக்குப்பா... பேசாம போடுற இடத் துக்குப் போய் ஜாயின் பண்ணி வேலையைப் பாரு...

வாரா வாரம் ஊருக்கு வா... அது போதும்... நமக்கு அந்த வம்பெல்லாம் வேண்டாம்ப்பா... - அம்மா இப்படித்தான் சொன்னாள். அப்பாவும் அதைத்தான் ஆமோதித்தார்.

இல்லம்மா... மினிஸ்டர்ட்ட சொல்லி வாங்கித் தர்றேன்னு தலைவர் சொல்றார். கண்டிப்பா வாங்கித் தந்திடுவார். ஏதாச்சும் கொஞ்சம் செலவாகும். வெளியூர் போயி, ரூமெடுத்துத் தங்கி, ஓட்டல்ல தின்னு உடம்பையும் கெடுத்துக்கிட்டு, பணமும் செலவழிஞ்சு...எதுக்கும்மா? வீட்டை விட்டுட்டுத் தனியா இருக்கணும். வெளியூர் போனா அப்புறம் எப்ப இங்க வர முடியுமோ சொல்ல முடியாது. ஒரு வருஷத்துக்கு அப்ளிகேஷனே கொடுக்க முடியாது. பிறகு கொடுத்தாலும் சீனியாரிட்டில வச்சு... வரிசையா வர்றபோதுதான் கிடைக்கும். எப்ப வேகன்சி விழுதோ அப்பத்தான் கிடைக்கும். எப்ப இடம் விழும்னும் சொல்ல முடியாது... அப்போ எத்தனைபேர் போட்டி போடுவாங்களோ அதுவும் தெரியாது. சீனியாரிட்டிப்படி கிடைச்சாப் பரவால்ல... அப்படிக் கிடைக்காது. திறமையுள்ளவன் வாங்கிக்கோங்கிற கதைதான். எத்தனை வருஷம் வேணாலும் ஆகலாம். கிடைக்கிற சான்ஸை ஏம்மா விடணும்... நம்ப அதிர்ஷ்டத்துக்குக் கிடைச்சாக் கிடைக்கட்டுமே...!

பார்த்துக்கோ... ஏதாச்சும் வம்பு தும்புன்னு வந்திடப் போகுது... பிரமோஷன் கிடைச்சதே பெரிசு. அதையும் ஏதாச்சும் பண்ணிக் கெடுத்துக்கக் கூடாது... தெரிஞ்சிதா...? - அம்மா பாவம்... அவளுக்குத் தெரிந்ததைச் சொன்னாள். எதுவானாலும் இனம் புரியாத பயம்தான். அதே குணம் தான் தன்னிடமும் படிந்திருக்கிறது. அது இனித்தான் சிறிது சிறிதாக மாற வேண்டும் என்று நினைத்துக் கொண்டார் வித்யாபதி.

பிரமோஷன்லாம் யாரும் கெடுக்க முடியாதும்மா. அது சீனியாரிட்டிபடி வர்றது... எத்தனையோ பேர் இப்படி

முயற்சி செய்து வாங்கிட்டு வர்றாங்க... மெட்ராஸ் போயி வந்துன்னு அலையுறாங்க... செலவில்லாம நடக்காதும்மா... இங்கயே கிடைச்சிதுன்னா வீட்டுக்கு எவ்வளவு உபயோகமா இருக்கும்...? சம்பளம் அப்படியே மிச்ச மாகுமேம்மா! நீ பயப்படாதே... வம்பு தும்பு எதுவும் வராது...எல்லாம் அவுங்களே பேசி, அவுங்களே செய்து கொடுத்திடுவாங்க. கூட அலைஞ்சாப் போதும்...நமக்கு உதவி செய்யும்போது கூடப் போய் நிற்கலேன்னா எப்படிம்மா? உட்கார்ந்த இடத்துக்குத் தேடியா வரும்?

அது சரி... சங்கம் அது இதுன்றியே... அதெல்லாம் நமக்கெதுக்கு? பேசாம ஆபீஸ் போனமா, வேலையைப் பார்த்தமா, சம்பளத்த வாங்கினமான்னு இருக்க முடியாதா? அதெல்லாம் வேண்டாம்ப்பா...! இதுக்குத்தான் நீ உள்ளூருக்கே வந்தியா?

அம்மா... நீ தெரியாமச் சொல்றே... திருச்சிலர்ந்து இந்த மதுரைக்கு நான் வந்ததே இவுங்கள வச்சித்தான்... ஒவ் வொருவாட்டியும் இங்க வர்றச்சே... ஆபீஸ் போய்ச் சிலபேரைப் பார்த்திட்டு வருவனே... தெரியாதா? அது யாருன்னு நினைச்சே? இந்தச் சங்கத்துக்காரங்களைத்தான்... அவுங்கதான் உதவி செய்தாங்க... அதனாலதான உள்ளூருக்கே வர முடிஞ்சது..அது தெரியுமா உனக்கு? முத்துக்கருப்பன்னு ஒருத்தர் இருக்கார்... அவர்தான் தலைவர்... நியாயமான மனுஷன். ரொம்பவும் சின்சியர். நேர்மையான ஆளு... அவர் முயற்சிலதான் இது நடக்குது... புரியுதா? ஏதாச்சும் ஒரு சங்கத்துல இருந்துதாம்மா ஆகணும்... எதுலயும்இல்லாம வண்டி ஓட்ட முடியாது. அது அழகும் இல்லை. நாளைக்கு நமக்கு ஒரு காரியம் ஆக வேண்டிர்க்குன்னா, பிரச்னைன்னா அங்கதான் போய் நிற்கணும். அவுங்கதான் செய்யணும். அதுல மெம்பர் கூட இல்லன்னா எப்படி? விட மாட்டாங்க....

அப்போ நீ அதுல மெம்பரா?

ஆமம்மா... இதுக்கெல்லாம் நீ பயப்படாதே... வெறும் இருபது ரூபாய்தான் வருஷத்துக்கு. ஒரு வம்பும் வராது. பணியாளர் சங்கம்ங்கிறதே... பணியாளர் நலன்களுக் காகத்தான் இருக்கு. அவுங்களுக்கு வேணுங்கிறதைச் செய்றதுக்கு... எதுலயும் ஒட்டாம இருக்கிறது தப்பும்மா....! எத்தனை வகையான பிரச்னைகளெல்லாம் இருக்கு தெரியுமா? சங்கத்துக்காரர் ஒருத்தர் இறந்து போயிட்டார். அவர் மகளுக்கு கருணை அடிப்படைல எங்க டிபார்ட் மென்ட்லயே வேலை வாங்குறதுக்கு இவுங்கதான் வேணுங்கிற விண்ணப்பம், பிறப்புச் சான்றிதழ், கல்விச் சான்றிதழ், நன்னடத்தைச் சான்றிதழ்ன்னு சேகரிச்சு அந்தப் பெண்ணுக்காக அலையுறாங்க... முயற்சி பண்றாங்க... வெறுமே அப்ளிகேஷனைத் தயார் பண்ணிக் கொடுத்திட்டு உட்கார்ந்திருக்க முடியாது... தொடர்ந்து முயற்சி பண்ணனும். மெட்ராஸ் போகணும்... சீஃப் ஆபீசுக்கு, செக்ரடேரியட்டுக்குன்னு அலையணும்... அப்பப்போ என்ன ஸ்டேஜ்னு பார்க்கணும்...அக்கறையாச் செய்றாங்கம்மா... அந்தக் குடும்பத்துக்கு அந்தப் பொண்ணு வேலைக்குப் போனாத்தான் விடிவு. அதுக் காக எவ்வளவு முயற்சி பண்றாங்க தெரியுமா? சங்கத்தோட அருமை இந்தமாதிரிக் காரியங்களின் போதுதான் தெரியும்...நமக்கும் ஆளிருக்குங்கிற தைரியம் வரும். நாமும் இவுங்களோட சேர்ந்து நல்லது செய்யப் பழகிக்கணும்ங்கிற உத்வேகம் கிடைக்கும்...அப்டித்தாம்மா இப்ப எனக்கும் டிரான்ஸ்பருக்கு உதவுறாங்க... வெளியூர் போகாமக் கிடைச்சா நல்லதுதானேம்மா....

என்னென்னவோ நினைவுகளில் மூழ்கி மயிலேறி மேஜைக்கு எதிரே பணிவாய் அமர்ந்திருந்தார் வித்யாபதி. மயிலேறி அலுவலரின் அறைக்குள் சென்றிருந்தார் மாறுதல் ஆணையை எடுத்துக் கொண்டு. என்ன ஆகுமோ... ஏதாகுமோ...? என்றிருந்தது. கொஞ்ச நேரத்தில் வந்தார்.

நீங்க கொஞ்சம் வெயிட் பண்ணுங்க... பிறகு பார்க் கலாம்...என்றவாறே ஆணையைத் திருப்பித் தந்தார் மயிலேறி.

வெயிட் பண்ணுங்கன்னா...? என்று தயங்கினார் வித்யாபதி.

இந்த ஆபீசுக்கு இன்னும் ஆர்டர் வரல்ல சார்.... வரட்டும்... பிறகு பார்ப்போம்...நாலு நாள் பொறுங்க... பிறகு ஃபோன் பண்ணிட்டு வாங்க...!

வித்யாபதியின் முகம் மாறிற்று..என்னவோ தடை போடுகிறார்களோ? என்று தோன்றியது.

ஜாய்ன் பண்ண விடலைன்னா பேசாம எழுந்து வந்திருங்க...! என்றார்களே...? அதுதானே நடக்கிறது? இப்படி நடக்கலாம் என்று முன்பே தெரியுமோ அவர்களுக்கு?

சுற்று முற்றும் திரும்பி அலுவலகத்தை ஒரு நோட்டம் விட்டார் வித்யாபதி. யாரை மாற்றி அந்த இடத்திற்கு வந்திருந்தாரோ அவரை இவர் பார்த்ததும் தலையைக் குனிந்து கொண்டார் அவர். தாமஸ் என்பது அவர் தானோ? அவர்தான் அந்த வேறு சங்கத்தின் மாவட்டத் தலைவரா? தோரணை பொருத்தமாய்த்தான் இருப்ப தாய்த் தோன்றியது வித்யாபதிக்கு. அப்படியானால் இந்த மயிலேறி மானேஜரும் அவர் சார்பான சங்கத்தைச் சேர்ந்தவரா? அதுதான் அவருக்கு வேண்டியதைச் செய்கிறார்களா? சங்கத் தலைவர் என்பதற்காக உதவு கிறார்களா அல்லது உள்ளே அலுவலர் சொன்னபடி ஆடுகிறார்களா?

கிளம்புங்க...சொல்லியனுப்பறோம்...

என்ன சார்... பணி உயர்வுல ஜாய்ன் பண்ண வந்திருக்கேன் நான். போங்கிறீங்களே...? ஜாய்ன் பண்ண

கடைநிலை 225

விடமாட்டீங்களா? - எப்படி தைரியம் வந்ததோ... கேட்டே விட்டார் வித்யாபதி.

அவரையே கூர்ந்து பார்த்தார் மயிலேறி. இறுக்கத்துடன் வாய் திறந்தார்.

அதான் சொன்னேன்ல... சார்... இந்த ஆபீசுக்கு இன்னும் உங்களோட போஸ்டிங் ஆர்டர் வரல்லன்னு... வரட்டும்... இங்க இந்த ஆர்டர் சீல் விழுகாம உங்களை எப்படி அலவ் பண்ண முடியும்? நீங்க மெட்ராஸ்லர்ந்து டேரக்டா வாங்கிட்டு வந்திட்டீங்க... அல்லது வாங்கிக் கொடுத்திட்டாங்க...இங்கைக்கும் சேர்த்துக் கொண்டு வந்திருக்க வேண்டிதானே...? அந்த யோசனை உங்காளு களுக்கு வரல்லியா? அல்லது தெரிலயா? இந்த ஆபீசுக்குன்னு உள்ள ஆர்டர் நகலில்லாம, அதைத் தபால்ல சேர்த்து ஆபீசர் பார்த்துக் கையெழுத்திடாம எப்படி சார் உங்களை ஜாயின் பண்ண அலவ் பண்ண முடியும்... போயிட்டு வாங்க... மேற்கொண்டு பேச வேண்டாம் எதுவும்...!- கறாராகச் சொன்னது போலிருந்தது வித்யாபதிக்கு.

தன்னிடம் இரண்டு நகல்கள் உள்ளது. அதில் ஒன்று அலுவலகம் சார்ந்தது. டிக் செய்யப்பட்டிருந்தது. அதைத் தான் நீட்டினான். அப்படியும் ஏற்க மறுத்தால்? வேண்டு மென்றே செய்வதாகத்தானே அர்த்தம்? நேரடியா தபால்ல வந்து விழுந்தாத்தான் ஏத்துப்பாங்க போல்ருக்கு?-

எதற்கு இம்மாதிரியெல்லாம் அநாவசியப் பிரச்னை? பேசாமல் போட்ட இடத்திற்கு, வெளியூருக்குப் போயிருக் கலாமோ? அம்மா சொல்வதுதான் சரியோ? இத்தனைக்குப் பிறகும் இந்த ஆபீசில் நாலு நாளில் அல்லது ஒரு வாரத்தில் ஜாயின் பண்ண வந்தால் பிறகு சுமுக நிலை இருக்குமா? அல்லது வேறு ஏதாவது செய்து தன்னை நிம்மதியில்லாமல் அடிப்பார்களா? - யோசனை பலமாய்ப் போனது வித்யாபதிக்கு.

நான் ஆபீசரைப் பார்க்கிறேன் சார்...! -வித்யாபதியின் குரலில் இருந்த தீர்மானத்தைப் பார்த்து... ஏன்... நான் சொன்னாக் கேட்க மாட்டீங்களா? என்றார் மயிலேறி.

நான் சொன்ன அவர் சொன்னதாத்தான் அர்த்தம். அதை முதல்ல புரிஞ்சிக்கோங்க... உள்ளே போயிட்டு வந்துதானே சொன்னேன்...?

இல்ல சார்... நான் அவர்ட்ட இந்த ஆர்டரை நேரடியாக் காண்பிக்கணும்... -சொல்லியவாறே எழுந்தார் வித்யாபதி. நேரே அலுவலரின் அறையை நோக்கி நடந்து திரையை விலக்கினார். இருக்கையிலிருந்து முகத்தில் கோபத்துடன் பார்த்துக்கொண்டேயிருந்தார் மயிலேறி.

வாங்க... - உள்ளேயிருந்து குரல் வந்தது. நுழைந்தார்.

வணக்கம் சார்... என் பேரு வித்யாபதி. எனக்கு பிரமோஷன்ல இந்த ஆபீசுக்கு உதவியாளரா ஆர்டர் வந்திருக்கு... இதோ இந்த ஆபீசுக்கான காப்பி... தபால என் கையிலேயே கொடுத்தனுப்பிச்சிட்டாங்க... மறுக்க முடியாமே வாங்கிட்டு வந்திட்டேன். நான் இன்னைக்கு இந்த ஆபீஸ்ல ஜாயின் பண்ண வந்திருக்கேன்...

நீட்டிய ஆணையை வாங்கி அப்பொழுதுதான் பார்ப்பதுபோல் பார்த்தார் அலுவலர். பிறகு சொன்னார்.

ஏற்கனவே ஒருத்தர் உங்க இடத்துல இருக்கார். அவர் சர்வீஸ்ல ரொம்ப சீனியர். அவரை மாத்திட்டு பிரமோஷன்ல வர்ற உங்கள இங்க போட்டிருக்காங்க... நீங்க இன்னும் நிறைய வேலை பழகணும்... நீங்க நல்லா வேலை பழகுறதுக்கு உங்களுக்கு சப்-டிவிஷன்தான் லாயக்கு. அதனால கொஞ்சம் பொறுங்க... நானே உங்களுக்கு ஒரு சப்-டிவிஷன் அல்லாட் பண்றேன். அங்க போய் ஜாயின் பண்ணிக்குங்க... இது பெரிய ஆபீஸ்... வேலைகளைக் கத்துக்கிறவங்களுக்கு ஏற்ற இடம் இல்லை. எடுத்த எடுப்புல உங்கள இங்க தூக்கிப் போட்டா... அதுல ஒரு

அர்த்தமே இல்லை... அதனால கொஞ்சம் பொறுங்க... உங்க நல்லதுக்காகத்தான் சொல்றேன்.

கொஞ்ச நேரம் அவரையே தயக்கமின்றிப் பார்த்தார் வித்யாபதி. பிறகு தீர்மானமாகச் சொன்னார்.

சார்... நான் எப்படி வேலை பார்ப்பேன்ங்கிறது உங்களுக்குத் தெரியாது. தெரியாமலேயே நீங்களா இப்படிச் சொல்றது நல்லா இல்லே. என் வேலை எப்படி இருக்குங்கிறதைப் பாருங்க... பிறகு சொல்லுங்க... கண்டிப்பா உங்களுக்குத் திருப்தியா இருக்கும். எனக்கு அந்த நம்பிக்கை உண்டு....

அதெல்லாம் இருக்கட்டும்..இப்ப நான் சொல்றபடி செய்யுங்க..வேறே ஒண்ணும் சொல்ல வேண்டாம்... கொஞ்ச நாள் வெயிட் பண்ணுங்க... அவ்வளவுதான்.... - சற்றுக் கோபமாகவே வந்தது வார்த்தைகள். ஏதோ ஒரு முடிவோடுதான் பேசுகிறார் என்பது தெரிந்தது. தான் வருவதற்கு முன்பே எடுத்த முடிவாகத்தான் இது இருக்க வேண்டும். இப்போது புதிய சந்தேகம் ஒன்று வந்தது வித்யாபதிக்கு. தன் பணி உயர்வு மாறுதல் ஆணை இங்கு வந்திருக்க வேண்டும். அதை மறைக்கிறார்கள். அந்தத் தாமஸைக் காப்பாற்ற இதைச் செய்கிறார்கள். அதுதான் என்பது புரிந்தது வித்யாபதிக்கு. அப்படியென்ன கர்ண வித்தையா இந்த வேலைகள். புரியாமலும், செய்யத் தெரியாமலும் போவதற்கு? எதற்கு இப்படி முனை கிறார்கள்? ஒருவன் பொறுப்பாய் ஆணை வாங்கிக்கொண்டு வந்து நிற்கும்போது அவனை பணியில் சேர அனுமதிக்க வேண்டியதுதானே முறை? அதை மறுப்பதும், தீர்மான மான முடிவு என்று இல்லாமல் “கொஞ்சம் பொறுங்கள்” என்று மொட்டையாக ஒரு பதில் சொல்வதும்... ஒரு பணியாளனை மதிக்கும் தன்மையாய் இது தெரிய வில்லையே? துறைத் தலைமையின் ஆணையையே மதிக்காத தன்மையாயல்லவா இது தெரிகிறது? தெரிந்து தான் செய்கிறார்களா அல்லது வருவது வரட்டும்

பார்த்துக் கொள்ளலாம் என்று மானாங்கணியாய் ஒரு பதிலைச் சொல்கிறார்களா? ஒருவேளை சென்னை துறைத் தலைமைக்குப் பேசிவிட்டே இப்படி நடக்கிறதோ? அங்கு பேசியிருந்தால் இப்படியொரு பதில் தனக்கு முன் வந்து விழாதே? அமைச்சரின் ரெக்கமன்டேஷனில் போடப்பட்ட உத்தரவாயிற்றே இது? என்ன காரணத் திற்காக இப்படிப் பிடிவாதமாக மறுக்கிறார்கள்? - புரியாமல் தவித்தார் வித்யாபதி.

கடைசியாக ஒன்று கேட்டார். கொஞ்ச நாள் பொறுங் கன்னா எப்டி சார்...?

வெறுமனே எப்டி வெயிட் பண்ண முடியும்? லீவுதான் போடணும்... பணி உயர்வு வந்திருக்கிற இந்த நேரத்தில லீவு போடுறது சரியாகாது...ஆணையையும் கையில வாங்கியாச்சு... ஜாயின் பண்ணலேன்னா பிறகு இந்த ஆணை மாறுவதற்கும் வாய்ப்புள்ளது. மினிஸ்டருக்குத் தெரிஞ்சா கோபப்படுவாரு... இப்டி ஆளுக்கெல்லாம் ஏன் ரெக்கமன்டேஷனுக்கு வர்றீங்கன்னு தன்கிட்ட வந்து நின்னவங்ககிட்டக் கேட்க வாய்ப்பிருக்கு...அவுங்க பேர் கெடும்...திரும்ப இப்டியான ஒரு முயற்சிங்கிறது சாத்திய மில்லை. நினைச்சே பார்க்க முடியாது... அப்போ என்ன தான் செய்றது? - தீவிரமாக சிந்தனை ஓடியது வித்யாபதிக்கு.

லீவுல இருங்க... பார்ப்போம்.... - ஒரு அலுவலரே இப்படிப் பேசியது இவனை மிகவும் வேதனைப்படுத்தியது. விருட்டென்று எழுந்து வெளியே வந்தார். மயிலேறியிடமும் சொல்லிக் கொள்ளாமல் அந்த அலுவலகத்தை விட்டு வெளியேறினார். அனைவர் பார்வையும் தன் பக்க மிருந்ததை அவர் கவனிக்காமலில்லை.

நேரே பணியாளர் சங்க அலுவலகத்தை நோக்கி அவர் கால்கள் திரும்பின.

23

அதன் பின் வித்யாபதி எப்படி அதே அலுவலகத்தில் பணியில் சேர்ந்தார் என்பது இன்னொரு தனிக்கதை. அமைச்சரிடமிருந்து துறைத் தலைமைக்குச் செய்தி போக... துறைத் தலைமை சென்னையிலிருந்து ஃபோன் செய்து விரட்ட...நான் ஆர்டர் போட்டு அனுப்பிச் சிருக்கேன்... எப்படி ஜாய்ன் பண்ண அனுமதிக்காமல் இருக்கலாம் நீங்க? இங்க என்னென்ன பிரச்னைகளெல்லாம் ஓடிட்டிருக்குன்னு உங்களுக்குத் தெரியுமா? அதெல்லாத் தையும் மனசுல கொள்ளாம நீங்கபாட்டுக்கு ப்ளன்ட்டா மறுத்து அந்தப் பையனைத் திருப்பி அனுப்பிச்சீங்களாமே? இப்ப அந்தப் பையன் “கம்ப்பல்சரி வெயிட்” ன்னு கிளைம் பண்றான்... அது தெரியுமா உங்களுக்கு? என்ன பதில் சொல்லப் போறீங்க?... உடனடியா அந்தப் பையனுக்குத் தகவல் சொல்லி அனுப்பிச்சு ஆளை வரவழைச்சு... இன்னைக்கே டியூட்டில ஜாயின் பண்ண வைக்கணும்... நாளைக்கு எனக்கு ஜாயினிங் ரிப்போர்ட் வந்தாகணும்...

இந்த உரையாடலை அண்ணாச்சி முத்துக்கருப்பன் அப்படியே சொன்ன போது கூடியிருந்த எல்லோரும் இவரைப் பார்த்தார்கள். தெரியுதா நம்ம சங்கத்தோட பவர்...? என்று கேட்பது போலிருந்தது அது. வீட்டுக்கு

ஆள் தேடி வந்தபோது அதிசயித்துப் போனார். கொஞ்சம் பயமாய்க் கூட இருந்தது. இந்த அளவுக்குத் தேவைதானா என்று தோன்றியது. ஆனால் இழுத்து விட்டது தான் அல்லவே? அலுவலகம்தானே தன்னை அனுமதிக்க மறுத்தது?

அன்றே போய் பணிப்பொறுப்பு ஏற்றுக் கொண்டபோது மயிலேறியின் பேச்சின் தொனியே மாறியிருந்தது.

கம்ப்பல்சரி வெயிட்டெல்லாம் வேண்டாம். இந்த ஒரு வாரத்துக்கு லீவு எழுதிக் கொடுத்திடுங்க...இன்னும் அதை வேறு பிரச்னையாக்காதீங்க... அது துறைத் தலைமை வரை போய்த்தான் வரும். நிறையக் கேள்விகள் எழும். பதில் சொல்ல வேண்டியிருக்கும். இந்த ஆபீஸ்லயே நீங்க தொடர்ந்து இருக்கப் போறீங்க... தினசரி ஆபீசரோட முகத்தைப் பார்க்கணும்... பேசணும்... உங்க வேலைல பிரச்னை ஏற்படாம இருக்கணும்... புரியுதா? இன்னும் எவ்வளவோ இருக்கு... ஆகையினால நான் சொல்றபடி தயவுசெய்து செய்யுங்க...

மயிலேறி அண்ணாச்சியின் வேண்டுகோளை ஏற்றுக் கொண்டு போனால் போகிறது எனவும் இதற்கு மேல் தன்னால் எதுவும் பிரச்னை வந்துவிடக் கூடாது என்றும் விடுப்பு எழுதிக் கொடுத்தார் வித்யாபதி.

என்ன தம்பி..ஏன் அப்டி செய்தீங்க...? அவுங்கள ஒரு ஆட்டு ஆட்டிப் பார்த்திருக்கலாமே... விட்டுட்டீங்களே...? நல்ல சான்சு போச்சு...வீட்டுக்கு வந்து வெத்தலை பாக்கு வச்சு அழைச்சாங்கல்ல... அப்டியுமா புரியல உங்களுக்கு? .சங்கத்தக் கேட்காம நீங்களா இப்படிச் செய்தது தப்பு... லீவு எழுதிக் கொடுக்கும் முன்னாலே ஒரு வார்த்தை கேட்க வேண்டாமா? உங்களுக்காக மினிஸ்டர்ட்டச் சொல்லி போஸ்டிங் வாங்கிக் கொடுத்தது நாங்கல்ல... நீங்கபாட்டுக்கு செய்திட்டீங்க... பலரும் தவறு என்றே சொன்னார்கள். முகத்துக்கு முன்னால் கோபப்பட்டார்கள்.

முத்துக்கருப்பன் அண்ணாச்சிதான் விடுங்க... விடுங்க... போனாப் போவுது... என்றார். எல்லோரையும் தணித்தார். அந்த ஆபீஸ்ல நிம்மதியா அவர் வேலை பார்க்கணுமில்ல... சதா சண்டை போட்டுக்கிட்டே இருக்க முடியுமா? அத மனசுல வச்சு அவரைப் பழிவாங்க ஆரம்பிப்பாங்க... அது எதுக்கு? இப்பத்தான் பிரமோஷன்ல வந்திருக்கிற பையன்...நல்லபடியா வேலை பழகணும்... செய்யணும்... நல்லபேர் வாங்கணும்...அதுதான் முக்கியம். ஒருவாரம் கணக்குலர்ந்து லீவு கழியறதுனால் ஒண்ணும் கெட்டுப் போகாது...யாரும் தம்பியைத் திட்டக் கூடாது... பேசாம இருங்க... அவரு நம்மாளு... என்னைக்கும் நம்பிக்கையான பையன்... - அண்ணாச்சி இப்படிச் சொல்லி முடித்தபோது அனைவர் வாயும் அடைத்துத்தான் போனது. தலைமைக்குக் கட்டுப்பட்ட அந்தச் சங்கத்தின் மீது மதிப்பும் மரியாதையும் பெருகியது.

அதற்குப் பிறகு அவர் அந்த அலுவலகத்தில் வேலை பார்த்ததும், அவரது வேலைத்திறன் குறித்து அனைவரும் பெருமைப்பட்டதும், அலுவலரே தனது அலுவலகம் சார்ந்த சொந்தப் பணிகளுக்கு அவரை மட்டுமே அழைத்து அக்கறையாய்ப் பயன்படுத்திக் கொண்டதும், நோட்ஸ் எடுக்க, தட்டச்சு செய்ய என்று பலவிதமான வேலைகளையும் சேர்த்துப் பார்த்தார் வித்யாபதி. அலுவலரின் பயணத் திட்டம், பயணப் பட்டியல், டைரி எழுதுதல் என்று தனிப்பட்ட முறையில் ரொம்பவும் முக்கியமானவராகிப் போனார். கிட்டவே நெருங்கிட்டீங்க..... நீங்க இப்படி அர்ப்பணிப்பா வேலை பார்ப் பீங்கன்னு நான் எதிர்பார்க்கலை... ரொம்ப சந்தோஷம் என்று மயிலேறி மகிழ்ந்ததும், கொஞ்சமா ஃபைல் போடுங்க... இப்படி தினமும் நிறைய அள்ளி அள்ளிப் போட்டீங்கன்னா நான் எப்படிப் பார்க்கிறது? தினசரி பத்துப் பதினஞ்சுன்னு நிறுத்திக்கிங்க...விழுந்து விழுந்து செய்யாதீங்க... என்று அவரே தன் வாயால் பொறுக்க முடியாமல் இவரைக் கட்டுப்படுத்தியதும்...அண்ணாச்சி...

அண்ணாச்சி... என்று மயிலேறி இவருக்கு மிக நட்பாகிப் போனதும், தனது மொபெட்டில் பின்னால் அமர வைத்து அவரை அழைத்துப் போவதும், வீட்டில் விடுவதும், கூட்டி வருவதுமாய் அத்தனை மன நெருக்கமும், பாசமும் வளரும் என்று வித்யாபதியே எதிர்பார்க்கவில்லைதான். மயிலேறியின் கடமையுணர்ச்சி அவரை மிகவும் ஈர்த்திருந்த விஷயமாயிருந்தது. அது போலவே அவரது நேர்மையும், நற்குணமும் இவரை வியப்பிலாழ்த்தியிருந்தது. பணியிலிருந்து மயிலேறி அண்ணாச்சி ஓய்வு பெற்ற நிகழ்வு இவரை மறக்க முடியாததாக்கியிருந்தது.

பணிநிறைவு விழா வேண்டவே வேண்டாம் என்று கடைசிவரை ஒரே பிடியாய் நின்று விட்டார். அவர் இருக்கும் அலுவலகத்திற்கே எல்லோரும் மாலை கூடிவிட்டனர். அழையா விருந்தாளிகளாய் வந்து விருந்து வைக்க...

எதுக்கு இவ்வளவு பேர் கூடுறாங்க? யாராச்சும் எனக்குத் தெரியாமச் சொல்லியனுப்பிச்சீங்களா? என்று கடிந்து கொண்டார்.

என்ன அண்ணாச்சி... இவ்வளவு வருஷம் சங்கத்துல இருந்திருக்கீங்க... எங்க கூட எத்தனையோ காரியங்களுக்கு அலைஞ்சிருக்கீங்க... போராட்டங்கள்ல கலந்திட்டிருக் கீங்க... தவறாம மெம்பர்ஷிப் கொடுத்திருக்கீங்க... நன் கொடை கேட்டப்பல்லாம் முகம் சுளிக்காம வழங்கியிருக் கீங்க... உங்கள சும்மா போக விட்ருவமா? பிடிக்குதோ பிடிக்கலையோ....எங்களுக்காக ஒத்துக்குங்க... தனி ஹால் பார்த்து அங்க வச்சிதான் விழா நடத்தணும்னு இருந் தோம். வேண்டவே வேண்டாம்னுட்டீங்க... இதுக்காவது மறுக்காதீங்க... - எல்லோரும் வேண்டிக் கேட்டுக் கொள்ளவே அமைதி காத்தார் மயிலேறி. அதுவே சம்மதத்திற்கு அறிகுறியானது. ஆனாலும் கூனிக் குறுகித் தான் அமர்ந்திருந்தார்.

நிர்வாகத்தில் அத்தனை கறாராக இருக்கும் அவருக்கு... ரெண்டு வார்த்தை தடையின்றிப் பேச வராதது ஆச்சரிய மளித்தது. பேசிய ரெண்டு வார்த்தைகளிலும் அதைத்தான் சொன்னார். ரிடையர்ட்மென்ட் வயசு இன்னைக்கு சாயங்காலம் அஞ்சரை மணியோட பூர்த்தியாகுது. ஆபீஸ் முடிஞ்ச மாதிரி எப்பவும் போலக் கிளம்பிப் போக வேண்டிதான்... இதுக்கு எதுக்கு பார்ட்டி அது இதுன்னு... இதெல்லாம் வேண்டாத வேலை... என்னை ரொம்பக் கூச்சப்படுத்துது...? என்று ஆரம்பித்தார். ஆனால் தலையைக் குனிந்துகொண்டே போகப் போக நிறையப் பேசித்தான் விட்டார்.

இந்த சந்தன மாலை என்ன விலை இருக்கும்? அந்தக் காசை வேறே ஏதேனும் பிரயோசனமாச் செலவழிச்சாலும் ஒரு அர்த்தம் உண்டு. அதுவே வேண்டாம். ரிடையர்ட் மென்ட் பேரைச் சொல்லி காசு வசூல் பண்றீங்களே... அதுவே தப்புங்கிறேன் நான். எத்தனை பேர் மனச் சங்கடப்பட்டுக்கிட்டே கொடுத்தாங்களோ? அந்தக் காசிருந்தா அவுங்க வீட்டுச் செலவுக்காச்சுன்னு நினைச்சிருப்பாங்க... நீங்க பிடுங்கிட்டு வந்திட்டீங்க... அரை பவுனுக்கு இப்டி மோதிரம் போடுறீங்க... எவ்வளவு காஸ்ட்லி? இதை வீட்ல வச்சிப் பார்க்கிற போதெல்லாம் என் மனசு உறுத்திக்கிட்டேயிருக்கும். மனசாட்சி ஒத்துக்கவே ஒத்துக்காது. இங்க நான் வேலை செய்த காலத்துல என்னைப் பாரத்திருக்கீங்க தினமும். என்னோட நடவடிக்கைகள் பற்றித் தெரியும் உங்க எல்லாருக்கும். நான் ஒரு சங்கத்து சார்பா இருந்தேன்... இல்லன்னு சொல்லலை... ஆனா மத்த சங்கத்தச் சேர்ந்த வர்களை நான் என்னைக்கும் பகைமையா நினைச்ச தில்லை. எதையாச்சும் மனசுல வச்சுக்கிட்டு அவுங்களைப் பழி வாங்கினதில்லை. அவங்க மாறுதலைக் கெடுத்த தில்லை. இயன்றவரைக்கும் அவுங்களுக்கு உதவியாத்தான் இருந்திருக்கேன். நம்ப வித்யாபதியைக் கேட்டுப் பாருங்க...

என்னைப் பத்தித் தெரியும். அவுரு இந்த ஆபீசுக்குள்ள நுழைஞ்ச சூழ்நிலை என்ன, அப்ப இருந்த கெடுபிடி என்ன... அவர் சந்திச்ச சங்கடங்கள் என்னென்ன... எல்லாமும் இருக்கத்தான் செய்தது. ஆனாலும் ஒரு அளவுக்கு மேலே நாம எதையும் வன்மமாக் கொள்ள முடியாது. எல்லாரும் வேணும் நமக்கு. யாரும் பகை இல்லை. எல்லாரும் நம்ம பணியாள நண்பர்கள்தான். அப்படித்தான் என் மொத்த சர்வீசையும் ஓட்டியிருக்கேன். யார் மனசையேனும் எப்பவாச்சும் என்னை அறிஞ்சோ அறியாமலோ புண் படுத்தியிருந்தேன்னா அவுங்க என்னை மன்னிச்சிடும்படி கேட்டுக்கிறேன்.

இதெல்லாம் வேண்டாம்னு ஒரு மாசத்துக்கு முன்னாடி யிருந்தே நான் சொல்லிட்டுருந்தேன். நீங்க யாரும் கேட் கலை. அப்படி உங்களால மறுக்க முடியாதுன்னா ஒண்ணு செய்யலாம். இந்தச் செலவு பூராவையும் நான்தான் ஏத்துப்பேன். அதுக்கு நீங்க எல்லாரும் ஒத்துக்கணும். என்னடா இப்படி எதையோ சொல்லி நம்பளத் துன்புறுத்துறானேன்னு நீங்க யாரும் நினைக்கக் கூடாது. அப்பத்தான் என் மனசு ஆறும். நான் உங்களை விட்டுப் பிரியறேன். அப்போ என் விருப்பத்துக்கு உங்கள் எல்லாரையும் மகிழ்விக்கணும்ங்கிறது என்னோட கடைசி ஆசையா இருக்கு. இப்படியும் இதைச் சொல்லலாமே... நீங்க யாரும் இதை மறுக்க முடியாது. ஏன்னா இது என்னோட சொந்த விருப்பம். இதென்னடா இது ரொம்ப விநோதமாயிருக்கேன்னு உங்க எல்லாருக்கும் தோணலாம். ஆனா என்னைப் பொறுத்தவரை இதுதான் சரி.

இப்படிச் சொல்லி அவர் நிறுத்தியபோது மொத்தப் பேருமே அமைதி காத்ததும், மிகுந்த வருத்தமடைந்ததும் இதற்கு மேல் அவரை எப்படிச் சம்மதிக்க வைப்பது என்று தெரியாமல் விழா ஏற்பாட்டாளர்கள் முழித்ததும் மறக்க முடியாத கதையாகிப் போனது அன்று.

அந்த விழாச் செலவினங்கள் மொத்தத்தையும் அண்ணாச்சி மயிலேறி பிடிவாதமாய் ஏற்றுக் கொண்டாரா அல்லது இல்லை முடியாது என்று விழாக் குழுவினர் மறுத்து விட்டார்களா தெரியாது வித்யாபதிக்கு. அதற்கு மேல் அந்த விஷயத்தில் அவர் தலை நுழைக்கவில்லை.

அதற்குப்பின்தான் பணி உயர்வில் வித்யாபதி வெளி யூருக்குச் செல்ல வேண்டியதாகிவிட்டதே...? புதிதாக அரசுப் பணிக்குச் சேரும்போது வெளியூர் சென்று உள்ளூர் வந்து ஏறக்குறைய இருபதாண்டுகளுக்குப் பிறகு இப்போது அவர் தான் வேலை பார்க்கும் அரசுப் பணிக்கென இரண்டாவது முறையாக வெளியூர் செல்ல வேண்டியிருந்தது. அந்த உத்தரவினை அவர் மகிழ்ச்சி யுடனேயே ஏற்றுக்கொண்டார் என்பதுதான் உண்மை. ஆனால் அவர் அப்படி வெளியேறியதில்தான் எத்தனை பேருக்கு மகிழ்ச்சி அப்போது?

பதவி உயர்வில் செல்பவனை மனதார வாழ்த்தி அனுப்பாமல், ஆள் தொலைந்தால் போதும் என்பது போன்றல்லவா கம்மென்று இருந்து விட்டார்கள்? திரும்பவும் இங்கேயே வருகிறேனா இல்லையா பாருங்கள் என்ற மனதிற்குள் கருவிக் கொண்டார் வித்யாபதி. தன் வேலைதான் தன்னை உள்ளூரிலேயே இருத்தியது. அதற்கு நான் என்ன செய்வது? அதுவாக அமைந்தது அப்படி. என் ஒருவனுக்குத்தானா அப்படி? இன்னும் சிலருக்கும் அப்படி நடந்திருக்கிறதே... என்னை மட்டும் குறி வைத்து ஏன் அப்படி வெறுக்கிறார்கள்? நான் யாருக்கு என்ன கெடுதல் செய்தேன்? இயன்றவரை சங்கப் பணிகளில் ஈடுபட்டு உழைத்திருக்கிறேனே? பணியாளர் நலனுக்காகப் பாடுபட்டிருக்கிறேனே? அவர்களுக்காக நானும் மற்றவரோடு அலைந்திருக்கிறேனே? ஏன் என்னை மட்டும் குறி வைக்கிறார்கள்? எத்தனையோ ஆண்டுகளுக்கு முன் நடந்த ஒரு மாறுதல் சம்பவம் இந்த அளவுக்கா பாதித்து நிற்கும்? மனதில் கருவறுத்துக்

கொண்டேயிருப்பார்களோ? வெளியில் சிரித்துப் பேசும், பழகும் மனிதர்களின் உட்புறங்கள் இப்படியா பேசும்? கொஞ்ச நாளைக்கு ஆறுதல் அடையட்டும் என்று நினைத்துக் கொண்டார்.

எப்பயும் ஒரு ஆண்டுக்கு மேல் ஆகிவிடும். அதற்குள் மாவட்ட மாறுதலுக்கான விண்ணப்பமே கொடுக்க முடியாது. கொடுத்தாலும் திருப்பி அனுப்பி விடுவார்கள். அதனால் பொறுத்திருப்போம். காலம் கனியட்டும் என்றே எண்ணிக் கிளம்பினார் வித்யாபதி. ●

24

அந்த மாதிரி ஒரு கேள்வியை எதிர்பார்த்துத்தான் அங்கு நுழைந்தார் வித்யாபதி. அப்படியெல்லாம் கேள்வியும், பேச்சும் வரும் என்று தெரிந்துதானே அங்கே போனார். வேறு வழியும் இல்லை. அன்றாடம் ரயிலேறிப் போய்விட்டு இரவாவது வீடு திரும்ப முடிகிறதே என்கிற சமாதானம்தான். மனதை சமன் செய்து கொண்டு தயாராய்த்தான் இருந்தார்.

அந்த ரயிலின் எட்டுப் பெட்டிகளிலும் நிறைந்து வழிந்து ஊழியர்கள் பயணம் செய்கிறார்கள். அரசு அலுவலகங்கள், வங்கிகள், தனியார் நிறுவனங்கள் என்று பல்வேறு தரப்பினரும் அன்றாடம் போய் வந்து கொண்டுதான் இருக்கிறார்கள். ஆளோடு ஆளாகச் சேர்ந்து தானும் போய் வருவதில் என்ன சிரமம்? தனக்கு மட்டும் அப்படியென்ன கஷ்டம் வந்தது? அவர்களெல்லாம் மனிதர்களில்லையா? அறிந்தோ அறியாமலோ உள்ளூரே அவருக்கு வாய்த்து விட்டது. காலமும் ஓடி விட்டது. அவரென்ன செய்வார்? யாரையும் தொந்தரவு செய்து விட்டு, தூக்கி விட்டு விட்டு வந்து குந்தவில்லையே? அது இதற்கு முந்தைய பணி உயர்வில் ஒரே ஒரு முறை நடந்த விரும்பாத நிகழ்வு. அப்போது வேறு வழி தெரியவில்லை. அத்தனை அனுபவமில்லாத பொழுதுகள் அவை. பணி

அனுபவமும் மிகக் குறைவுதானே? தன்னைச் சுற்றி என்ன நடக்கிறது என்பதை நிர்ணயம் பண்ண முடியாத காலம் அது. ஆனாலும் இப்போதும் பழி அவருக்குத்தான்.

அவரு உள்ளூர விட்டு நகர மாட்டாருங்க... இந்தக் காம்பவுன்ட்லயே ஆபீஸ்கள் இருக்கு... இதுக்குள்ளயேதான் சுத்துவாரு... இல்லன்னா டவுனுக்குள்ள...... .சிட்டி பஸ் ஏறி போய்த் திரும்புறாங்களே... அதுபோலக் கூடப் போக மாட்டாரு... பத்திருபது கி.மீ.கூடப் போய் வரமாட்டாரு அய்யா... இங்கயே குப்ப கொட்டணும் அவருக்கு... மத்தவுகதான் அலையணும்... அவரு டிபார்ட்மென்டுக்கு செல்லப் பிள்ளை... அப்டித்தான சில பேரை வச்சிருக் காங்க...? அவுருதான் திறமையான வேலைக்காரராம்... நாமெல்லாம் சொங்கியாம்... என்ன அப்படிச் செய்து கிழிச்சிட்டாரோ? பணக்காரன்ட்ட மேலும் மேலும் பணம் சேர்ந்திட்டேயிருக்கிற மாதிரி, நல்ல பேர் எடுத்த வனுக்குத்தான் மேலும் மேலும் நல்ல பேரு கிட்டும். அவந்தான் அண்ணாந்து பார்க்கிறவனா இருக்கான்... இதுதான் யதார்த்தம்...

எவ்வளவோ வார்த்தைகளைக் கேட்டாயிற்று. நேரடி யாகவும், மறைமுகமாகவும்... அந்த எல்லோருக்கும் இப்போது நிச்சயம் சந்தோஷமாகத்தான் இருக்கும். மனம் ஆறுதல் கொள்ளும். யப்பாடீ... தொலைஞ்சான்யா...!! இனி எப்டி உள்ளூருக்குள்ள நுழையறான் பார்ப்போம்... எங்கடா இப்பவும் இங்கயே வந்து உட்கார்ந்துடு வானோன்னு நினைச்சது... நல்லவேளை... சாமர்த்தியம் பலிக்கலை... முயற்சி வெற்றியாகலை. எல்லாக் காலத்துல யும் எல்லாமும் பலிதமாகிடுமா? ஒருவாட்டிதான் வெளியூர் போய்ப் பார்க்கட்டுமே? தினசரி போய் வந்து அலைஞ்சு பார்த்தாத்தானே தெரியும்? மேனா மினிக்கி மாதிரி சொகுசா இங்கயே இருந்து கழிச்சிட்டாரு... இனிமேத்தான் டப்பா டான்சாடப் போகுது...

எல்லோருடைய ஆசீர்வாதத்தோடும் உள்ளூரை விட்டுக் கிளம்பியாயிற்று. சந்தோஷமாப் போயிட்டு

வாங்க... நீங்களும் வெளியூர் பார்க்கணும்ல...!! வஞ்சப் புகழ்ச்சியாக இப்படிச் சில.

கவனமாப் போயிட்டு வாங்க சார்... ரயில் ஏறி... இறங்கி... உடம்பப் பார்த்துக்குங்க... முடிலன்னா அங்கயே ஒரு ரூம் போட்டுத் தங்கிடுங்க... வாரா வாரம் வெள்ளிக் கிழமை ராத்திரி வீடு வந்தாப் போதும்... எதுக்கு வெட்டிக்கு அலையுறீங்க...

ரொம்பவும் வருத்தமான பாவத்தோடுதான் சொன்னார்கள். உள்ளூர எத்தனை மகிழ்ச்சி என்பது இவருக்குத் தானே தெரியும்! அங்கயே ரூம் போட்டுத் தங்கணுமாம்... காசு எவன் கொடுப்பான்... இவங்கப்பனா...? ரூம் போடணும்... அப்புறம் ஓட்டல்ல சாப்பிடணும்... அது உடம்புக்கு ஒத்துக்கணும்... காசு செலவு செய்யவா அல்லது விரயம் பண்ணவா?

அங்க உங்களுக்கு நல்லா பைசா பார்க்கலாம் சார்... செழிப்பா இருக்கும்.. நீங்க வேணாம்னாலும் வந்து திணிப்பாங்க... நீங்க வாங்க மாட்டீங்க... அது வேறே விஷயம்... ஆனாலும் விட மாட்டாங்க... தெம்பாத் திரியலாம்...அங்க ஆபீஸ் குப்பையாக் கிடக்குன்னுதானே உங்களைப் போட்டது... காசு புழங்குற இடம் வேறே எப்படி இருக்கும்? நீங்க போய்த்தான் சரி பண்ணனும்... சரியான ஆளாப் பார்த்துத்தான் தள்ளி விடுறாங்க... வேலைக்கார ஆளுல்ல நீங்க... இனி உங்க ராஜ்யம்தான்... குப்பையை வளமாக் கூட்டலாம். அள்ளவும் செய்யலாம்...

இருவேறு அர்த்தங்களில் புகழ்ந்தார்கள்.. அடேங்கப்பா... இவர்களின் சிலேடைகளுக்குத் தனிப் புத்தகமே போடலாம். சமயம் கிடைத்தால் விட்டு வாங்குகிறார்களே? என்னவோ சொல்லி விட்டுப் போகட்டும். இந்த மட்டுக்கும் போய் வருவதுபோலான தூரத்தில் ஒரு இடம் கிடைத்ததே என்று இவருக்கு சமாதானமாய் இருந்தது.

மனிதர்கள் என்றுமே சராசரியானவர்கள்தான். சந்தர்ப்பத்திற்கேற்றாற்போல்தான் பேசுவார்கள். உள் ளொன்று வைத்துப் புறமொன்றுதான் பேசுவார்கள். எல்லோருக்கும் இரண்டு முகங்கள் உண்டுதான். அதில் ஒன்று வெளியில் சொல்ல முடியாதது. பழகும்போது நண்பர்கள்தான். ஆனால் பேசும்போது? அதாவது ஆளில்லாமல் பேசுகையில்! ஆத்மார்த்தமாய் ஒரு சிலர்தான் இருப்பார்கள். அதுவும் ஸ்டிரிக்டான பேர்வழிக்கு? எப்போதுமே நண்பர்கள் குறைவுதான். அது உலக இயற்கை. நாலு பேர் இருந்தாலும் போதும்... நியாயமா இருந்தாச் சரிதான். இவராகவே நினைத்துக் கொண்டார் இப்படி.

என்னவோ இவர்களாய் முயற்சி செய்து அங்கே மாறுதல் வாங்கிக் கொடுத்ததுபோல் அளந்து கொள் கிறார்கள். இவரல்லவோ போய்ச் சொல்லி மன்றானார். போயிட்டு வர்ற மாதிரியாவது போட்டுக் கொடுங்க... ரொம்ப தூரத்துக்குப் போட்டுடாதீங்க... ஒய்ஃப் தனியா இருக்காங்க... துணைக்கு யாருமில்லே...! இவ்வளவுதான் சொன்னார். அவருக்குக் குழந்தை இல்லை என்கிற விஷயம் தலைமை வரை தெரிந்திருந்தது. அதுநாள் வரையிலான அவரது அடையாளம் அவரைக் காப் பாற்றியது என்று நினைத்துக் கொண்டார். மறுபேச்சிலாமல் ஆர்டர் கைக்குக் கிடைத்தது. அதுவே தனது வெற்றி என்கிற பெருமை தோன்றியது மனதில்.

நேர்ல போயும் உள்ளூர் கிடைக்கலியா சார்...? யாரையாவது தூக்கி விட்டுட்டு வந்து உட்காருவீங்கன்னு எதிர்பார்த்தோம்...! அது வேணாம்னு நினைச்சிட்டீங்க போல...! ரிடையர்ட்மென்ட் நெருங்கையில் எதுக்கு இந்தப் பாவத்தச் சுமந்திட்டுன்னு விட்டுட்டீங்களோ? - என்ன குரூரம்...?

முப்பது வருட சர்வீசில் முதல் ஏழு ஆண்டுகள் வெளியூரில் இருந்தாயிற்று. அது பேச்சலர் காலம். பிறகு

உள்ளூர் வந்து மீதி இருபது இருபத்தியிரண்டுஆண்டுகள் ஆயிற்று. இப்போது ஒரு பதவி உயர்வு இன்னும் நாலரை ஆண்டுகள் மீதமுள்ளன. அதற்குள் இன்னும் ஒரு பதவி உயர்வு வராதா? வரலாம்... பச்சை இங்க்கில் கையெழுத்துப் போட வேண்டாமா? அந்த ஆசை கிடந்து துடிக்கிறதே... அதற்காகத்தானே கணக்கியல் படித்தது. அந்தத் தகுதியையும் துறைத் தலைமையில் பதிவு செய்துதானே வைத்திருக்கிறேன்? ஆட்சி அலுவலர் அல்லது கணக்கு அலுவலர்... இரண்டில் ஒன்றை எட்டியே ஆக வேண்டும். அதுவே அவரது லட்சியம். அது இப்போது தோன்றியதல்ல. எப்போதோ மனதில் வேர் விட்டுத் தழைத்திருந்தது.

வெளியூர் வந்தாலும் வந்தார். பிறகு உள்ளூர் ஆபீசை எட்டியே பார்க்கவில்லை. எதற்கு? என்கிற விலகல் வந்து விட்டது. இப்பத்தான போனாரு? அதுக்குள்ளயும் எதுக்கு வந்து நிக்கிறாரு? டிரான்ஸ்பர் வேணுமாமா? போகச் சொல்லுங்க அந்தாளை... குத்துக்கல் மாதிரி இத்தன வருஷம் கிடந்தது பத்தாதா? பழைய வாசனை இன்னும் விடலையோ?

அவர்கள் சொல்வதாய் இவரே நினைத்துக் கொண்டார். மலிவான சிந்தனைகளில்தான் மனிதர்கள் வலம் வருவார்கள். அதனால்தான் அரசியல்வாதிகளின் பொய்கள் இங்கே எடுபடுகின்றன. பளிச்சிடுகின்றன. பின்பற்றப்படுகின்றன. அவர்களைப் பார்த்து இவர்களும், இவர்களைப் பார்த்து அவர்களுமாய்... நடப்பியலைப் புரிந்து நடனம் புரிகிறார்கள். திரித்து மறைத்துச் சொல்வதெல்லாம், செய்வதெல்லாம் இங்கே நன்றாய் விலைபோகும். நல்லவைகள் காற்றோடு போய் விடும். அறிவுக்கு எட்டாது. நிலைக்காது.

எதிரே அமர்ந்திருந்த மயில்வாகனத்தை நிமிர்ந்து பார்ப்பதற்கு சங்கடப்பட்டு ஏதோ யோசனையில் தலை குனிந்திருந்தார் வித்யாபதி.

என்னா சார்... உடம்பு சரியில்லையா?....ரொம்ப அமைதியாயிட்டீங்க...?

அதெல்லாம் ஒண்ணுமில்லே... ஏதோ யோசனை... என்றார் இவர்.

பொண்ணுக்குக் கல்யாணம் வச்சிருக்கேன் சார்... பத்திரிகை கொடுத்து உங்களை அழைச்சிட்டுப் போகலாம்னு வந்தேன்...-சொல்லியவாறே அழைப்பிதழை நீட்டினார் மயில்வாகனம். தேடி வந்து கொடுக்கும் விஸ்வாசம். வேலை கற்றுக் கொடுத்ததே அவர்தானே... அந்த நன்றி...!

கட்டாயம் வந்திருங்க சார்...ஞாயிற்றுக்கிழமை பார்த்துத்தான் வச்சிருக்கேன்... அன்னைக்கு ரிசப்ஷன்... மறுநாள் முகூர்த்தம்...ரெண்டு நாளுக்கும் நீங்க வரணும்... வந்து பொண்ணை ஆசீர்வாதம் பண்ணனும்...

அவசியம் வர்றேன்...ஆனா திங்கட்கிழமை வர முடியாது. ரிசப்ஷனுக்குக் கண்டிப்பா வந்திடுறேன்... திங்கள் லீவு போட முடியாது. ஆபீசே நான்தான் அங்கே. இல்லன்னா நாறிப் போகும்... அதனால...

தெரியும் சார்... கேள்விப்பட்டேன் எல்லாமும்... நீங்க ஆளே ரொம்ப மாறிட்டீங்களாமே...! அவரா இப்படிங் கிறாங்க... இங்க? நான்லாம் நம்பல சார்... நீங்களாவது மாறுவதாவது? ஆனா பாருங்க உங்களப்பத்திதான் ஒரே பேச்சு...நானே ஆடிப் போனேன்... விடாமச் சொல்லச் சொல்ல நம்பும்படியா ஆயிடிச்சு...நீங்களா சார் இப்டி....?- கையை ஆதுரமாய்ப் பிடித்துக் கொண்டார். வேணாம் சார்...

சட்டென்று விடுவித்துக் கொண்ட இவர்... கேட்டார்.

என்ன சொல்றீங்க...? அப்டீன்னா...? - சற்றுக் கோபமாகவே குரல். எதுவோ சொல்ல எதையோ இழுக்கிறாரே இவர்? பத்திரிகை வச்சமா போனமான்னு

இல்லாம...? காதால் கேட்டத அப்டியே நம்பி வந்து இப்படியா நேரடியா கேட்பாரு? ஒரு விவஸ்தை வேண்டாம்?

காசுப் பொழக்கம் ரொம்ப அதிகம்னு சொன்னாங்க... நீங்கள்லாம் இப்டி ஆவீங்கன்னு நான்லாம் நினைச்சுக் கூடப் பார்க்கல சார்... குட்டைல விழுந்த மட்டை நாறித்தான் போகும்ங்கிற மாதிரி உங்களக் கொண்டு அங்க போட.... போகைலயே நானெல்லாம் நினைச்சேன்... சாரு அங்கபோறாரே... என்ன கதியாகப் போறா ரோன்னு...!அது சரியாத்தான் போச்சு...! ரொம்ப வருத்தமா இருக்கு சார்... – உண்மையாகவே வருந்துகிறாரா அல்லது நடிக்கிறாரா?

என்ன தைரியம்? வீடு தேடி வந்து தன் கண் முன்னே...! இதைக் கேட்டு விடுவதில் அப்படியொரு குரூர ஆறுதல்... அதுதானே?

நீங்க என்ன சொல்றீங்க மயில்வாகனம்...? வெளிப் படையாச் சொல்லுங்க... இப்டி மழுப்பிப் பேசாதீங்க... கல்யாணப் பத்திரிகை கொடுக்க வந்த இடத்துல... எதுக்கு இதெல்லாம்...?

கரெக்ட் சார்... நீங்க சொல்றது சரிதான். அழைச்சமா... கிளம்பினமான்னு இல்லாம... ஸாரி சார்...எப்டியோ பேச்சு வந்திடுச்சி... மன்னிச்சிடுங்க...எல்லாரும் பேசிக் கிறாங்களேன்னு வயித்தெறிச்சல்ல சொல்லிப்புட்டேன்... நம்ப சாரா இப்டின்னு நினைச்சு அந்த வருத்தம்தான்... நான் வர்றேன் சார்....கவனமா இருங்க சார்...

கேள்விப்படுறதெல்லாம் உண்மையாயிடாது... புரியுதா? கண்ணால் பார்ப்பதும் பொய், காதால் கேட்பதும் பொய், தீர விசாரிப்பதே மெய்யுன்னு உங்களுக்குத் தெரியாது? தெரியாதவங்களுக்கு நீங்கதான் சொல்லணும்... சாரு இப்படிச் சொன்னாருன்னு... புரியுதா? போய்ட்டு வாங்க... சட்டுன்னு எதிலயும் ஒரு முடிவுக்கு வந்திடாதீங்க...

நா வர்றன் சார்...விசேடத்துக்குக் கட்டாயம் வந்திடுங்க... எதுவும் மனசுல வச்சுக்க வாணாம்... மாமியையும் கூட்டிட்டு வந்திருங்க... ஏதோ வாயில வந்திடுச்சு. பேசிப்புட்டேன். கோவிச்சிக்கிட்டு கல்யாணத்துக்கு வராம இருந்திடாதீங்க...!

மயில்வாகனம் செல்வதையே பார்த்துக் கொண்டிருந்தார் ஈஸ்வரன். தெருத் திரும்புகையில் திரும்பிப் பார்த்துக் கையசைத்தார் அவர். பதிலுக்கு அசைக்க இவருக்குக் கையெழவில்லை. இவன்லாம் ஒரு ஆளு?

ரயிலிலிருந்து இறங்கி ஆபீஸ் வந்தடைந்தபோது இவருக்கு வியர்த்திருந்தது. காற்றாடியைச் சுற்றவிட்டு கண்ணை மூடி அமர்ந்திருந்தார். முதல் நாள் மயில்வாகனத்தோடு நடந்த பேச்சு இன்னும் அவர் மனதில் ஓடிக்கொண்டிருந்தது. அதற்குள் மாவட்டம் பூராவுமா பரவி விட்டது? வதந்தி... தந்தியை விட வேகம்தான்... மக்களுக்கு அதில் ஒரு கொண்டாட்டம்... உண்மையை அணுகுவதைவிடப் பொய்யைப் படு வேகமாய் மக்கள் அணுகுகிறார்கள். விரும்புகிறார்கள். பேசவும் ஆரம்பித்து விடுகிறார்கள்.

ஒவ்வொருவராக வந்து கொண்டிருந்தார்கள். மணியைப் பார்த்தார். வெளியூரான இவர் சரியான நேரத்துக்கு வந்து விடுகிறார். உள்ளூர்காரர்களான பணியாளர்கள் தாமதமாக வருகிறார்கள். ஆடி அசைந்து பத்தரை மணியைப் போலத்தான் ஆபீஸ் நிறைகிறது. தான் வந்து அமர்ந்திருப்பதுபற்றி ஒரு பதட்டமேயில்லை. தனக்குப் பயப்பட வேண்டாம். நேரத்துக்கு பயம் வேண்டாமா?

இவரும் எவ்வளவோ சொல்லிப் பார்த்து விட்டார். சத்தம் போட்டும், கோபப்பட்டுப் பேசியும், இணக்கமாய்ச் சொல்லியும்....ஊகும்...யாரும் அசைவதாய் இல்லை. இங்கெல்லாம் அப்டித்தான் சார்... நீங்க பெரியாபீசையே மனசுல வச்சிட்டுப் பேசறீங்க...

பணியாளர்கள் நேரத்துக்கு வருவதையே தன்னால் சரி செய்ய முடியவில்லை. மற்றவற்றையெல்லாம் என்னென்பது? எதையும் மாற்றுவது போலவா அங்கு நிலைமை இருக்கிறது? எல்லாம் ஊறித் திளைத்த கடல் நண்டுகள்! குப்பையைக் கூட்டுவதா, குப்பையில் மூழ்குவதா?

சார்... ஒரு வருஷத்துக்கு என்னை எதுவும் கேட்கக் கூடாது. பிறகு பாருங்க... மேலதிகாரியிடம் உரிமையோடு சவால் விட்டதுபோல்தான் சொல்லி வந்தார். ஆனால் இங்கு வந்து பார்த்தால்? எந்த எம்டனும் ஜெயிக்க முடியாது போலிருக்கிறதே...? இந்தக் குட்டையைத் தெளிய வைப்பதாவது?

சார்... உங்ககிட்டே நாங்கள்லாம் ஒரு விஷயம் பேசணும்...

காலை ஆபீஸ் வந்ததும் வராததுமாக அத்தனை பேரும் தன்னைச் சுற்றி வந்து நிற்பதைப் பார்த்து என்னவோ ஏதோ என்று சற்றே கலவரமடைந்தார் வித்யாபதி.

தான் கண்டிப்பாக இருப்பதை ஒன்றுகூடி எதிர்க் கிறார்களோ? புதிதாக வந்திருப்பவரிடம் முதலிலேயே சொல்லி விடுவது நல்லது என்று முடிவு செய்து வந்து ஆஜராகியிருக்கிறார்களோ?

கண்டிப்பான ஆள் என்பதுதான் அடையாளமாகி யிருக்கிறதேயொழிய எதுவும் மாறவில்லையே? மாற்றவும் இல்லையே? கடலில் கரைந்த பெருங்காயமா நான்? இங்கு வந்து ஜோதியில் ஐக்கியமாகிவிட்டேனா? தன்னால் எந்த மாற்றம்தான் நிகழ்ந்திருக்கிறது இங்கே? இன்னும் முழு நடப்பியலையும் ஸ்டடி பண்ணவே யில்லையே? பலதும் பூடகமாகவே இருக்கிறதே? தப்பு நடக்கும் இடங்களெல்லாம் அப்படித்தான் ரகசியமாகச்

செயல்படுமோ? எவனும் மனம்விட்டுப் பேசமாட்டேன் என்கிறானே?

பியூன் கூட நேரத்துக்கு வருவதில்லை. சாயங்காலம் ஸ்டாஃப் எல்லாரும் போன பிறகு வாட்ச்மேனுக்குக் காத்திருந்து அவன் வந்த பிறகல்லவா, தான் கிளம்பிப் போக வேண்டியிருக்கிறது? சொல்லிச் சொல்லி அலுத்ததுதான் மிச்சம். நாலு நாளைக்குப் புலம்புவாரு... பிறகு புரிஞ்சிக்கிடுவாரு...!

மார்ச் பொறந்திடுச்சு சார்... இந்த மாதம் பூராவும் டைட்டா இருக்கும் வேலை. ராத்திரி கூட உட்கார்ந்து செய்து முடிக்க வேண்டியிருக்கும்... அது எங்களுக்குப் பழகிப் போனதுதான். ஃபுல் நைட்டும் உட்கார்ந்திடுவோம். நீங்க சொன்னாலும் சொல்லாட்டாலும் செய்து அன்யூவல் டார்கெட்டை அச்சீவ் பண்ணிடுவோம். பாஸ்கிட்டே சொல்லிடுங்க... பில்லு போடுறது... டிரஷரிக்கு அனுப்புறது... பாஸ் பண்றது... செக் வாங்குறது... எல்லாமும் எங்க பொறுப்பு... எதுவும் மிஸ் ஆகாது... டிலேயும் ஆகாது... ஆனா....

ஆனா...? என்ன ஆனா... சொல்லுங்க... ஏன் நிறுத் திட்டீங்க...? எதைச் சொல்ல வருகிறார்கள்? மொத்தமாய் வந்து கெரோ பண்ணுகிறார்களோ?

எங்களுக்கு வர்ற கமிஷன் பர்சன்டேஜ் கண்டிப்பா வந்திரணும்... அதுக்கு நீங்கதான் பொறுப்பு...

அப்டீன்னா...? - என்னவோ திடீரென்று வயிற்றைக் கலக்கியது இவருக்கு.

என்ன சார்... தெரியாதமாதிரிக் கேட்கறீங்க...? வருஷம் பொறந்ததும் இங்க வந்து ஜாய்ன் பண்ணினீங்க... நீங்க வந்து ரெண்டு மாசத்துல மார்ச் வந்திடுச்சு... இயர் என்டிங் திருவிழாதான் உங்களுக்குத் தெரியுமில்ல சார்... சொல்லி அனுப்பியிருப்பாங்களே... சப்-டிவிஷன் பூராவும்

வழக்கமா உள்ள கத தானசார்...புதுசா என்ன? ஒர்க் நடக்குறதே சப்டிவிஷன்ஸை வச்சிதானே சார்...

நீங்க சொல்ற கமிஷன்ங்கிறது தானா அவுங்கவுங்களுக்கு வந்து சேர்ந்திடும்தானே...? நானென்ன அதுக்கு ஜவாப் தாரி...? புரியல...? நீங்க வேலை செய்றீங்க... வாங்கிக்கிறீங்க... அதானே? அதெல்லாம் அவுங்கவுங்க வழக்கம்... அவ்வளவுதானே... நான் கண்டுக்கலை...

சார் இப்பத்தான் முதல் முறையா சப் டிவிஷன் வர்றீங்க போல...இத்தன வருஷமா பெரிய ஆபீஸ்லயே இருந்து பழகிட்டீங்க... அங்க இதெல்லம் பார்த்திருக்க மாட்டீங்க... நீங்க உண்டு உங்க வேலை உண்டுன்னு... இருந்திருப்பீங்க...

சரி... அதுக்கென்ன இப்ப...? அதுக்கும் நீங்க கேட்குறதுக்கும் என்ன சம்பந்தம்? நான் எதுக்கு நீங்க சொல்ற வட்டத்துக்குள்ள வரணும்னு யோசிக்கிறேன்...?

என்ன சார்...இந்த ஆபீஸ் மானேஜர் நீங்க... உங்க கிட்டதான் ஒவ்வொரு ஸ்கீமுக்குமான பாஸ் பண்ணின பில்களோட செக் வந்து சேரும். அந்தந்தக் கான்ட் ராக்டர்களுக்கு நீங்கதான் டிஸ்டிரிபியூட் பண்ணப் போறீங்க... அவ்வளவு பெரிய பொறுப்புல இருக்கிற நீங்க... எங்க சம்பந்தப்பட்ட சின்ன விஷயத்தை தெரியாத மாதிரிக் கேட்டா என்ன சார் அர்த்தம்? உண்மைலயே உங்களுக்குத் தெரியாதா? இல்ல நமக்கெதுக்கடா வம்புன்னு ஒதுங்கப் பார்க்கிறீங்களா? - அவர்களுக்குத் தலைமை போல் அறியப்பட்ட துரைராசன் இப்படிக் கேட்டதும்... துணுக்குற்றார் வித்யாபதி.

சீனியர் மோஸ்ட் அசிஸ்டன்ட்...தைரியமாய்க் கேட்கிறார்... நாளைக்கே நான் உங்க சீட்டுக்கு வந்தாலும் ஆச்சரியப்படுறதுக்கில்ல சார்...! சொல்லாமல் சொல் கிறாரோ? யார் கண்டது? வந்தாலும் வரலாம்.

காலியிடத்தைப் பிடிப்பதை விட இருக்கும் ஒருவனைத் தூக்கி எறிவதுதான் இங்கே கைவந்த கலை. அதில் பெருமையும் கூட. அப்பத்தானே அடுத்தவன் தன்னைத் தொடமாட்டான் என்கிற திண்ணக்கம். தான் வந்தது காலியிடம் என்று சொல்லாமல் சொல்லி உணர்த்து கிறாரோ?

சர்க்கிள் ஆபீஸ்ல இருந்திருக்கீங்க... சப்டிவிஷன் நடைமுறையெல்லாம் தெரியாதுன்னா எப்டி சார்...? அங்கேயிருந்து நீங்க வர்றதை சந்தோஷமா நாங்க எதிர் நோக்கினோம்... நீங்க நழுவப் பார்க்கறீங்க...! நீங்கதான் எங்களுக்குப் பாதுகாப்பு...! உங்கள வச்சுத்தான் நாங்க...

அடேயப்பா... கொக்கியைப் பலமாய்த்தான் போடு கிறார்கள். நாளைக்கு ஏதேனும் வில்லங்கம் என்றால் எல்லாம் உங்கள் தலையில்தான் என்று மறைபொருளாய் உணர்த்துகிறார்கள். மீதிக் காலத்தைக் கழிப்பதுதான் இனி பிரம்மப் பிரயத்தனம் போலும்...!

வெறுமே அன்றாட வேலைகளைப் பார்ப்போம், கிளம்புவோம்... எதிலும் தலையைக் கொடுத்துக் கொள்ள வேண்டாம் என்று பார்த்தால் விட மாட்டார்கள் போலிருக்கிறதே...? எங்களுக்கு நீங்கள்தான் பொறுப்பு என்றல்லவா வந்து நிற்கிறார்கள்? தரகு வேலை பார்க்கச் சொல்கிறார்களோ?

இதுநாள் வரை வண்டியை ஓட்டியது பெரிதில்லை. இனி மீதிக் காலத்தைக் கவனமாகக் கழிப்பதுதான் துர்லபம்...! உஷாரானார் வித்யாபதி.

இங்க என்ன வழக்கமோ அது, தானா நடக்குமுல்லங்க... அதுக்கு நான் என்ன பொறுப்பு? அதெல்லாம் கூடாதுன்னு நான் நிறுத்தக் கிளம்பினேன்னா நீங்க என்கிட்டே வந்து நிற்கணும்... உங்களுக்கு வழக்கமா உள்ளது வரத்தான போகுது... என்னை விட்ருங்க... அவ்வளவுதானே?

கொஞ்ச நேரம் எந்த சலசலப்பும் இல்லாமல் அமைதி தவழுவதைக் கண்ணுற்றார். அந்த நடைமுறைகளே பிடிக்காமலிருந்தது. சரியாக வந்து சிக்கிக் கொண்டோம் என்று நினைக்க ஆரம்பித்திருந்தார். வசமாக எதிலேனும் மாட்டிக் கொள்ளக் கூடாது என்பதிலேயே அவர் கவனம் பதிந்திருந்தது.

சார்... மன்னிக்கணும்...கொஞ்சம் உட்கார்ந்து பேசலாமா...?

என்ன துரைராசன்... இப்டியெல்லாம் கேட்கறீங்க...? உங்க யாரையும் என்னைக்கும் நான் நிற்க வச்சுப் பேசினதில்லையே? என் எதிரே வந்ததும் முதல்ல உட்காருங்கன்னுதானே சொல்லுவேன்...

துரைராசன் உட்கார்ந்தார். மற்றவர்கள் அவரைச் சுற்றி நெருங்கி வந்தார்கள். இது ஒரு தனிக் கும்பல். தொழில் நுட்பம் என்பது தனி. ஆபீஸர் குழு என்பது சிறப்புத் தனி. அது மாவட்டம் வளைத்தது. பெரிய இடம்...

சார்... தப்பா நினைச்சிக்கிடாதீங்க... கொஞ்சம் இந்த லிஸ்டை நீங்க பார்க்கணும்...இதான் இங்க உள்ள நடைமுறை. இத நீங்க ஓகே பண்ணிட்டீங்கன்னா நாங்கபாட்டுக்கு வேலையைப் பார்க்கப் போயிடுவோம். நீங்க எதுவும் சொல்லணும்னோ, கேட்கணும்னோ வச்சிக்க மாட்டோம். எல்லாம் தானா, பம்பரமா நடக்கும். எங்கள நம்பி நீங்க தைரியமா வலம் வரலாம்... என்றவாறே ஒரு சின்னத் தாளை நீட்டினார் துரைராசன்.

அதைக் கையில் வாங்கிய வித்யாபதி ஒன்றின் கீழ் ஒன்றாக வரிசையாக எழுதியிருந்ததைக் கண்ணுற்றார். நிரந்தர ஆவணக் குறிப்பு போல ஒவ்வொருவர் பையிலும் இருக்குமோ? என்று நினைத்துக் கொண்டார்.

அதில் அவர் பெயரும் இருந்தது அவரை ஆச்சரியப் படுத்தியது. இவர்களே முடிவு செய்து விட்டார்கள்

போலிருக்கிறது. அவரில் ஆரம்பித்து காவலர் வரை சென்று முடிந்திருந்தது. அந்த ஆண்டின் மொத்த ஒதுக் கீட்டுத் தொகை என்ன என்று குறிப்பிட்டு, ஒவ்வொரு தனித் தனிப் பணிக்குமான நிதி ஒதுக்கீடு எவ்வளவு என்பதையும், அந்தந்தப் பணிகள் முடிந்த பிறகு அப்பணிகளை வெற்றிகரமாக முடித்த நிலையில், அதில் பங்கு பெற்ற பணியாளர்களுக்குச் சேர வேண்டிய அவரவர் பணி அளவிலான சதவீதக் கமிஷன் தொகை எவ்வளவு என்பதையும் துல்லியமாகக் கணக்கிட்டுக் காண்பித்து மொத்தமிடப்பட்டிருந்தது.

கில்லாடிகள்தான். மாதா மாதம் ஆய்வுக் கூட்டத்திற்கு அட்டவணை போடும் இவர்களுக்கு இதுவா தெரியாது? வெறும் பிசாத்து...!

மொத்தம் இவ்வளவா? தருவாங்களா? தர மனசு வருமா? இதெனன்ன அநியாயமாயிருக்கு? இத எப்படிக் கேட்கறது? என்ன பேர் சொல்லி? காண்பிச்சு மிரட்டுறதா ஆகாதா? நீங்கள்லாம் அடிக்கிறீங்கல்ல... எங்களுக்குக் கொடுத்தா என்ன? என்று கேட்கிறார்களோ?

இதுதான் இங்க வழக்கமா? என்று அதிராததுபோல் கேட்டார் வித்யாபதி.

இந்த சப் டிவிஷன் ஆரம்பிச்சதிலிருந்து இதான் சார் வழக்கம். ஆனா பதினஞ்சு இருபது வருஷத்துக்கு முன்னாடி திட்ட ஒதுக்கீடுத் தொகை எவ்வளவு, இன்னைக்கு எவ்வளவுங்கிறதை நீங்க கொஞ்சம் நினைச்சுப் பார்க்கணும்... அதப்போல் பத்து மடங்கு இருபது மடங்கு ஒதுக்கீடு வரவு உயர்ந்திருக்கு. நிதி ஒதுக்கீடு அதிகமாயிருக்கு. ஆனா எங்க பாக்கெட் வரவு அதே இடத்துலதான் நிக்குது...இதுக்கெல்லாம் போராட முடியுமா சார்... மனமுவந்து செய்றது... பிரியப்பட்டுக் கொடுக்கிறது... அன்னையப்போல பல மடங்கு வேலை கூடியிருக்கு... ஆனா யாரும் கண்டுக்கிறதில்லை...இப்ப

நீங்க வந்திருக்கீங்க... நீங்களாவது இந்த வேறுபாட்டை எடுத்துச் சொல்லி எங்களுக்கெல்லாம் கொஞ்சம் அதிகமா வாங்கித் தரணும்... சர்க்கிளாபீஸோட இருந்து யூனிட் ஆபீஸ்லர்ந்து வந்திருக்கிறதால உங்க வார்த்தைதான் எடுபடும்... ராப்பகலா வேலை பார்த்து நாங்கள்லாம் ரொம்பக் கஷ்டப்படுறோம் சார்... அலுங்காமக் குலுங் காம பெரிசுக தட்டிட்டுப் போயிடுதுங்க... பிள்ளைங்களுக்கு ஒரு டேர்ம் ஃபீசுக்கு ஆகாது சார் இந்தத் துட்டு...!

இந்தப் பாவக் காசுலயா பையன்களைப் படிக்க வைக் கிறீங்க...? கேட்கத் தோன்றியது வித்யாபதிக்கு. நாக்கை உள்ளே இழுத்துக் கொண்டார் வறுமையில் வாடுவது போல் பேசுகிறாகள். ஊமை அழுகை அழுகிறார்கள்.

நானே ஏண்டா இங்க வந்தோம்னு நினைச்சு இடிஞ்சு போய் உட்கார்ந்திருக்கேன்... நீங்க என்னடான்னா? எதெதுலயோ கொண்டு என்னை மாட்டிவிடப் பார்க்கிறீங்க?

நீங்கதான சார் மானேஜர்... சூப்பிரண்ட்... எல்லாமும்... உங்ககிட்டதான நாங்க சொல்ல முடியும்.சார் அப்டிச் சொல்லக் கூடாது...பல வருஷமா இருக்கிற வழக்கத்த மாத்தறதுக்கு நாம யாரு? ஊரோட ஒத்து வாழ்... அதான் நம்ம பாலிசி... எல்லாருக்கும் உள்ளது நமக்கும்...இந்த சர்க்கிள்ல மத்த சப்-டிவிஷன்லெல்லாம் என்னைக்கோ நிலமை மாறிடிச்சி... ஆனா இங்கதான் எதுவும் நடக் கலை... பழசுலயே இழுத்திட்டிருக்கு... எங்களுக்கு சப்போர்ட் பண்ண இப்ப நீங்க இல்லேன்னா, பின்ன எப்பவும் இல்ல சார்...

கிணறு தோண்ட பூதம் கிளம்பிய நிலையாய் உணர்ந்தார் வித்யாபதி. எதையும் தன்னால் நிச்சயம் மாற்ற முடியப் போவதில்லை. ஆபீஸ் நிர்வாகத்தைச் சீரமைக்கலாம் என்று வந்தால் இங்கே கதை கந்தலாய்க் கிடக்கிறதே! ஒரே வழி... வேண்டுமானால் இந்த இடத்தை

252 உஷாதீபன்

விட்டு அகலலாம். அதுவும் இப்போதைக்கு முடியாது. குறைந்தது ஒரு வருஷமாவது ஆக வேண்டும். மெடிக்கல் லீவு போடலாமென்றால் அடுத்து ப்ரமோஷன் எதிர்நோக்கும் நிலையில் வீட்டில் உட்கார்ந்திருந்தால் துறை நடப்பியல் எதுவும் தெரியாது போய்விடும் அபாயம் உண்டு. என்ன செய்யலாம்?வித்யாபதியின் மூளை வேகமாக வேலை செய்ய ஆரம்பித்த போது சட்டென்று அவருக்கு யோசனை தோன்றியது. சொன்னால் சந்தோஷப் படுவார்களா?

ஒண்ணு செய்யுங்களேன்...இந்த லிஸ்ட்ல எனக்குன்னு... அதாவது மானேஜருக்குன்னு ஒரு பங்குத் தொகை வருதுல்ல... அதை நீங்க எல்லாரும் பிரிச்சு எடுத்துக் கங்களேன். என்னை ஆள விட்ருங்க...எப்டி யோசனை...?- உற்சாகமாய்த்தான் கூறினார் வித்யாபதி. அந்தப் பாபக் காசு தனக்கு வேண்டாம்... என்பதே அவர் எண்ணமா யிருந்தது. இந்தக் கடைசி நாலு வருஷத்தில் இந்தச் சாக்கடையில் வீழ வேண்டுமா என்பதே அவர் எண்ணமாயிருந்தது. இத்தனை ஆண்டுகள் கஜகர்ண வித்தை பயின்றாயிற்று. இனிமேலா தடம் புரள வேண்டும்?

சொன்ன மறு நிமிடம் ஒருசேரக் குரல் உயர்ந்தது.

ஐயையோ... அதெல்லாம் வேண்டாம் சார்... உங்க காசு எங்களுக்கு வேண்டாம்... இன்னும் அந்தப் பாவம் வேறே சேரணுமா? என்றனர் எல்லோரும். எப்படி எல்லோரும் ஒரே மாதிரியான வார்த்தைகளில் கோரஸாய் மறுப்பைத் தெரிவிக்கிறார்கள் என்று ஆச்சரியமாய் இருந்தது வித்யாபதிக்கு. இப்படிச் செய்வதே பாவம். இதில் மேலென்ன கீழென்ன?

அப்போதைக்கு என்ன தீர்வு என்கிற ரீதியில் யோசிக்க ஆரம்பித்திருந்தார். அப்போ பாவக் காசு என்று ஒப்புக் கொள்கிறார்கள்! அப்படித்தானே? ஆனால் விட

முடியவில்லை. மனசில்லை. பழகிப் போச்சு... அதுதானே? கோபப்படுவதா? பரிதாபப்படுவதா? எங்கிருந்து மாற்றத்தை நிகழ்த்துவது? எவ்வழி அவ்வழி?

சரி...முயற்சி செய்றேன். நீங்க சொல்றதை பாஸ்கிட்டப் பேசிப் பார்க்கிறேன்.... சந்தோஷம்தானே? சீட்ல போய் அவுங்கவுங்க வேலையைப் பாருங்க... ஆபீஸ் வேலைல எந்தத் தாமதமும் கூடாது... அதுதான் எனக்கு வேணும்...

வாங்கிக் கொடுக்கிறேன்னு சொல்லுங்க சார்... நாங்க எல்லாரும் எப்பவும் உங்க பக்கம்தான் நிற்போம்... அதுல உங்களுக்குச் சந்தேகமே வேண்டாம்...கன் மாதிரி வச்சிருப்போம் அவுங்கவுங்க சீட் வேலயை... யாரும் எப்பவும் வந்து இன்ஸ்பெக்ட் பண்ணிக்கலாம்... எந்த நிமிஷமும் ஆடிட் வரலாம்...அரைநாள்ல தயாராயிடுவோம்... உங்க பேருக்கு எந்த பங்கமும் வராது... அதுக்கு நாங்க கியாரண்டி.....

அப்படீன்னா நான் சொல்றதை நீங்களும் கேட்டுத்தான் ஆகணும்...! என் பங்குத் துட்டை நீங்க எல்லாரும் பிரிச்சு எடுத்துக்குங்க... எனக்கு வேண்டாம்... அதுக்கு சம்மதம்னாத்தான் என்னால நீங்க சொல்றதைச் செய்ய முடியும்... என்ன சொல்றீங்க...? என் பேரே இந்தப் பேச்சுல அடிபடக் கூடாது... ஓகேயா...?

பதில் சொல்லாமல் அகன்றனர் எல்லோரும். நகரும் அவர்களையே ஒவ்வொருவராய்ப் பார்த்துக் கொண்டிருந்தார் வித்யாபதி.

பாவம் இவர்கள்... பரிதாபத்துக்குரியவர்கள். அவர் மனதுக்கு என்னவோ இப்படித்தான் தோன்றியது.

நிதியாண்டு வெற்றிகரமாக முடிந்த முதல் வாரத்தின் கடைசி நாள்... வளாகத்தினுள்ளே உள்ள கோயிலில் எல்லோரும் குழுமியிருந்தார்கள். ஒரு வரிசையில் ஆண்களும்... எதிர் வரிசையில் பெண் பணியாளர்களுமாய்...

ஒலிப்பெருக்கி பக்திப் பாடல்களை அலற விட்டுக் கொண்டிருந்தது. வண்ணக் காகிதங்கள் தோரணங்களாய்க் கட்டித் தொங்கவிடப்பட்டிருந்தன. சீரியல் பல்புகள் விதவிதமான வண்ணங்களை உமிழ்ந்து கொண்டிருந்தன. குப்பையும் கூளமுமாய் இருக்கும் அலுவலகத்திற்கு, அந்த வளாகத்திற்கு இப்படியொரு அழகு எங்கிருந்து வந்தது. கொண்டாட்ட மனநிலையில் அனைத்து ஊழியர்களும்...

அழைத்து வரப்பட்டிருந்த அர்ச்சகர் மந்திரங்களைப் பக்தி பூர்வமாய் உரக்கச் சொல்லி, ராகமாய் உச்சரித்து, கற்பூரம் காண்பித்துப் பூஜையை ஜோதி மயமாய் நிறைவேற்றிய அந்தத் தருணம்....

எல்லோரும் பார்க்க வரிசையிலிருந்து நிதானமாய் அகன்ற வித்யாபதி இரு பக்கம் நின்றிருந்தவர்களையும் கைகளால் சைகை காண்பித்து நடுவே வழி உண்டாக்கி விலக்கிக் கொண்டு நடந்து, எல்லோரும் திடுக்கிட்டுப் நோக்க, தன் இடக் கையிலிருந்த அந்தக் காகித உறை யிலிருந்து பணத்தை அப்படியே உருவி வெளியே எடுத்து, எல்லோரும் ஆச்சர்யமாய்ப் பார்க்க சந்நிதி வாயிலுக்கு முன்பு தரையில் பதிக்கப்பட்டிருந்த அந்தப் பெரிய உண்டியலில் அதைச் சேர்ப்பித்தார். நன்றாய் உள்ளே போய் விட்டதா என்று அங்கு கிடந்த ஒரு சிறு குச்சியை எடுத்து உண்டியலின் குறுகிய நீண்ட வாய்ப் பகுதியைக் குத்தி விட்டார். பிறகு ஒரு திருப்தி வந்த நிறைவோடு... திரும்பி...வரிசையின் கடைசியில் வந்து அமைதியாய் நின்று கொண்ட போது, எதிர்கொண்ட கற்பூர ஆரத்தியை இருகரம் குவித்து அப்படியே அணைத்து வாங்கி முகத்தில் கண்மூடி ஒத்திக் கொண்டார். அந்தக் கணம் மனதில் ஏதோவொரு நிறைவு வந்திருப்பது போல் அவரால் உணர முடிந்தது.

பூஜை முடிந்த கையோடு எல்லோரும் அவரவர் இருப்பிடம் நோக்கி கலைந்து செல்ல.. .சார்... சார்...

என்று பின்னால் எழுந்த குரல்களைப் பொருட்படுத்தாது வேகமாய் நடந்தார் ஈஸ்வரன்.

என்ன சார் இப்டிச் செய்திட்டீங்க...? எங்களுக்கு வேண்டாம்னு நாங்க சொன்னதுக்கா இந்த தண்டனை...! நீங்க இப்டிச் செய்யப் போறீங்கன்னு தெரிஞ்சிருந்தா சரின்னு வாங்கிட்டிருப்போமே சார்... உங்க மனசைப் புண்படுத்திட்டமா சார்...? எங்களை மன்னிச்சிடுங்க... சார்... கொஞ்சம் முன்னாடியாவது நீங்க எங்ககிட்டே சொல்லியிருக்கலாமில்ல சார்...! உங்களை மாதிரி எங்களாலெல்லாம் இருக்க முடியாது சார்... நாங்க அப்பாவிங்க... சராசரிங்க... பிள்ளைகுட்டிக்காரங்க.. - புலம்பிக்கொண்டே நெருக்கமாய்ப் பின்னால் வந்து கொண்டிருந்தார்கள் அவர்கள்.

எதுவுமே பதில் பேசாமல் தன் இருக்கையை நோக்கி நடந்து கொண்டிருந்தார் வித்யாபதி. கோயிலிலிருந்து தன் அலுவலக இருக்கை கொஞ்சம் அதிக தூரம்போல் தோன்றியது அப்போது..!

காசுப் பொழக்கம் ரொம்ப அதிகம்னு சொன்னாங்க... நீங்கள்லாம் இப்டி மாறுவீங்கன்னு நாங்கள்லாம் நினைச்சுக் கூடப் பார்க்கல சார்... எல்லாரும் உங்களப் பத்திதான் பேசிக்கிறாங்க... -அன்று மயில்வாகனம் சொன்ன வார்த்தைகள் வித்யாபதியின் காதுகளில் அறைந்து கொண்டிருந்தன.

வதந்தியான, வம்பு நிறைந்த மனிதாத்மாக்களின் தங்கு தடையற்ற விட்டேற்றியான எண்ணங்களை, பேச்சை எதைக் கொண்டுதான் தடை போடுவது? எதைச் சொல்லிப் புரிய வைப்பது? எப்படிச் சொல்லி விளங்க வைப்பது?

இப்டின்னு தெரிஞ்சிருந்தா சரி கொடுங்கன்னு வாங்கிட்டிருப்பமே சார்... அவ்வளவு வேதனையிலும் அவர்களின் இந்த வார்த்தைகளை நினைத்து வேதனை

யோடு சிரித்துக் கொண்டார் வித்யாபதி. அவர்களைப் பொறுத்தவரை அந்த விஷயத்தில் திடமாய்த்தான் நிற்கிறார்கள். திண்டாட்டமும் தவிப்புமெல்லாம, சரியாயிருக்கணும் என்று உறுதியாய் நின்று செயல்படுபவனுக்குத்தான். உலகம் இன்றுவரை இந்த ரீதியில்தான் இயங்கிக் கொண்டிருக்கிறது. நினைத்து வேதனை கொண்டார்.

மாற்றம் என்ற சொல் மட்டுமே மாறாதது. மற்ற அனைத்தும் மாறக்கூடியதுதான். ஏற்கனவே மாறி, ஊறித் திளைத்துக் கிடப்பவர்கள் மத்தியில் எந்தப் புதிய மாற்றத்தையும் கொண்டு வர வாய்ப்பேயில்லை என்பதுவே நிதர்சனம். ●

25

தன் நினைவுக்கு வந்தார் வித்யாபதி. பழைய அனுபவங்கள் திரும்பத் திரும்ப அவர் மனதில் வட்டமிட்டுக் கொண்டேயிருக்கின்றன. தவிர்க்கவே முடிவதில்லை. முன் ஜென்ம நினைவுபோலத் தொடர்கின்றன. தன் இயல்புக்குப் பொருந்தாதவையாய் அவை இருந்ததால் எப்படியோ சமாளித்து அதிலிருந்து வெளியே வந்ததாகவே தோன்றியது. யாரையும் பகைத்துக் கொள்ளாமலும், எதிர்நிலையாக எதுவும் செய்யாமலும், எல்லோரோடும் பண்பாய்ப் பழகியதும், இதமான வார்த்தைகளைப் பேசியதுமே தன்னைக் காப்பாற்றி வந்திருக்கிறது என்று தோன்றியது இவருக்கு.

எங்கும் யாரையும் எதிர்த்துக் கொள்ள முடியாது. காரணம் தப்பு செய்பவர்கள்தான் அதிகம். அதாவது இதெல்லாம் சகஜம் என்றும் உலக இயற்கை என்றும் சொல்லிக் கொண்டு தொடர்ந்து தவறுகள் செய்து கொண்டிருப்பவர்கள். சுற்றிலும் அப்படியானவர்கள் நிற்கும்போது தான் எப்படித் தப்பிப்பது? அவர்களை எதிர்த்துக் கொண்டு தப்பிப்பது நடவாது. நினைத்தே பார்க்க முடியாதது. அவர்களையும் தொந்தரவு செய்யாமல், தனக்கும் பாதிக்காமல்தான் வெளியேற முடியும். ஒருவகையில் பார்த்தால் அவர்களின் தவறுகளுக்கு இது

துணை போகும் தன்மைதான். ஆனால் வேறு வழியில்லை. இந்தச் சூழ்நிலையில் தன்னைக் காப்பாற்றிக் கொள்வதே புத்திசாலித்தனம். அதற்கு அன்பு வழி ஒன்றே சிறந்தது என்ற முடிவுக்கு வந்தார் வித்யாபதி. அதன்படி தன்னால் யாருக்கும் பாதிப்பு ஏற்படாமல், எதிலும் பட்டுக் கொள்ளாமல், தட்டிக் கொடுத்து வேலை வாங்கி ஆபீசை வழி நடத்திக் கொண்டிருந்தார். அன்பின் வழியது உயிர்நிலை. அவர்களுககு இவர் மீது உண்டான பாசம், சிறந்த ஒத்துழைப்பாக மாறியது. கடைசிவரை இவரோடு கைகோர்த்து நின்றார்கள்.

அந்தப் பணியாளர்களை விட்டுப் பிரியும்போது ஏற்பட்ட மனவருத்தம் சொல்லி மாளாது. நீங்க வந்துதான் சார் ஆகணும்... என்று ஒரு மூன்று நட்சத்திர ஓட்டலுக்குக் கூட்டிப் போய் தனக்கு விருந்து வைத்ததை இவரால் ஆயுசுக்கும் மறக்க முடியாது. எவ்வளவோ மறுத்தும் இழுத்துக் கொண்டு போய் நிறுத்தியே விட்டார்கள். எல்லோரும் குடித்தார்கள். இவர் மறுத்துவிட்டார். உங்க அன்புக்குக் கட்டுப்பட்டு வந்தேன்ல... அதோட விட்ருங்க என்னை. உறுதியாகச் சொல்லிவிட்டார். அவர்கள் ஒரு காந்திஜி சிலையை இவருக்குப் பரிசளித்ததுதான். இதை அவர் எதிர்பார்க்கவே இல்லை. அண்ணல் காந்திஜி மிகவும் கண்டிப்பானவர். தன்னைச் சுற்றி இருப்பவர் களிடம் மிகவும் பிடிவாதம் காட்டியவர். நியமங்கள் தவறாது அனைவராலும் தன்னைப் போலவே கடைப் பிடிக்கப்படவேண்டும் என்பதில் உறுதியாய் இருந்தவர். தான் அப்படியில்லையே? அவர்கள் போக்கில் அவர்களை விட்டுப் பிடித்ததுதானே தனது நிர்வாகம். அவர்களின் எளிய புரிதலின்படி செய்திருக்கிறார்களோ என்று நினைத்துக் கொண்டார். அது இப்பொழுது வீட்டில் இவரது மேஜையை அலங்கரிக்கிறது. அந்தச் சிலையைப் பார்க்கும்போதெல்லாம் இவருக்கு ஏற்படும் நல் உணர்வும், அன்பும், நட்பும் என்றும் அவரின்

நினைவிலிருந்து அகற்ற முடியாதது. அந்தப் பணியாளர் களோடு பழகிய நாட்களை அந்தச் சிலை நினைவூட்டிக் கொண்டேயிருக்கிறது. தன்னைத் தன் இஷ்டம்போல் சந்தோஷமாக வைத்திருந்தவர்கள் அவர்கள். அதற்கே அவர்களுக்கு நன்றி சொல்லியாக வேண்டும் என்று நினைத்துக் கொண்டார். அவர்களின் போக்குகளைத் தான் கண்டிக்காததால், தடுக்காததால்... அவர்கள் தன் போக்குக்கு வளைந்து வந்து தன்னை திருப்திப்படுத்தி னார்கள். அங்கு பரிபூர்ணமாய்ப் பரவி நின்றது பரஸ்பர அன்பு ஒன்றுதான். அதே அளவுக்கான அன்பையும், ஒற்றுமையையும், ஒத்துழைப்பையும் இந்த நகர்ப்புற அலுவலகங்களில் காணமுடியவில்லைதான். இங்கு தங்கள் வேலையுண்டு தானுண்டு என்றே இருக்கிறார்கள். நகரின் பரபரப்பான வாழ்க்கை இவர்களை இப்பத் திருப்பிப் போட்ருக்கிறது என்று கொள்ளலாம். யாரையும் வெறுப்பதற்கில்லை. சூழல் மனிதனை ஆட்டுவிக்கிறது. அதுதான் யதார்த்தம்.

மயிலேறி அண்ணாச்சி வந்து போனாலும் போனார்... அது ஏதேதோ முன் நிகழ்வுகளைக் கிளறி விட்டு விட்டது. இருந்தாலும் அவருக்கான வீட்டுக் கடன் பிடித்த அட்டவணையை இவ்வளவு தாமதப் படுத்தக் கூடாது தான். அதிகபட்சம் ஒரு நாள் செலவழிக்க வேண்டியிருக்கும். ஒரே ஒரு நாள் மெனக்கெட்டால் அந்த வேலை முடிந்து விடும். ஆனால் அந்த ஒரு நாள் முழுக்க, தான் அவரது வேலையை மட்டும் கவனிக்க இயலுமா? யோசனை போனது வித்யாபதிக்கு. மாடி அலுவலகத்திற்குச் சென்று சம்பளப் பட்டியல் பதிவேட்டினை வாங்கி வந்து கீழே தன் இருக்கையில் அமர்ந்துதான் வேலையோடு வேலையாகச் செய்தாக வேண்டும். பதிவேட்டினை எடுத்து வருவதற்கு அனுமதி கிடைக்காது. நேராக அலுவரிடமே சென்று கோரிக்கையோடு அமர்ந்துவிட வேண்டியதுதான். முடிவு செய்து கொண்டார்.

பெரிய ஆபீசின் மானேஜர் முன்னே அமர்ந்திருந்தார் வித்யாபதி. முதலில் சுற்றுப் பிராகாரங்கள். பிறகுதானே மூலஸ்தானம். கோவில் நடைமுறை இங்கே மாறிவிடுகிறது. கீழிருந்து மேல். அது நிர்வாக நடைமுறை. விஷயத்தைச் சொல்லிக் கேட்டவுடன் பொழிய ஆரம்பித்து விட்டார் அவர். மனதில் இதுநாள் வரை தேக்கி வைத்திருந்ததை எடுத்து விட்டவர் போலிருந்தது.

யாரையாச்சும் வந்து இங்க உட்கார்ந்து எடுத்து எழுதச் சொல்லுங்க... நீங்க ஏன் செய்றீங்க...? காலம் பூராவும் அவுரு வேறே சங்கத்துல இணைஞ்சிருந்தாரு... அவுங்களுக்காக வேலை செய்தாரு... நாம ஒரு கேட் மீட்டிங்னு போட்டாக் கூட அரைமணி நேரம் வந்து நிற்க மாட்டாரு... அதென்னவோ தனக்குக் கௌரவக் குறைச்சல்னு நினைச்சு... காதுல வாங்காம உட்கார்ந் திருப்பாரு... தன் ஆபீஸ் ஸ்டாஃப்களும் யாரும் போகக் கூடாதுன்னு தடுப்பாரு... ஒரே ஆபீஸ்ல ரெண்டு சங்கத்தச் சேர்ந்தவங்களும் இருக்கத்தான் செய்வாங்க... நம்ம ஆட்களை சதா திட்டிக்கிட்டே இருப்பாரு... அவுங்க ஆட்கள் நன்கொடை வாங்க வர்றபோது கொடுங்க... கொடுங்கன்னு அழுத்தம் கொடுப்பாரு... நமக்கு ஒரு வாட்டியாவது நட்பு ரீதியா நன்கொடை கொடுத்திருக் காரா? மூஞ்சியைத் திருப்பிட்டுல்ல உட்கார்ந்திருப்பாரு?

ஆபீஸ் நேரத்துல ஏன் வந்து தொந்தரவு செய்றீங்கன்னு வேகம் பண்ணுவாரே? இவங்க அப்டிப் போய் வசூல் செய்ததேயில்லையா? இவரே எத்தனை வாட்டி போயிருக்காரு? அவருக்கு மட்டும் என்ன தனி ஜி.ஓ.வா போட்டு வச்சிருந்தாங்க? நாம சீட் வேலையையும் முடிச்சிட்டு ஒரு அரைமணி நேரம் போயிட்டு வந்திடுறோம்னு கிளம்பினா விட மாட்டாரு... அந்த நேரம் பார்த்துத்தான் அந்த ஃபைலை எடுங்க..இந்த ஃபைலை எடுங்கன்னுவாரு... பழி வாங்குவாரே... ஞாபகமில்லையா? எல்லாத்தையும் மறந்திட்டீங்களா?

நாம அப்டியெல்லாம் யாரையாச்சும் வேகம் பண்ணி யிருக்கமா? அடுத்த சங்கத்து ஆள்கள்னாவே அவுங்ககிட்ட போய் நிற்க மாட்டமே... இவர மாதிரியா பிரஷர் கொடுப்போம்? மிரட்டுவாரே... அது சரியா? எவ்வளவு புகார் சொல்லியிருக்காங்க இவரப் பத்தி? எதாச்சும் போய் அவர்ட்ட ஒரு வார்த்தை கேட்டிருப்பமா? எல்லாத்தையும் நினைச்சுப் பாருங்க... எத்தனை தொந் தரவு அவரால...? அவருக்கு நாம உடனே செய்யணுமா? கொஞ்சம் அலையட்டுமே?

என்ன பதில் சொல்வதென்று தெரியாமல் தலைகுனிந்து அமர்ந்திருந்தார் வித்யாபதி. பழைய நண்பர் ராம கிருஷ்ணன். ஏறக்குறைய தன் சர்வீஸ்தான் அவருக்கும். அவர் துறைக்கு வந்த அடுத்த ஆண்டுதான் இவரும் துறைக்குள் நுழைந்தார். இவர் நுழைந்தது திருச்சி மாநகருக்குள். ராமகிருஷ்ணன் சென்னைக்குப் போயிருக் கிறார். துறைத்தலைமைக்குள்ளேயே வட்டம் போட்டவர். அங்குள்ள நடைமுறைகளில் மிகுந்த அனுபவம் உள்ளவர். திருமணத்திற்குப் பின்னால் மதுரை வந்தவர். ஆனால் சென்னை துறைத் தலைமையில் பணியாற்றிய அனுபவம் கொண்டவன் என்கிற எந்த அடையாளமும் அவரிடம் வெளிப்படாது. மிகச் சுலபமாக அந்த அலுவலகத்திற்கான போஸ்டிங்கை வாங்கிவிட்டவர். அது மயிலேறி ஓய்வு பெற்றதும் அவருக்கு அந்த இடம் கிடைத்தது. எத்தனையோ பேர் விண்ணப்பம் கொடுத்துக் காத்துக் கொண்டிருந்த வேளையில் அவர் வந்து குதித்தது இங்குள்ள பலருக்கும் பொறாமையை ஏற்படுத்தத்தான் செய்தது. ஆனால் ராமகிருஷ்ணனின் சங்க நடவடிக்கைகள் அவர்களைப் பேசவிடாமல் செய்தன. மதுரைல சங்கத்தைப் பலப் படுத்தணும்னே அனுப்பிட்டாங்களோ? என்று தோன்றும்.

பணியாளர்களை ஒருங்கிணைப்பதில் நிபணர் ராம கிருஷ்ணன். வந்ததும் வராததுமாக மாவட்டத் தலைமைப் பொறுப்பையும் ஏற்றுக் கொண்டவர். என்ன இப்படி...

புதிசா வந்தவருக்கு தலைமைப் பொறுப்பைத் தூக்கிக் கொடுக்கிறீங்க... எலெக் ஷன் வச்சு நின்னு வரட்டும்... ஏத்துக்கலாம்...இப்பத்தான் நம்ம மாவட்டத்துக்குள்ளயே நுழைஞ்சிருக்காரு... அவர் கைல அதிகாரத்தக் கொடுத்தீங் கன்னா? என்று எத்தனையோ எதிர்ப்பும் அதிருப்தியும் கிளம்பத்தான் செய்தன.

சென்னையிலிருந்து பெரிய தலைமையின் அறி வுறுத்தல்கள் எல்லோரின் வாயையும் அடைத்து விட்டது. அந்த நேரம் அது சர்வாதிகாரத்தனமாய்த்தான் இருந்தது. ஆனால் ராமகிருஷ்ணனின் சங்கப் பணிகளின் தீவிரம் எல்லோரையும் அவரின் பின்னால் நிறுத்தியது. மதியச் சாப்பாட்டிற்கு மேல் நாலைந்து பேரை உடன் அழைத்துக் கொண்டு கிளம்பினார் என்றால் நகரின் அத்தனை அலுவலகங்களையும் வளைத்துவிட்டுத்தான் திரும்புவார். ஒவ்வொரு அலுவலகம் போகும் போதும் அடுத்த அலுவகத்திற்கு இன்னும் பத்து நிமிஷத்துல வந்திடுவோம் என்று தகவல் கொடுத்து அலர்ட் செய்வார். யாரும் நழுவி விடக் கூடாது என்ற எண்ணம். அவர் வந்த பிறகு தான் மெம்பர்ஷிப் கூடியது. சந்தாக்களும் அதிகமானது. நன்கொடையையும் மனதோடு அளிக்க ஆரம்பித்தார்கள்.

நன்கொடை வாங்கிக்குங்க சார்... மெம்பர்ஷிப்லாம் வேண்டாம் என்பவர்களை அவர்களுக்கு எதிரே அமர்ந்து கன்வின்ஸ் பண்ணுவார். என்ன குறை என்று கேட்பார். அதை ஒரு மாதத்திற்குள் சரி செய்வதாகச் சொல்லி, செய்தும் கொடுப்பார். உறுதிமொழிக் காலம் தவறாது. அப்படித்தான் பணியாளர்களுக்கும் ஒரு பிடிப்பு ஏற்பட்டது இவரிடம். தலைமைக்கேற்ற பண்பு இருந்தது. வாக்கு சாதுர்யம் இருந்தது. தெளிவான பார்வையும், அதிகாரத்திற்கு அடங்க வைக்கும் நிர்வாகத் திறனும் இருந்தது. தன்னைக் காக்க ஒருவர் வந்திருக்கிறார் என்கிற நம்பிக்கையைத் தந்தார் ராமகிருஷ்ணன்.

இன்னைக்கு சாயங்காலம் நேதாஜி பார்க்குல ஆறு மணிக்குக் கூட்டம். எல்லாரும் வந்திரணும்... - அலுவலக உறாலுக்கு வந்து இப்படிக் குரல் கொடுத்தாரென்றால், வேத வாக்கு போல் கட்டுப்படுவார்கள் எல்லோரும். எதிரணியை பலவீனப்படுத்தியது இவர் வந்த பின்னால் தான். அது தானாகவே பலவீனப்பட்டுப் போனது. காரணம் ஒவ்வொரு பணியாளரின் தனித்தனிக் கோரிக்கைகளுக்காகப் போய் நின்றதுதான். விடுப்புச் சம்பளம் பட்டியல் தயாரித்து காசாக்கிக் கொடுத்தல், பொது சேம நலநிதியை உடனுக்குடன் அனுமதித்துப் பட்டியல் போட்டு கருவூலத்திற்கு அனுப்பிப் பண மாக்குதல், மருத்துவச் செலவுப் பட்டியலை அக்கறையோடு துறைத் தலைமைக்கு அனுப்பி அது தாமதமின்றி ஒப்புதலாகி வர உதவுதல், கருணை அடிப்படை மனுக் களை துறைத்தலைமை அலுவலகத்திற்கு தாமதமின்றி அனுப்ப ஏற்பாடு செய்து, அது அங்கு கிடப்பில் விழாமல் நினைவுபடுத்தி சம்பந்தப்பட்ட பணியாளருக்கு பணியானை உரிய காலத்தில் கிடைக்க ஆவன செய்தல்... என்று அவரின் இடையறாத பணி சொல்லி மாளாது.

அப்படிப்பட்டவர் மயிலேறி விஷயத்தில், அதுவும் ஓய்வு பெற்றவர் சார்பாக இப்படிச் சொல்கிறாரே என்றிருந்தது வித்யாபதிக்கு.

ஒண்ணும் பிரச்னையில்ல நண்பரே... அத நான் பார்த்துக்கிறேன். மயிலேறி அண்ணாச்சியினால நம்ம மாவட்டத்துக்குப் பெரிய பாதிப்பு ஒண்ணும் ஏற்பட்ட தில்ல... அவருண்டு, அவர் வேலையுண்டுன்னுதான் இருந்தாரு... உங்களப்போலவே தீவிரத்தன்மை அவரிட மும் இருந்தது... இல்லைன்னு சொல்ல முடியாதுதான். அது தப்புன்னும் சொல்ல முடியாதே.அதுக்காக பணி ஓய்வு பெற்றவர்ட்ட இத்தனை வன்மம் காண்பிக்கணும்னு அவசியமில்லைன்னு நினைக்கிறேன். நீங்க விட்டுருங்க... இந்த விஷயத்த நானே முடிச்சிக்கிறேன்... - என்று

சொல்லிவிட்டு நேரே அலுவலர் அறையை நோக்கிப் போனார் வித்யாபதி. தன்னைக் கடந்து அங்கு போனதில் கொஞ்சம் வருத்தம் இருக்கும் ராமகிருஷ்ணனுக்கு என்பது தெரியும்தான். ஆனாலும் விஷயத்தின் அவசியம் கருதி, அதன் தாத்பர்யத்தை அலுவலரிடம் பொருத்தமாக எடுத்துரைத்து அனுமதி பெற்றார் வித்யாபதி. சம்பளப் பட்டியல் பதிவேட்டினைக் கீழே தன் இருக்கைக்கே எடுத்துச் சென்று அவரே விறுவிறுவென்று அட்டவணை தயாரிக்க ஆரம்பித்தார். வரி வரியாக அட்டவணையை எழுதி முழு விபரமும் முடித்தபோதும் கடைசியில் எல்லாப் பிடித்தங்களுக்கும் கருவூல வவுச்சர் எண்களைக் குறிப்பிடும் பணிக்கு ராமகிருஷ்ணனிடம்தான் போய் நிற்க வேண் வந்தது.

இதையும் அங்க போயே கேட்டு முடிச்சிக்க வேண்டி தானே? என்று அவர் கேட்டதுதான் வித்யாபதியை துணுக்குறச் செய்தது. நெடுநாள் பழகிய நண்பரிடம் எப்படி இப்படி முகத்துக்கு முகம் இவரால் கேட்க முடிகிறது என்று விதிர்த்துப் போனார் வித்யாபதி.

பியூன் கோபண்ணாவை அணுகினார் வித்யாபதி. அவர் ஒரு சீனியர். அவரின் உதவியோடு உரிய கருவூலப் பதிவேடுகளை எடுத்து அதிகாரியின் அனுமதியோடு கீழே தன் இருக்கைக்கு வந்து அமர்ந்து வவுச்சர் எண் களை மாத வாரியாகக் குறிக்க ஆரம்பித்தார் வித்யாபதி. இனி ஒரு முறை மயிலேறியை இந்தப் பக்கம் இவர்கள் முன் அலைய விடக் கூடாது என்கிற பிரதிக்ஞை அவர் மனதில் புகுந்து கொண்டது போலிருந்தது. சென்னை யிலிருந்து வந்திருந்த ராமகிருஷ்ணனுக்கு மயிலேறியின் கடமையுணர்ச்சிபற்றித் தெரிந்திருக்க வாய்ப்பில்லை. ஒருவர் இன்னொரு சங்கத்தைச் சேர்ந்தவர் என்பதற் காகவே அவரை எல்லாவற்றிலிருந்தும் ஒதுக்கி விடவும் முடியாது. அவரின் கடமையுணர்ச்சியைப் புறந்தள்ளி விடவும் இயலாது. கூடவே பணியாற்றி அன்றாட

நடவடிக்கைகளைக் கண்ணுற்றவன் நான். அவரின் அலுவலகப் பணிகள் ஒவ்வொன்றையும் கூர்ந்து நோக்கி வேலை கற்றுக் கொண்டவன் நான். என்னமாதிரியான வழிமுறையில் அன்றாட அலுவலகப் பணிகளை அணுகுவது, எப்படியெப்படிச் செய்தால் சிக்கலில்லாமல் இருக்கும் என்று சிஸ்டமேக்காக அவரின் வேலைத் திறனை உள்வாங்கி பயிற்சி பெற்றவன் நான்.

மாறுபட்ட சங்க நடவக்கைகளுக்காக ஒருவரை ஒதுக்கி விட முடியுமா? அவருக்காக அந்தச் சங்கம் என்னவெல்லாம் செய்து கொடுத்திருக்கிறதோ என்றொரு கேள்வி இருக்கிறதுதானே? ஒருவர் இன்னொரு சங்கத்தைச் சார்ந்து இருக்கிறார் என்பதற்காகவே அவரை மிரட்டுவதோ, அவருக்கான குறைகளை நிவர்த்தி செய்து கொடுக்காமல் இழுத்தடிப்பதோ அல்லது மறுப்பதோ அவரை மிரட்டிப் பணிய வைக்க முயலுவதோ இப்படியான எந்த நடவக்கைகளும் ஏற்புடையதல்லவே?

மயிலேறிக்கான கடன் பிடித்த அட்டவணைகளைத் தயாரித்துக் கொண்டிருக்கும்போதே இப்படியான எண்ண அலைகள் வித்யாபதியிடம் விரவியிருந்தது. இப்போதைக்குக் காரியம்தான் முக்கியம். வீரியமில்லை என்ற முடிவில் தயாரித்து தட்டச்சு செய்த அட்ட வணையை நேரே எடுத்துச் சென்ற ராமகிருஷ்ணனின் எதிரில் அமர்ந்து... அண்ணாச்சி... இதை உங்க பாஸ்கிட்ட அனுப்பி ஒப்புதல் வாங்கிக் கொடுத்திடுங்க... என்று சுருக்கமாக வேண்டிக் கொண்டார். வேண்டா வெறுப் பாகத்தான் செய்தார் ராமகிருஷ்ணன்.

நீங்க பர்ஸனலா இன்ட்ரஸ்ட் எடுத்து செய்ததுங் கிறதாலேதான் நானே நேரடியா சைடு இனிஷியல் பண்ணி உள்ளே அனுப்பறேன். இது உங்க மேலே உள்ள மதிப்புனாலே... நம்ம சங்கத்தச் சேர்ந்தவர், சீனியர்ங்கிற தாலே... புரிஞ்சிதா... என்று கெத்தாகச் சொல்லிக்

கொண்டு அதிகாரியின் அறைக்குள் அட்டவணைகளை ஒப்புதலுக்காக அனுப்பினார் ராமகிருஷ்ணன்.

எதையோ அவருக்கு திருப்தி ஏற்படும் விதத்தில் சொல்லிக் கொண்டு போகட்டும். காரியம் ஆனால் சரி... என்று வாளாவிருந்தார் வித்யாபதி.

அன்றே மயிலேறி அண்ணாச்சிக்கு ஃபோன் செய்து உடனடியாக அவரைப் புறப்பட்டு வரச் செய்தார். மாலை ஆறு மணியைப் போல் ஆகி விட்டது அண்ணாச்சி வந்து சேர. இன்னும் இதற்கும் வேறு ஏதும் ராமகிருஷ்ணன் சொல்லக் கூடுமோ என்று வேறு தோன்றியது வித்யாபதிக்கு. ஆனால் நடந்தது வேறாக இருந்தது.

நேரே அதிகாரியின் அறைக்குள் சென்று, தான் இன்னார் என்பதை அறிமுகப்படுத்திக் கொண்டு அமர்ந்திருந்தார் மயிலேறி அண்ணாச்சி.

உங்களைத்தான் எனக்குத் தெரியுமே...நான் இங்க பொறுப்பு எடுத்த அந்த மாதம்தானே நீங்க ரிடையர்ட் ஆனீங்க... இந்த ஆபீஸ்ல வேலை பார்த்தவர் நீங்க... உங்களுக்கு என்ன தயக்கம்? தாராளமா வந்து தேவையானவைகளை வாங்கி நீங்களே எடுத்து என் கையெழுத்துக்குக் கொண்டுவர வேண்டிதானே? -இப்படிச் சொல்லியவாறே ஒப்பமிட்டபோது அறைக்குள் நுழைந்தார் வித்யாபதி.

வாங்க..உட்காருங்க... என்ற அதிகாரியின் அழைப்பை ஏற்று மயிலேறியின் அருகில் அமர்ந்தார் வித்யாபதி.

ரொம்ப நன்றி சார் உங்களுக்கு... அண்ணாச்சிக்கு இது ஒண்ணுதான் பாக்கியிருந்தது. அதையும் இப்போ செய்து கொடுத்தாச்சு.. இதைக் கலெக்டர் ஆபீஸ் லோன் செக்ஷன்ல கொடுத்து அவர் தன் வீட்டோட ஒரிஜினல் பத்திரத்தை வாங்கிக்கிடுவாரு... அதுக்கு வழி செய்து

கொடுத்திட்டீங்க... இதே ஆபீஸ்ல பத்து வருஷத்துக்கும் மேலே வேலை பார்த்தவரு இவர். இந்த பிராஜெக்ட் மதுரைக்கு வந்தபோதிலிருந்து இவர்தான் மானேஜர். மொத்த ஆபீசையும் தூக்கிச் சுமந்தவர். ஆபீச உரு வாக்கினதே இவர்தான்னு சொல்லலாம். ஒரு அலுவலகத் துக்கு வேணுங்கிற அனைத்துவிதமான பதிவேடுகள், ஸ்டேஷனரி, டைப்ரைட்டர் தமிழ் ஆங்கிலம், ஸ்டென்சில் ரோட்டரி மிஷின், டெஸ்பாட்ச் ரேக் அது இதுன்னு பார்த்துப் பார்த்து முழுமையா இந்த ஆபீசை உரு வாக்கினவர் இவர். ஒரு பியூன்தான் சாங்ஷன் இருந்தது. அதை ரெண்டுன்னு ஆக்கி ப்ரபோசல் அனுப்பிச்சு டெம்பரரியா டெபுடேஷனுக்கெல்லாம் ஏற்பாடு செய்து, வாட்ச்மேன் போஸ்ட்டுக்கு எம்ப்ளாய்மென்ட்டுக்கு எழுதி, இன்டர்வியூ பண்ணி செலக்ட் செய்து, ஜீப்புக்கு பிரபோசல் அனுப்பி ஒதுக்கீடு வாங்கி... அசுர வேலை, அபார முயற்சி அண்ணாச்சியோடது.

இருபத்தஞ்சு பேர் சாங்ஷன் இருக்கிற அலுவலகத்துல ஆரம்பத்துல 0 பேர் கூட இல்ல. படிப்படியாத்தான் ஸ்டாஃபெல்லாம் வந்தாங்க... ஒவ்வொரு காரியத்துக்கும் பாங்க் போக, டிரஷரி போக, பட்டியல் சப்மிட் பண்ண, பாஸ் பண்ண, கேஷ் வாங்கன்ன ஒவ்வொண்ணுக்கும் இவரே நேரயா அலைஞ்சிருக்காரு... அப்போ ஒரு காரோ, ஜீப்போ கூட இந்த ஆபீசுக்குன்னு வந்து சேரலை. எல்லாத்துக்கும் அவரோட சொந்த மொபெட்டுலயே பெட்ரோலப் போட்டுக்கிட்டு அலைவாரு. கருமமே கண்ணாயினாருன்னு இருந்தவர் மயிலேறி அண்ணாச்சி...

சொல்லிக்கொண்டிருக்கும்போதே இருக்கையிலிருந்து எழுந்து எதிரே இருந்த மயிலேறியின் கைகளை எடுத்துப் பிடித்து கண்களில் ஒற்றிக் கொண்டார் அலுவலர்.

உங்கள மாதிரி டெடிகேஷனோட வேலை பார்க்க இன்றைக்கு ஆட்களில்லை...அந்தத் தலைமுறையே இல்லாமப் போயிடும் போலிருக்கு..இப்ப எல்லாரும்

வெறுமே சம்பளத்துக்குக் கடிகாரத்தைப் பார்த்திட்டு வேலை செய்றவங்க... அவுங்கள வச்சிதான் மொத்த ஆபீசையே ரன் பண்ண வேண்டியிருக்கு...உங்க கூட உழைச்சவங்க சில பேர்தான் கடைசிக் கட்டத்துல இருந் திட்டிருக்காங்க... அவுங்களும் போயிட்டாங்கன்னா அப்புறம் என்ன ஆகுமோ... -வித்யாபதியைச் சுட்டிக் காண்பித்துக் கொண்டே சொன்னார் அதிகாரி.

தலை குனிந்து தன்னடக்கத்தோடு கேட்டுக் கொண்டிருந்தார் மயிலேறி. அவர் கண்கள் கலங்கியது போல் தோன்றியது. இந்த அளவுக்காவது நினைவு கூறல் இருக்கிறதே என்று எண்ணியிருப்பாரோ என்னவோ

விடை பெற்றுக் கொண்டு வெளியே வந்து ராமகிருஷ்ணனுக்கும் நன்றி தெரிவித்தார் மயிலேறி. அவரும் எழுந்து நின்று மரியாதை செய்தார். அத்தனை நேரம் நீட்சியாக உள்ளே நடந்த உரையாடல்கள் அவர் காதிலும் விழுந்திருக்கலாம், அல்லது அதுவே அவருக்கு ஒரு மேலான எண்ணத்தை உருவாக்கியிருக்கலாம் என்றே தோன்றியது வித்யாபதிக்கு.

கீழே இறங்கியபோது அப்படியே இவர் கைகளைப் பற்றி கண்ணில் ஒற்றிக் கொண்டார் மயிலேறி அண்ணாச்சி.

உங்களோட முனைப்பாலதான் இந்தக் காரியம் ஆச்சு. சாகுறவரைக்கும் உங்கள நான் மறக்க மாட்டேன்... என்றார். ரொம்பவும் உணர்ச்சிவசப்பட்டவராய் அவர் கைகளில் பரவியிருந்த நடுக்கம் உணர்த்தியது வித்யா பதிக்கு.

அதெல்லாம் ஒண்ணுமில்ல அண்ணாச்சி. செய்ய வேண்ய கடமைதானே... உங்களுக்குச் செய்யலேன்னா வேறே எப்படி? யாருக்குச் செய்து என்ன பிரயோஜனம்? சந்தோஷமாப் போயிட்டு வாங்க... உடம்பைப் பார்த்துக்

குங்க... என்று மிகுந்த மன நெருக்கத்தோடு விடை கொடுத்தார் வித்யாபதி.

அடுத்த மாதமே அந்தச் செய்தி அவர் காதுக்கு வந்தது. மயிலேறி அண்ணாச்சி ரயிலேறும்போது ஸ்டேஷனில் தவறி விழுந்து ஸ்பாட்டிலேயே இறந்து போனார் என்பதுதான் அது.

கடமையுணர்ச்சி தவறாது கடைசிவரை உண்மையாக உழைத்து குடும்பத்துக்காக நலன்களையெல்லாம் துறந்து பாடுபட்டவர்களின் இறுதிக் காலம் சில சமயங்களில் இப்படிச் சட்டென்று முடிந்து போகிறதே என்று எண்ணியபோது என்ன வாழ்க்கை? என்கிற விரக்திதான் மேலிட்டது வித்யாபதிக்கு. ●

26

ஐயா... நானும் உங்ககூடவே வந்திரட்டுங்களாய்யா... - கௌஸ் பாய் இப்படிக் கேட்டு கண்களில் நீர் துளிர்க்க நின்ற போது உண்மையிலேயே மனசு கலங்கித்தான் போனது வித்யாபதிக்கு. அந்த வயதான அப்பாவி மனிதனைப் பார்த்துக்கொண்டேயிருந்தார் வித்யாபதி. தன் அர வணைப்பிலேயே மீதி நாட்களை ஓட்டி விட்டு ஓய்வு பெற்று விட வேண்டும் என்று காத்துக் கொண்டிருக்கும் அப்பாவி ஜீவன்.

அவருக்காகவே அந்தப் பிரமோஷனைத் தவிர்த்து விடலாமோ என்கிற அளவுக்கு வித்யாபதிக்குத் தோன்ற ஆரம்பித்து விட்டது. மிகக் குறுகிய காலமே இன்னும் மீதமிருக்கின்றன. இதில் எதற்கு வலி0யப் புறப்பட்டுப் போய் பணியேற்று இதுநாள்வரை முகம் தெரியாதவர் களோடு போய் வேலை செய்ய வேண்டும்? எதற்கு புதிதாக வேலை கிடைத்துக் கிளம்பும் ஒருவனைப் போல் வேறு துறைக்குப் போக வேண்டும். இருக்கும் இ த்திலேயே நிம்மதியாய்த் தொடர்ந்து எல்லோர் மனதும் வாழ்த்தும் வண்ணம் மீதிக் காலத்தை ஓட்டிவிட்டு தாய்த்துறையிலேயே ஓய்வு பெற்று விடலாமே! யோசிக்க ஆரம்பித்து விட்டார் வித்யாபதி.

அது அவரின் கணக்கியல் கல்வித் தகுதிக்கேற்றவாறு கணக்கு அலுவலராகப் பணி உயர்வு அளித்து அவரை அருகிலுள்ள மாவட்டத்திற்கு மாற்றி அங்குள்ள மாவட்ட ஆட்சியர் அலுவலகத்தில் பணியேற்க உத்தரவிடப் பட்டிருந்தது. அந்த ஆணை இப்போது அவர் கையில் தவழ்ந்தது. மெல்லிய நடுக்கத்தோடேயே அதைக் கையில் பிடித்திருந்தார் வித்யாபதி.

மீண்டும் ரயில் பயணம் ஆரம்பிக்கிறது என்று நினைத்துக் கொண்டார் வித்யாபதி. இருக்கும் துறை யிலேயே மானேஜர் பதவி உயர்வில் இதே மாவட்டத்திற்கு ஒரு முறை போய் சில ஆண்டுகள் இருந்துதான் தற்போது உள்ள அலுவலகத்திற்கு மிகுந்த போராட்டத்திற்குப் பிறகு வந்தார். இப்போது மீண்டும் அதே ஊருக்கு மாற்றல். ஆனால் துறை வேறு. பணியாளர்கள் வேறு. பழகும் ஆட்கள் வேறு. பணிபுரியப் போகும் இடம் வேறு. செய்யப்போகும் பணியே முற்றிலும் வேறு. அதிகாரம் செய்யப் போகும் தலைமையின் தகுதியே வேறு. அதை நினைத்தாலே கொஞ்சம் நடுங்கத்தான் செய்தது வித்யாபதிக்கு.

உடலும் மனமும் சோர்ந்துதான் போனது அவருக்கு. வயதாகிவிட்டதால் தளர்ந்து விட்டோமோ? என்று நினைத்துக் கொண்டார். உடல் தளர்ந்தால் மனமும் தளரும். மனம் தளர்ந்தால் செயல் திறன் குறையும். போய் வேலை பார்க்கப்போகும் இடம் முற்றிலும் புதிது. அதுவும் மாவட்ட ஆட்சியரின் கட்டுப்பாட்டில். நிச்சயம் கெடுபிடியாய்த்தான் இருக்கும். இங்கு இருக்கும் அளவுக்கு ஓய்வு என்பது நிச்சயம் இருக்காது. எந்நேரமும் பரபரப்பாய்த்தான் கழியும். அதிலும் வாரா வாரம் பொது மக்களிடம் மனுக்கள் பெறும் நாளான திங்களன்று வயிற்றைக் கலக்கும். வந்து சேரும் கோரிக்கைகள் அடங்கிய விண்ணப்பங்களுக்கு இருபத்து நாலு மணி நேரம், நாற்பத்தியெட்டு மணி நேரம், மூன்று தினங்கள்

என்று நடவடிக்கை எடுத்து முடித்தாக வேண்டும். இல்லையென்றால் கலெக்டர் கேட்கும் கேள்விகளுக்கு பதில் சொல்லி மாளாது. அநாவசிய வசவையும் திட்டையும் எதிர்நோக்க வேண்டியிருக்கும். தேவையா இது காலம் போன கடைசியில்? அப்படியென்ன சிறப்பாய் பணியாற்றி மாலை போட்டு மரியாதையா செய்யப் போகிறார்கள்? பத்தோடு பதினொன்று. நூற்றுக் கணக்கான பேர் பணியாற்றும் ஆட்சியர் அலுவலகத்தில், தான் ஒரு சிறு அங்கம். இப்படி ஒருத்தர் புதிதாக வந்து பணியில் சேர்ந்திருக்கிறார் என்றா அதிசயமாய்ப் பார்க்க வரப் போகிறார்கள்? அந்த அளவுக்கு நான் என்ன முக்கியமானவனா? ஒழுங்காகக் கடமையாற்ற வேண்டும் என்கிற கண்ணும் கருத்தும் உள்ளவன். அது என்ன தனக்கு மட்டும் வாய்த்த தனிச் சொத்தா? தன்னைப் போல் பலரும் இருக்கக் கூடும்தானே? அவரவர் அவரவருடைய வேலையை யந்திரம் போல் வந்து போய்ப் பார்த்துக் கொண்டிருப்பார்கள். அந்த மாபெரும் யந்திரத்தின் ஒரு சிறு விசை நான். அந்தந்த மாதம் அங்கேயும் எத்தனையோ பேர் பணி ஓய்வு பெறுவார்கள். போனவன் போனவன்தான். யார் நினைக்கப் போகிறார்கள்? தேவையில்லாமல் அலட்டிக் கொள்கிறோமோ? விரும்பிப் பெற்ற கல்வித் தகுதிதானே? பதவி உயர்வில் போய் பச்சைமையில் கையெழுத்திட்டுப் பணியாற்றியே தீர வேண்டும் என்கிற தீராத ஆசை கொண்டவன்தானே? அதற்கான வாய்ப்பு வசமாய் கண் முன்னே வந்து நிற்கும்போது அதை மறுப்பது நியாயமா? தர்மமா?

முப்பது ஆண்டுகளாக அன்றாடம் பழகியவர்களை விட்டு விட்டு எப்படிப் போவது? இவர்களோடு பணி நிமித்தம் எவ்வளவு கூடிக் குலவியிருக்கிறோம்? பணியாளர் நலன், குறை தீர்த்தல், போராட்டம் என்று எவ்வளவு மெனக்கெட்டிருக்கிறோம்? அத்தனையையும் விட்டு விட்டு அல்லது மறந்துவிட்டு ஆளை விடுங்க... என்று பறந்து விடுவது நியாயமா?

இன்னும் சில ஆண்டுகள் போனால் இங்கேயும்தான் பணி ஓய்வு பெறப்போகிறோம். அப்பொழுதும் எல்லோரையும் விட்டுப் போய்த்தானே ஆக வேண்டும்? ஓய்வு பெற்ற பிறகும் எல்லோரையும் பார்க்க வேண்டும், பேச வேண்டும் என்று தவறாது ஆபீசுக்கு வந்து அவர்களோடு உறவாட முடியுமா? அவர்கள் வேலையை அவரவர் செய்ய வேண்டாமா? அதற்குக் குந்தகம் விளைவிப்பதுபோல் வந்து குந்தியிருப்பது மதிப்பு மிக்க செயலாகுமா? தாய்த் துறையில் இருந்தாலும் பணி ஓய்வு... வயது முதிர்வு ஓய்வு பெற்றுத்தானே ஆக வேண்டும்? வயது நின்று போகுமா? அல்லது தனக்கு மட்டும் நீட்டிக்கப்படுமா? எல்லோருக்கும் உள்ள விதி முறையும், நடைமுறையும் தனக்கும் பணியாளர் அனை வருக்கும் பொதுவானதுதானே?

இங்கேயே தொடர்ந்தால் அடுத்த பதவி உயர்வான நிர்வாக அலுவலர் இடத்தை அடைய முடியுமா? வரும் என்பது என்ன நிச்சயம்? நாளுக்கு நாள் திட்டப் பணிகளும், பணியிடங்களும் புதிய பிராஜெக்ட்களும் காணாமல் போகின்ற நிலையில் பணியிடங்கள் அங்கங்கே மாவட்ட வாரியாகக் குறைந்து கொண்டே வரும் நிலையில் எப்படி அடுத்த பதவி உயர்வு கிடைக்கும் என்கிற நம்பிக்கையோடு இங்கேயே தொடர்வது?

மனதின் அடியாழத்திலான வாழ்க்கையின் லட்சிய மாய்க் கொண்ட பச்சை மையில் கையெழுத்திடும் வாய்ப்பு கணக்கு அலுவலர் என்கிற பதவி உயர்வில் மதிப்பாகக் கிடைக்கவிருக்கிறது. கைமேல் வைத்துக் கொண்டு வா... வா... என்று அழைக்கிறார்கள். இப்படியும் வாய்ப்பு வரலாம் என்கிற எதிர்பார்ப்பில்தானே கணக்கியல் கல்வித் தகுதியை முதல் வகுப்பில் தேர்ச்சி பெற்று வெற்றி அடைந்தது. அந்தப் பூரணத் தகுதியைக் கையில் வைத்துக் கொண்டு, நாளையே பதவி உயர்வில்

போய் பணியேற்கலாம் என்று உத்தரவு வந்து நிற்கையில் அதை மறுப்பது நியாயமாகுமா?

போய் ஒரு கை பார்த்து விடுவது என்று முடிவெடுத்தார் வித்யாபதி. வேலை தனக்குப் படியவில்லை என்றால் அதற்குத் தான் படிந்து விடுவது... அதாவது நேரம் காலமின்றிப் பணியாற்றி, தன்னையே அர்ப்பணித்து தன் காலடியில் தனக்கு ஒதுக்கிய வேலையைச் சுருண்டு விழ வைப்பது என்று ஒரு வெறியோடு முடிவெடுத்துக் கொண்டார் வித்யாபதி.

27

நீங்கதான் சார் எனக்குச் செய்யணும்... வேறே யாரும் உதவ மாட்டாங்க இந்த வளாகத்துல...!...- இப்படிச் சொல்லிக் கொண்டுதான் வித்யாபதி முன்னே வந்து அமர்ந்தார் கோபாலகிருஷ்ணன்.

பணியில் சேர்ந்து அன்றாடப் பணிகளை நன்கு உள்வாங்கி மாவட்ட ஆட்சியரின் எதிர்பார்ப்பு எப்படி யிருக்கிறது என்கிற மனோதத்துவத்தைப் புரிந்து அதன்படி சுறுசுறுப்பாகப் பணியாற்ற ஆரம்பித்திருந்தார் வித்யாபதி. முதல் கூட்டத்தில் அவரிடம் திட்டு வாங்கியது இன்னும் உறைத்துக் கொண்டிருந்தது. அப்பொழுது அவரோடு கூட்டத்தில் இருந்தவர்கள் தன்னையே எங்கோ மறைந்திருந்து கேலியாய்ப் பார்த்துக் கொண்டிருப்பதுபோல் தோன்றிக் கொண்டேயிருந்தது இவருக்கு. வந்து சேர்ந்த சில மாதங்களில் இந்தக் கேவலம். அதை அவர் மனது ஏற்க மறுத்தது. மதிப்புள்ள ஆளாய்த் தன் பூர்வீகத் துறையில் பணியாற்றிவிட்டு இங்கு வந்து லோல் பட வேண்டுமா? அப்படியென்ன அறிவு ஜீவிகளா இவர்கள்? இவர்களுக்குப் புரிவது தனக்குப் புரியாதா? இவர்கள் மண்டையில் ஏறுவதைத் தன் மண்டையில் ஏற்ற முடியாதா? கோபமும் வெறியும் மனதிற்குள் குதியாட்டம் போட்டது இவருக்கு. தன்னை அர்ப்பணித்தார். வீட்டை

மறந்தார். நிம்மதிதான் முக்கியம். எவனும் தன்னை ஒரு வார்த்தை நாக்கு மேல் பல்லுப்போட்டுச் சொல்லிவிடக் கூடாது. அந்த அளவுக்கு தன் வேலைத்திறன் மூலம் அவர்கள் வாயை, மெய்யை அடைக்க, அடக்க வேண்டும். மனதிற்குள் சபதம் செய்து கொண்டார்.

காலம் கனியாமல் போய்விடுமா என்ன? அந்த வளாகத்திலேயே முக்கியமானவர் ஆனார் வித்யாபதி. கடைநிலை ஊழியர்களும், காவலர்களும், ஒட்டுநர்களும், எழுத்தர்களும் அவரைத் தேடி வந்தார்கள். எனக்கு எனக்கு என்று அவர்களுக்கு அதுநாள் வரை நிறைவேறாத பணப்பலன்க ளின் விபரங்களைச் சொல்லி செய்து கொடுக்கச் சொன்னார்கள். தன்னைச் சுற்றி வந்து நின்ற அவர்களை அன்போடும், ஆதரவோடும் வரவேற்றார் வித்யாபதி.

இதத்தான்யா எதிர்பார்த்தேன் இத்தன நாளா...!! வந்தீங்களா... வாங்க... வாங்க... உங்க எல்லாருக்கும் ரட்சகன் நான்தான்...உங்களுக்குச் செய்ற உதவிகள் மூலமா அந்தப் பணிகளும் அதோட பலன்களும் உங்க ஒவ்வொருவருக்கும் போய்ச் சேர்ற அதே சமயம் என்னைப்பற்றியதான முக்கியத்துவம் இங்கே பெருகணும். அதை அந்தத் தலைமை அறியணும். இப்படி ஒருத்தன் இங்கே அவதரிச்சிருக்கான்ங்கிற வெளிச்சத்தை எல்லாரும் உணரணும். என்னென்னவோ தோன்றி வித்யாபதியை வீறு கொள்ளச் செய்தது. அந்தக் கனல் பொழுதில்தான் அவர் எதிரே வந்து அமர்ந்தார் கோபாலகிருஷ்ணன்.

முகத்தில் அப்படியொரு கவலை. எதையோ நினைத்துப் பதறிக் கொண்டிருப்பவர் போலான தோற்றம். அப்படி நேருக்கு நேர் அமருவது அபூர்வம்... அப்படியே அமர்ந்தாலும் கண்களை நேரடியாகப் பார்த்துப் பேச மாட்டார். அது ஏன் என்று இவருக்குத் தெரியும். அவருக்கும் தெரியும்தான்... குற்றமுள்ள நெஞ்சு...

தன்னிடம் வருவார் என்று இவர் எதிர்பார்க்கவில்லை. கண்களுக்குச் சேணம் பூட்டிக்கொண்டு அமர்ந்திருப்பவர் இவர்.. தன் மேஜையில் தன் முன்னே இருக்கும் கோப்புகள்தான் இவர் பார்வைக்குத் தெரியும். மற்ற எதையும் கண்டு கொள்வதில்லை.

பரந்து விரிந்த அந்த மாவட்ட அலுவலகங்களின் வளாகத்தில் எவ்வளவோ பேர் இருக்கிறார்கள் கோபால கிருஷ்ணனுக்கு. எத்தனையோ வருடப் பழக்கம். மாடிக்கு மாடி, அலுவலகத்துக்கு அலுவலகம் எங்கு நுழைந்தாலும் அவருக்கு வரவேற்பு உண்டுதான். அதெல்லாம் உதட்டளவில் என்று இப்போது நிரூபணமாகி விட்டதோ? போயும் போயும் தன்னிடம் வந்து நிற்கிறாரே! நானெல்லாம் ஒரு ஆளா அவருக்கு? என்னை லட்சியமே பண்ணாத அவருக்கு தன்னின் அலட்சியத்தை ஒதுக்கி என்னிடம் வந்து நிற்க வேண்டிய ஒரு தருணம் வந்திருக் கிறது பாருங்கள்... அதுதான் காலத்தின் கட்டாயம். காலம் எடுத்த கோலம்.

வருஷம் போன கடைசியில் அவர் இப்படித் தன்னைத் தேடிக்கொண்டு வருவானேன்? ஆளா இல்லை? இத்தனைக்கும் அவருக்கு அடுத்த கீழ் ராங்க்தான் இவர். இவர் சம்பளத்திற்குக் கையெழுத்திடுபவரே அவர்தான். அவர் நினைத்தால் ஏதேனும் ஒரு குமாஸ்தாவைக் கூட ஏற்பாடு செய்து கொள்ள முடியும்தான். முடியவில்லையோ? அல்லது நம்பிக்கையில்லையா?

தன்னையெல்லாம் அவர் மதித்ததேயில்லை. அதுபற்றி இவர் கவலைப்பட்டதுமில்லை. இவர்களெல்லாம் மதித்தால் என்ன, மதிக்காவிட்டால்தான் என்ன? மதிப் பதனால் ஏதேனும் பெருமை கூடிவிடப் போகிறதா அல்லது மதிக்காததினால் ஏதேனும் குறைந்து விடப் போகிறதா? இரண்டும் இல்லை. அவர் வேலை அவருக்கு. தன் வேலை தனக்கு. என் மதிப்பு எனக்கு அவர் (அவ) மதிப்பு அவருக்கு.

உஷாதீபன்

ஆனாலும் கூடுதல் பொறுப்பில் இருக்கும் அந்த எதிர் அலுவலகத்தில் என் முகம் பார்க்க அமர்ந்து கொண்டு, வேலையைக் கவனிக்கிறாரோ இல்லையோ... என்னைக் கவனித்துக் கொண்டுதான் இருக்கிறார். நான் இருக்கையில் இருக்கிறேனா என்று பார்க்கிறார். வேலை செய்கிறேனா இல்லை அரட்டை அடிக்கிறேனா என்று பார்க்கிறார். எங்கே போகப் போகிறேன். நான்தான் காலையில் வந்து அமர்ந்தால் அசையாமல் பேனாவும் கையுமாகக் குத்துக்கல் போலக் கிடக்கிறேனே? அவருக்கென்ன தெரியாதா?

நான் என்ன செய்கிறேன் என்பதுதான் அவரது முக்கியமான வேலை. அவர் கவனிக்கிறார் என்பது எனக்குத் தெரியும்தான் என்றாலும், எத்தனை நேரத்துக்கு அதையே நினைத்துக் கொண்டிருப்பது அல்லது பார்ப்பது? நான் வேலை செய்ய வந்தவன். அவர் வேவு பார்க்க வந்தவர். இப்படித்தான் சொல்லியாக வேண்டியிருக்கிறது.

அவருக்கு வேலை முக்கியமில்லை. எல்லாம் குருட்டுக் கையெழுத்துதான். அதுதான் பணியாளர்கள் அவரவர் வேலைகளைப் பார்த்து விடுகிறார்களே! பிறகென்ன நீட்டின இடத்தில் கையொப்பம் இட்டால் சரி. எதற்குக் கையொப்பமிட்டோம் என்று கூட மண்டையில் ஏறுமோ ஏறாதோ? சதா அந்த "இன்னொன்றிலேயே" கவனமா யிருந்தால்? ஆபீஸ் வருவதே அதற்குத்தான் என்றிருந்தால்? பிறகு எதுதான் விளங்கும்? புத்தியை மழுங்கச் செய்யும் அந்த இன்னொன்று!

எனக்கு என் வேலைதான் கவனம். இன்று எதை யெல்லாம் முடிக்க வேண்டும் என்கிற தீர்மானத்தோடுதான் தினமும் அலுவலகத்திற்குள்ளேயே நுழைகிறேன் நான். இந்தந்தக் கோப்பையெல்லாம் புட் அப் பண்ணுங்க... என்று வந்ததும் சொல்லி விடுகிறேன். மதியம் வரை பார்க்கிறேன். வரவில்லையெனில் நானே கோப்பினை வாங்கி அல்லது பீரோவைத் திறந்து நானே எடுத்து எழுதி

விடுகிறேன். எவனை எதிர்பார்த்தும் நான் இல்லை. எனக்குத் தேவை என்னை எவரும் குறை கூறக் கூடாது. அவ்வளவே...! நினைத்த நேரம் நினைத்த வேலை முடியணும்... எது கேட்டாலும்... இதோ உங்க டேபிள்ல... என்று சொல்லணும். எதிராளி தலை குனியணும்.

...கொஞ்சம் தாமதிச்சா அப்புறம் அவரே செய்துக்கு வாரு... என்று இருந்து விட்டால்...? அதற்கு விடுவதில்லை. புரிந்தவர்கள் தன்னிடம் வேலை கற்றுக் கொள்ளலாம். புரியாதவர்கள் தடுமாறலாம்.

அவருக்கு நேர் எதிர் அலுவலகத்தில் வாயிலுக்கு நேரே என் இருக்கை இருப்பது எனக்குச் சங்கடமாகத்தான் இருக்கிறது. எதிர்த்தாற்போல் இருந்து, சதா என்னையே நோட்டம் விட்டுக் கொண்டிருக்கும் இந்த மனுஷனின் பார்வையிலிருந்து முதலில் மறைய வேண்டும். அதென்ன அப்படி ஒரு பார்வை? தன்னைப் போலவே மற்றவரையும் நினைக்கும் சந்தேகப் பார்வை அது! கெட்ட புத்தியே நிரம்பியிருந்தால் அந்தச் சிந்தனைதானே வரும்?

பேசாமல் தன் வேலையைக் கவனிப்பாரா... நான் என்ன செய்கிறேன் என்பதைக் கவனிப்பதா அவர் வேலை? இடம் மாற்ற எவ்வளவோ முயன்றேன்.. அமையவில்லை. காரணம் அந்தக் கட்டடங்கள் தனித் தனியாக ரயில் கூபே போல ஒவ்வொரு திட்ட அலுவல கங்களுக்கும் பிரித்து விடப்பட்டிருந்தன. அதிகபட்சம் இரண்டு அறைகள். அதற்குள்தான் எல்லாமும். உறால் போல் ஒன்று. அலுவலரின் அறை இன்னொன்று. அந்த அலுவலரின் அறையிலும் கூட ஓரமாய் டைப்ரைட்டர்,, கம்ப்யூட்டர் பிரின்டர்..என்று இருந்தது. இடவசதி நெருக்கடி. அலுவலகம் எப்படி நெருக்கடியாயிருந்தால் என்ன? வரவுதான் பிரதானம்! பை நிரம்புகிறதா... அதுவே வைத்தியம்.

அப்படி அமைந்ததுதான் நான் வேலை பார்க்கும் அலுவலகமும். ஒரிஜினலாக நான் அதுநாள் வரை

பணியாற்றிய என் தாய்த்துறை எப்படி.. முப்பத்து மூன்று ஆண்டு காலம் சர்வீஸ் போட்டுவிட்டு, கடைசி ஓரிரு வருடங்களுக்க பதவி உயர்விற்கு ஆசைப்பட்டு இங்கே விருப்பம் தெரிவித்து வந்து சேர்ந்தவன் நான். அந்தத் தகுதி இங்குதான் கிடைத்தது. அதில் அலாதி சந்தோஷம். பச்சை இங்க்கில் கையெழுத்துப் போட வேண்டும் என்று ஆசை. அட்டெஸ்ட்டேஷன் போடும் தகுதி பெற வேண்டும். கெஜடட் ராங்க் அலுவலர்களுக்கே அது சாத்தியம்.. அந்த இடத்தை வேறு துறைக்கு மாறிக் கொள்வதன் மூலம் அடைய முடியுமானால் தவறென்ன? என்னுடைய மூலத் துறையிலேயே நீட்டித்து, பதவி உயர்வு வரும் வரும் என்று காத்திருப்பதை விட அல்லது காத்திருந்து ஏமாறுவதை விட, எனது கணக்கியல் கல்வித் தகுதியை வைத்துக் கணித்து, இந்தா பிடி.... வந்து வேலையைப் பார்... என்று வரவேற்றுக் காத்திருக்கும் பரிச்சயமில்லாத இன்னொரு துறைக்குச் சென்று என் சர்வீசை அங்கே முடித்துக் கொள்வதில் என்ன தவறிருக்க முடியும்? பச்சை இங்கில் கையெழுத்துப் போடுபவரெல்லாம் யோக்கியர்களா? மனுஷனின் அடிப்படை குணத்தை இந்த இங்க் மாற்றிவிடுமா என்ன? அந்த இங்கிற்கான கௌரவம் அவரவர் கையில்... செயலில். பச்சை மையில் கையெழுத்துப் போட்டே தீருவது... அதற்கான இந்த வாய்ப்பை எவ்வகையிலும் நழுவவிடுவதில்லை... எதற்காகவும் இழக்கத் தயாராக இல்லை..என் மனம் உறுதி செய்து கொண்டது. என் மூலமாக அந்தப் பச்சை மை கையெழுத்திற்கு ஒரு தனிப்பட்ட கௌரவத்தை அளிப்பது என்று உறுதி செய்து கொண்டேன். என்னைப் போலவேயான சிந்தனையிலும், செயல்பாட்டிலும் இன்னும் பலரும் இருந்திருக்கலாம் தானே? நான் மட்டும் என்ன கொம்பா? ஆனாலும் அதில் அப்படி ஒரு மோகம்...!

வேணாம் சார்... போகாதீங்க... கடைசி ஒரு வருஷத்துக்கு எதுக்கு முகம் தெரியாதவங்க நடுவுல போய் மாட்டிக்கிட்டு

அவஸ்தைப்படுறீங்க...? பேசாம இங்கயே இருந்து நிம்மதியா ரிடையர்ட் ஆகுங்க... அதான் நல்லது... அது பெரிய கடல் சார்... அங்கெல்லாம் உங்களால சமாளிக்க முடியாது. அகடித கடனா சாமர்த்தியம் வேணும் அதுக்கெல்லாம்...துட்டு இஷ்டத்துக்குப் புழங்குற இடம் சார்... சபலமில்லாத, திரும்பிக் கூடப் பார்க்காத நீங்கள் லாம் அதுக்கு லாயக்கில்ல... உங்களுக்குப் பொருந்தவே பொருந்தாதாக்கும்... - பெண் பணியாளர்கள் உட்பட பலரும் ரொம்பவும்தான் வருத்தப்பட்டார்கள். தாண்டித் தான் சவாலாய் ஏற்று வந்திருக்கிறேன்.

ஏய்... சார் போயிருவார் போலிருக்குடி... அடுத்து எந்த கடுவம்பூனை வருதோ? எப்டிச் சமாளிக்கப் போறோமோ? நம்ம பாடு திண்டாட்டம்தான்.. - பேசிக் கொண்டார்கள்.

சார்... நீங்கல்லாம் சுணங்கலாமா சார்... நம்ம டிபார்ட்மென்ட்ல பிரமோஷனுக்கு லேட் ஆகும் சார்...... எதிர்பார்த்து... எதிர்பார்த்து ஏமாந்து நிக்கப் போறீங்களா...? பேசாமப் போங்க சார்... அப்புறம் எதுக்காக அக்கௌன் டன்ஸி படிச்சீங்களாம்? ஒருவேளை இங்கே கிடைக்க லேன்னா அதையாவது பிடிப்போம்னுதானே...? ஃபர்ஸ்ட் கிளாசுல பாஸ் பண்ணியிருக்கீங்க... இப்ப ஏன் சார் தயங்குறீங்க? இன்னும் நிறைய சர்வீஸ் இருந்திச்சுன்னா நானே உங்கள இங்கயே இருங்க சார்னுதான் சொல்லு வேன்.... சம்பளத்துல ஒரு அப் கிடைக்கும்ல சார்... ஸ்கேல் ஆப் பே... யே மாறிடும் சார்...எப்டியும் ரெண்டா யிரத்துக்குக் குறையாது... சம்பளம் கூடிடும்... எங்கயோ போயிடுவீங்க... எதுக்காக சார் விடுறீங்க... அதுக்கேத்தாப்ல பென்ஷனும் கூடும்ல சார்... வேலை தெரியாதவங்கதான் பயப்படணும்... நீங்கள்லாம் எங்க போனாலும் சமாளிச்சிடுவீங்க... அப்புறம் ஏன் சார் தயங்குறீங்க...?

பல்லக் கடிச்சிட்டு கொஞ்சநாள் ரயில்ல போயிட்டு வந்திட்டீங்கன்னா... ஃபினான்ஷியலா உங்களுக்குப் பெரிய லாபம்தானே சார்... வெளியூர்னு பார்க்காதீங்க...!

ஒரு ரூம்கூட எடுத்திட்டு அங்கயே தங்கிடுங்க... வெள்ளிக் கிழமை ராத்திரி வீட்டுக்கு வந்தாப் போதும்... லட்டு மாதிரிச் சான்ஸ் சார்...நம்ப சாரு ஆபீசர் ஆயிட்டாருன்னு எங்களுக்கெல்லாம் பெருமையா இருக்கும்..வீட்டுக்கு வந்து மாமிட்ட சொல்லட்டுங்களா சார்... நாங்க வர்றோம்... உங்க ஒய்ஃப் சம்மதிப்பாங்க...புருஷனுக்கு பதவி உயர்வை எந்த மனைவிதான் சார் வேண்டாம்பாங்க... அது அவங்களுக்குப் பெருமையில்லையா? கண்ணை மூடிட்டுக் கிளம்புங்க சார்...

அதையும் இதையும் இஷ்டத்துக்குச் சொல்லி ஆளைக் கிளப்பியே விட்டார்கள். இனி இங்கிருந்தா பழைய மதிப்பு இருக்காது போல்ருக்கே, பிரமோஷன வேண்டாம்னு சொன்ன லூசு... என்று திட்டுவார்களோ... என்று தனக்கே தோன்ற ஆரம்பித்து விட்டதே

ஊக்கப்படுத்தியவர்களின் வார்த்தைகளே நின்றது. நானென்ன சொங்கியா? பயந்து நடுங்கறதுக்கு? ரெண்டுல ஒண்ணு பார்த்திடுவோம்... அப்டியென்ன மலைய முழுங்கற வேலை? அது நம்மள முழுங்கறதுக்குப் பதிலா... நாம அதை முழுங்கிட வேண்டிதான்... சரண்டராகி கால்ல விழ வச்சிட வேண்டிதான்... -முடிவு செய்து கொண்டுதான் வந்து அமர்ந்திருக்கிறேன்.. இரண்டு பச்சை மைப் பேனாக்கள் என் சட்டைப் பையில்!

கொஞ்ச நாளைக்கு ஒன்றுமே பிடிபடவில்லை என்பது என்னவோ உண்மைதான். திடீர் திடீரென்று மீட்டிங் நடந்தது. பொது மக்கள் சந்திப்பு, குறை கேட்டல், மனுப் பெறுதல்... துறை வாரியாகப் பிரித்தளித்தல்... அதில் இருபத்து நாலு மணி நேரத்தில் முடிக்க வேண்டியவை, மூன்று நாட்களுக்குள் முடிக்க வேண்டியவை... என்று ஒரே அமர்க்களமாய் இருந்தது. இங்கிட்டு அங்கிட்டு என்று அசைய முடியவில்லை என்பதுதான் உண்மை. எந்நேரமும் பரபரப்பா... இதென்னடா இது பெரிய

வம்பாப் போச்சு...? தினமுமா ஆபீஸ் இப்படி மூச்சைப் பிடிக்கும்? ஒரு நாளாச்சும் ரிலாக்ஸ்டா இருந்தோம்ங்கிறது இல்லையே? தப்புப் பண்ணிட்டமோ? சிவனேன்னு நம்ப டிபார்ட்மென்ட்லயே பெஞ்சைத் தேய்ச்சிட்டு இருந்திருக்கலாமோ? இந்தப் பாடு படுத்துறாங்க...?

சஞ்சலம் வந்து விட்டது மனதுக்கு. பச்சை மை கையெழுத்து பயப்பட வைத்தது. அப்பொழுதுதான் முடிவு செய்தேன். இனி அஞ்சரை ஆனால் ரயிலுக்குக் கிளம்புவதில்லை என்று. ஆறு மணிக்கு டாண் என்று ஆடி அசைந்து அந்த மீட்டர் கேஜ் வண்டி வந்து நிற்கும். ரயிலுக்கு எங்காவது ஸ்டாப் உண்டா? அங்கு உண்டு. அது ஆட்சியர் தன் அதிகாரத்தில் பணியாளர்களுக்கென வாங்கிக் கொடுத்த சலுகை. இல்லையானால் டவுனுக்குள் ஸ்டேஷன் வரை போய்த் திரும்பி வர வேண்டும். சிட்டி பஸ் பிடிக்க பஸ் ஸ்டான்ட் நடக்க வேண்டும். ஆபீஸ் வந்து சேர பத்தரை ஆகி விடும். ஏன் பதினொண்ணு கூட ஆகும்தான். அதனால் உண்டான ஏற்பாடு அது. ரயில்வே நிர்வாகம் அதை ஏற்றுக் கொண்டு ஊருக்குள் நுழையும்முன் அந்த ஸ்டாப்பில் நின்று பணியாளர்களை இறக்கி விட்டுச் சென்றது.

ஒருவருக்கொருவர் டாட்டா காண்பித்து விடைபெற்றுக் கொள்ளும் கண் கொள்ளாக் காட்சி மறக்க முடியாதது. டவுனுக்குள் சென்று இறங்கி அங்கேயுள்ள வங்கி, அலுவலகங்கள் என்று செல்லும் மீதிப் பணியாளர்களும் இருந்தார்களே...! அவர்களுக்குத்தான் இந்த விடை கொடுத்தல்.

மாலை அதுபோல் அவர்கள் முதலில் ஏறி வர, இங்கு வந்து நிற்கும் ரயிலில் நாங்கள் ஏறிக் கொள்வோம். எங்களுக்குள் புத்தகங்கள் பறிமாறிக் கொள்வதுண்டு. விஷய ஞானமுள்ள எவ்வளவு பேர் இருக்கிறார்கள்? ஒன்றுமே தெரியாத ஆளாய் இருந்திருக்கிறோமே என்று நான் என்னைப்பற்றி நினைத்ததுண்டு.

இனி மாலை ரயிலுக்குக் கிளம்புவதில்லை என்று முடிவெடுத்த வேளையில்தான்... பலரும் சொன்னார்கள்.

எல்லா நாளும் இருக்கணும்ங்கிறதில்லை...கேம்ப் முடிச்சிட்டு சீஃப் சில நாளைக்கு சாயங்காலம் வருவாரு... உடனே மீட்டிங் போடுவாரு...டெண்டர் இருக்கும் சில நாளைக்கு...அது ஓப்பன் பண்ணி... கான்ட்ராக்டர்களுக்கு ஒதுக்கீடு ஆணை கொடுத்தாகணும்... அந்த மாதிரி முக்கியமான நாள்ல மட்டும் இருங்க... போதும்...எதுக்கு அநாவசியமா அலட்டிக்கிறீங்க... புதுசுதானே நீங்க... கொஞ்ச நாள்ல எல்லாம் பழகிடும்... கடல் அலை என்னைக்கு ஓயறது...? எல்லாம் அப்டி அப்டித்தான்னு மைன்ட் பண்ணாமப் போயிட்டேயிருக்க வேண்டிதான்... பி... ரிலாக்ஸ்... நோ டென்ஷன்.... அதாவது நேரம் காலம் இல்லாமல் வேலை பார்ப்பது. கெதியாய்க் கிடப்பது.!. என் பேனாவிற்கு பங்கம் வராமல் பாதுகாப்பது. அதாவது என் கையெழுத்தை கௌரவப்படுத்துவது.!

அவர் போட்டுட்டாருல்ல... அப்புறம் என்ன? கண்ணை மூடிட்டு அப்ரூவ் பண்ணலாம்... - அதுதான் வித்யாபதி. கௌரவம் தலைக்கேறியது.

சார்... உங்களுக்கு டயமாச்சு...கிளம்பலயா...? பெறவு ரயில் போயிடும்... - கருணாகரன் என்ற அந்த சீனியர் மோஸ்ட் அஸிஸ்டென்ட் என்னை உசுப்ப ஆரம்பித்தார். ஒருவேளை இதற்கு மேலும் நாம் இங்கிருப்பது இவர் களுக்கு ஏதேனும் இடைஞ்சலாய் இருக்குமோ... அதுதான் இப்படி விரட்டுகிறார்களோ என்றும் தோன்றியது.

நானும் அந்தச் சூழ்நிலைக்குப் படிப்படியாகப் பழகிக் கொண்டேன். இருக்கும் நேரத்தில் துளி நேரத்தையும் வீணாக்காமல், கருமமே கண்ணாக வேலை பார்க்க ஆரம்பித்தேன். என் வேகத்திற்கு ஆபீசில் இருப்பவர்களால் ஃபைல் போட முடியவில்லை என்றே சொல்லலாம். அரசுக்கு அனுப்ப வேண்டிய பிரேரணைகளை அத்தனை

சுடிதமாகத் தயார் பண்ணினேன் கலெக்டர் கண்ணை மூடிக்கொண்டு கையொப்பமிட்டதாகச் சொன்னார்கள்.

என்னா சார்... இந்த டிபார்ட்மென்ட்லயே பழம் தின்னு கொட்டை போட்ட ஆள் மாதிரி...ஆனாலும் ஜெட் வேகம் சார் உங்க வேல... எங்களால ஈடு கொடுக்க முடில.... - என் மனம் மானசீகமாகப் பெருமைப் பட்டது.

தாமதங்கள் எதுவுமின்றி கோப்புகள் நகர்ந்து கொண் டிருந்தன. பழைய பென்டிங்கெல்லாம் கரைய ஆரம்பித் திருந்தன. எதுக்கு இப்படித் தோண்டித் தோண்டி எடுக்கி றாரு? நாமளா தூக்கி நட்டமா நிறுத்தப் போறோம்...? என்றும் முனகிக் கொண்டார்கள். மனிதர்கள் சராசரிகள் தான் என்பதையும் அவ்வப்போது நிரூபித்தார்கள்.

இதனால்தான் அந்த மனுஷன் அந்த ஆபீசே கதின்னு கிடக்காரோ...? இங்க எட்டியே பார்க்க மாட்டேங்கிறாரே...? காலைல வந்து அட்டன்டென்சை சைன் பண்ணிட்டுப் போறதோடு சரி... டேபிள்ல ஏதாச்சும் இருந்தா கையெழுத்துப் போடுறாரு.மத்தப்படி எதிர்த்தாப்லதான் கதியாக் கிடக்காரு ?

அங்கதான சார் இத விடப் பைசா... அடிஷனல் சார்ஜ்ல இருக்கைல அடிச்சாத்தான முடியும்...? இங்க வழக்கமா உள்ளது எப்டியும் கைக்கு வந்து சேர்ந்துரும்.. அங்க கூடுதல் பொறுப்புல உள்ளது கைய விட்டுப் போயிடக் கூடாதுல்ல...? அதிலெல்லாம் சாரு ரொம்பக் கவனமா இருப்பாரு... நீங்க வேறே அவருக்கேத்தாப்லா அமைஞ்சிட்டீங்களா..எதுக்கு இந்த ஆபீசப் பத்திக் கவலப்படப்போறாரு? அதான் மூக்குல வேர்த்த மாதிரி உங்களயே பார்த்திட்டிருக்காருன்னு வேறே சொல்றீங்க...! அவருக்கெல்லாம் சொல்லிக் கொடுக்கணுமா... சார்... எம்டன் சார்...இதுலயே ஊறித் திளைச்சவரு சார்... எது... எது... எப்டி எப்டி... ன்னு கரைச்சுக் குடிச்சவரு சார்.... கில்லாடியாக்கும்...

தங்கள் அலுவலகத் தலைமையைப்பற்றி அந்தப் பணியாளர்களே எவ்வளவு பெருமையாய்க் கூறுகிறார்கள்? இவர்களை அவர் கண்டு கொள்வதில்லை... அதனால் அவரை இவர்கள் கண்டு கொள்வதில்லை. அங்கங்கே கை மாற வேண்டியவைகள் முறையே கால நிர்ணயமாய் நடந்தேறிக் கொண்டிருக்கின்றன... பின் யார்தான் எதைப்பற்றித்தான் கவலைப்பட்டாக வேண்டும்?பரஸ்பர மதிப்பற்றுப் போன இடம்.

கவலையெல்லாம் வேலையை மட்டும் செய்து... வந்து போய்க் கொண்டிருப்பவனுக்குத்தான். பயப்படுபவன் பயந்து கொண்டேயிருக்க வேண்டியதுதான். உதறிச் செல்பவன் துண்டை உதறித் தோளில் போட்டுக் கொண்டு கடந்து போக வேண்டியதுதான்...அதற்கு மேல் சொல்வதற்கு அங்கு பெரிதாக ஒன்றுமில்லை.

சார்..வேலையெல்லாம் முடிச்சிட்டீங்கல்ல... ஃப்ரீயாத் தான இருக்கீங்க...? - எதிரில் அமர்ந்திருந்த கோபால கிருஷ்ணனின் கேள்வியின் குரல் தணிந்து சோகமாய் வெளிவருவதை உணர்ந்தேன்.

ஏன் சார்...? என்ன பிரச்னை...? உங்களுக்கு என்ன வேணும்? சொல்லுங்க...

ஒண்ணுமில்லே... இந்தக் காம்ப்ளெக்ஸ் பூராவும் உங்களப்பத்தித்தான் பேசிக்கிறாங்க...

என்னன்னு சார்...? ஏதாச்சும் தப்பா....!

ஐயையோ... அதுக்குத்தான் நாங்க இருக்கமே... ரொம்பப் புகழ்ந்து பேசிக்கிறாங்க... அதைச் சொல்ல வந்தேன்... லேசாய்ச் சிரித்துக் கொண்டார். அதில் கூட ஒரு சிறு வேதனை இருப்பதாய்த் தோன்றியது.... தன்னிரக்க நகைச்சுவை.

இன்னும் என்னன்னே நீங்க சொல்லலை... புதிர் போட்டுட்டே இருக்கீங்க...? -

என்ன இருந்தாலும் மேலதிகாரி...

சொல்லியனுப்பினால் நானே வந்திருப்பனே சார்... நீங்க ஏன் வந்தீங்க...? கனிவோடு கேட்டேன். மரியாதை கொடுத்து மரியாதை வாங்குவது என் வாடிக்கை. அதுவே என் வேடிக்கை.

இதுவும் என் ஆபீஸ்தானே... ரெகுலர் போஸ்ட் இதுதானே... அதுதானே அடிஷனல் சார்ஜ்... அங்கல்லாம் நீங்க வர வேண்டாம்ன்னுட்டுத்தான் நானே புறப்பட்டு வந்தேன்...இப்ப என்னடான்னா நிலைமை திடீர்னு மாறிடுச்சு...!

தன் ஆபீசர் இருக்கையில் உட்கார்ந்து என்னை அழைத்திருக்கலாம். பதிலாக எனக்கு எதிராக வந்து யதார்த்தமாய் அமர்ந்து விட்டாரே!

எதையோ சொல்லத் தயங்குகிறார் என்று புரிந்தது எனக்கு. அங்கெல்லாம் நான் வரக்கூடாது என்றால் என்ன அர்த்தம்? அதென்ன பாபப்பட்ட இடமா? எல்லாமும் ஆபீஸ்தானே? அங்கேயும் இதே பணியாளர்கள் தானே இருக்கிறார்கள். தலைமையாக இவர் இருக்கிறார். கூடுதல் பொறுப்பு... அவ்வளவுதானே?

ஏன் சார் நான் வந்தா என்ன? நீங்க கூப்டீங்கன்னா வந்துட்டுப் போறேன்.

வேண்டாம்ங்க...அங்க ஆளுக சரியில்லை... யாரும், எவனும் நம்பிக்கைக்குரிய ஆளுகளா தெரில...பயமா இருக்கு. எந்த நேரம் என்ன பண்ணுவாங்களோன்னு... தந்திரக்கார ஆசாமிங்க அங்க இருக்கிறவங்க... ஆனா பாருங்க... அத்தனை பேரும் சீனியர்ஸ்... அதுனாலதான் பயப்பட வேண்டியிருக்கு...! நீங்க அங்க வந்தீங்கன்னா ஒருவேளை நீங்களும் மாறினாலும் போச்சு...! – சிரித்துக் கொண்டார்.

நீங்க எதுக்கு சார் பயப்படணும்... அவுங்களுக்கு பாஸ்... இதச் செய்... அதச் செய்ன்னா செய்துட்டுப் போறாங்க..... *Do what I say*..ன்னுட்டுப் போங்க... அவ்வளவுதானே...?

அப்டியெல்லாம் அவங்ககிட்ட கட்டன்ரைட்டாப் பேச முடியாதுங்க... -அது ஒரு மாதிரி ஆபீசாக்கும். ஏண்டா அடிஷனல் சார்ஜ்ன்னு நொந்து கிடக்கேன் நான். குரலில் அலுப்புத் தெரிந்தது.

எங்கள் பேச்சை எழுத்தர்கள் கவனியாததுபோல் கவனித்துக் கொண்டிருக்கிறார்கள் என்பது தெரிந்தது. பார்த்தால் அவரவர் வேலையில் ஈடுபட்டிருப்பது போல்தான் தெரியும். ஆனால் கவனம் முழுதும் இங்கே...!

ஆபீஸ் வேலைக்குத்தானே சார் சொல்றீங்க... சொந்த வேலைக்கா?-அப்புறம் என்ன தயக்கம்?

அதுக்கே அவுங்ககிட்டல்லாம் ஸ்டிரிக்டா பேச முடியாது சார்... இந்த பாருங்க ஆர்டர்...நேத்தே சாயங்காலம் வந்திருச்சு... இங்க வந்திருக்கணுமே வரல்லையா...?... என் நேரத்தப் பாருங்க.....? எல்லாம் என் தலைவிதி...!

அவரின் இயலாமையை, திறனற்ற தன்மையை நினைத்து எனக்குச் சிரிப்பும் வந்தது... அதே சமயம் பரிதாபமாயும் இருந்தது. என்னவோ ஆர்டர் என்கிறாரே...? வாங்கிப் பார்த்த எனக்கு ஆச்சரியம்...

என்ன சார் இப்டி...? திடீர்னு? என்று அதிர்ந்தேன் நான்.

திடீர் திடீர்னுதான் இங்கே எல்லாமும் நடக்குது... வேலை செய்றதை விட கோள் மூட்டி விடுறவனும், புறம் சொல்றவனும்தான் சார் இங்க கெட்டிக்காரங்க.. புரிஞ்சிக்குங்க... வேலை ரெண்டாம் பட்சம்தான்...யார் யாரு சீஃப்புக்கு நெருங்கியிருக்கான்ங்கிறதுதான்

முக்கியம்... அரசியல்வாதி வந்தா நம்மள ஒதுங்குங்க... ஒதுங்குங்கன்னு விலக்குவாரு... கவனிச்சிருக்கீங்களா?

அப்ப இனிமே இங்கே நீங்க அடிஷனல் சார்ஜா...? அது ரெகுலரா...? - அதிர்ந்து போய்க் கேட்டேன்.

உங்களப்பத்தி சீஃப்கிட்டே யாரோ சொல்லியிருக்காங்க போல்ருக்கு... அப்போ இந்தாள அங்க ரெகுலராப் போட்டுட்டு இதை கூடுதல் பொறுப்பாக்கிடுங்க... ன்னுட்டாராம் கலெக்டர்...

ஆமா சார்... ஆர்டர் வந்திருக்கு...தபால்ல வச்சிருக்கனே... -என்றவாறே எழுந்து வந்தார் கருணாகரன் அசிஸ்டன்ட்.

முக்கியமான தபால்னா உடனே சொல்ல மாட்டீங் களா? டேபிள்ல வச்சாப் போதுமா? என்ன நீங்க? - கடிந்து கொண்டேன் அவரை.

நல்லாப் பைசாக் கிடைக்கும் என்று அங்கு கூடுதல் பொறுப்பை சந்தோஷமாக ஏற்றுக்கொண்ட ஆசாமி இப்பொழுது அதுவே ரெகுலர் என்றாகும்போது ஏன் சடைத்துக் கொள்கிறார்? எதற்காகப் பயப்படுகிறார்? இன்னும் உரிமையோடு அள்ளலாமே? பகிர்ந்து உண்டு பல்லுயிர் ஓம்புக...என்கிற நன்னெறி தெரியவில்லையோ?

சரி..நீங்க இன்னும் தபாலே பார்க்கல போல்ருக்கு... பார்த்து வைங்க... நான் அப்புறமா வர்றேன்... இந்த ஆபீஸ் அடிஷனல் சார்ஜ் எனக்கு. சி..டி.சி. ரெடி பண்ணனும். நீங்கதான் முழுசாப் பார்த்துக்கணும். அந்த தைரியத்துலதான் நான் அங்க உட்கார்ந்திருக்கேன்... அப்புறம் பார்க்கலாம்...-சொல்லிக் கொண்டே எழுந்து கிளம்பினார் கோபால கிருஷ்ணன். வந்த விஷயம் முடிவதற்குள் மனதில் என்னவோ உறரிபரி வந்து விட்டது. ஆள் பதட்டமாகவே இருந்தார். அவருக்கு இன்னும் நான்கு மாதங்களோ ஆறு மாதங்களோதான் இருந்தன ஓய்வு பெறுவதற்கு. வம்பு தும்பு எதுவுமில்லாமல்

ஓய்வு பெற வேண்டுமே என்கிற பயம் வந்து விட்டது போலும். எல்லோருக்கும் உள்ளதுதான் அது. கடைசி நேர டென்ஷன். எதிலும் மாட்டிக் கொள்ளாமல், எந்தக் கறையும் படாமல், கறையிருந்தாலும் வெளிப்படாமல், எந்த குற்றச்சாட்டு நடவடிக்கையும் இல்லாமல் வெளியேற வேண்டுமே!

எவன் பி.ஏ. சார்னு கூப்பிடுறான்... எல்லாப் பயலுகளும் கோபாலகிருஷ்ணன்... கோபாலகிருஷ்ணன்னுதான் ரகசியமாக் கூப்பிடுறாய்ங்ஞு... - இந்தக் குறை அவர் மனதில் ஆழமாய் வேரூன்றியிருந்தது.

ஓய்வு பெறும் நாளன்று மாலை ஐந்து மணிக்கு மேல்தான் "வயது மூப்பில் ஓய்வு பெற அனுமதியளிக்கப் படுகிறது" என்கிற ஆணை வந்து சேரும். அதுவரை வயிற்றைக் கலக்கும். கெதம்... கெதம் என்றிருக்கும்... எவனாவது, என்னத்தையாவது மொட்டையைப் போட்டு நிறுத்தி விடுவானோ, நிறுத்தியிருப்பானோ என்கிற உதறல் மனதுக்குள் ஓடிக்கொண்டேயிருக்கும். இது தப்பு செய்தவனுக்கும் சரி, செய்யாதவனுக்கும் சரி... காரணம் மர்மமான நடவடிக்கைகள் பலவும் புழங்கும் இடம் அது.

ஓய்வு பெற அனுமதி என்று ஆணை கிடைத்து விட்டாலும் அதற்குப் பிறகும் ஏதேனும் பாதகம் நேரக் கூடுமோ என்றெல்லாம் மனம் பதைக்கும். இதற்கெல்லா வற்றிற்கும் நடுவிலேதான் "கெட் டுகெதர்" ஃபங்ஷனும் நடந்தேறும். மனது விட்டு மகிழ்ச்சியை வெளிப்படுத்த முடியாமல், உள்ளுக்குள் நடுங்கிக்கொண்டே பார்ட்டியை அட்டென்ட் பண்ண வேண்டியிருக்கும். பகைத்துக் கொண்டவன், முறுக்கிக் கொண்டவன், முணுக்கென்றவன், மனதுக்குள் திட்டியவன், ஒத்துழைக்காதவன், விருப்ப மில்லாமல் வந்தவன், மரியாதையில்லாமல் முனகியவன், முதுகுக்குப்பின்னே கேலி செய்தவன் என எல்லாத் தரப்பினரும் வேறு வழியின்றி வந்து அமர்ந்து இனிப்பு,

காரம், காப்பி என்று அருந்தி, புகழ்ந்து நாலு வார்த்தைகள் பொய்யாய்ப் பேசி, கைகுலுக்கி அசடு வழிந்து மாலை போட்டு, துண்டு போர்த்தி மரியாதையோடு அனுப்பி வைத்துப் பிரிந்து செல்வார்கள்.

ஃபாக்ஸ் வந்திச்சா... ஃபாக்ஸ் வந்திச்சா...? என்பதற்குத் தகவல் சொல்ல அமர்த்திய ஆள் இன்னும் வரவில்லையே என்று துடிதுடித்துக் கொண்டிருக்கும் வேளையில்... கையில் அந்த ஜெராக்ஸ் நகலோடு ஆள் பரபரத்து வந்து கொண்டிருக்கையிலும் கூட அது ஓய்வு பெற அனுமதி யளித்த ஆணைதானா இல்ல வேறேதாவதா? என்கிற சந்தேகம் உதித்து வயிற்றைக் கலக்க...சார் ஆர்டர் வந்திடுச்சு... என்று கொண்டு வந்தவன் குரலெடுத்து, சிரித்த முகத்தோடு கொடுத்த பின்னால்தான் உயிரே நிலைக்கும்.

யப்பாடா... இருங்க... முத்ல்ல பாத்ரூம் போயிட்டு வந்திடறேன்... என்று ஓடுவார் அந்த ஓய்வு பெறும் அலுவலர். ஓய்வு பெற்றவர்களின் நடவடிக்கைகளைக் கண்ணுற்றிருந்த எனக்கு இதையெல்லாம் புரிய வைத்திருந்தது.

சார்...குட் மார்னிங் சார்....மெல்ல அழைத்துக் கொண்டே அருகில் வந்து அமர்ந்தார் கருணாகரன். யாரானாலும் பக்கத்தில் வந்தால் நிற்கக் கூடாது என்று சொல்லியிருந்தேன் நான். அது பியூனானாலும், டிரைவரானாலும், நேற்றுப் பணியில் சேர்ந்த கிளார்க் ஆனாலும் அப்படித்தான் என்னைப் பொறுத்தவரை. கௌரவம், மரியாதை என்பதெல்லாம் நாம் இருப்பதைப் பொறுத்து... தானே அமையும் என்பது என் நம்பிக்கை.

சொல்லுங்க கருணா...என்றவாறே அவர் முகத்தைப் பார்த்தேன்.

கோபாலகிருஷ்ணன் நேத்து வந்தார் சார்... நீங்க போனப்புறம்...

எவ்வளவு சர்வ சாதாரணமாக தன் உயர் அதிகாரியைப் பெயர் சொல்லி அழைக்கிறார்கள்? மூன்றாம் நபரிடம் தான் எனினும் பெயர் சொல்லலாமா? பி.ஏ.சார்... என்று சொல்ல வேண்டியதுதானே? இதைத்தான் சொல்லி நேற்று வருத்தப்பட்டாரோ?

எதுக்காக? - சற்று உன்னிப்பாய்க் கேட்டேன்.

அவருக்கு உங்களால காரியம் ஆக வேண்டியிருக்காம். அந்த ஆபீஸ்ல யாரும் செய்ய மாட்டேங்கிறாங்களாம்...!

ஏன்? அவர்தானே அவங்களுக்கு பாஸ்... அவர் சொன்னாச் செய்துதானே ஆகணும்....?

அதெல்லாம் சின்னச் சின்னத் தனி ஆபீஸ்கள்ல நடக்கும் சார்... இந்த மாதிரிக் கடல்ல நடந்தேறுமா சார்... இது பெரிய கிடங்கு சார்...

என்ன சொல்ல வர்றீங்க... புரியல...? - உண்மையிலேயே அந்தப் பூடகம் எனக்குப் புரியவில்லைதான்...

வந்தவுடனே, சார் போயிட்டாரா... அதுக்குள்ளயுமா... டிரெயினுக்கு கரெக்டா கிளம்பிடுறாரு தவறாம... கொஞ்சம் இருக்கக் கூடாதான்னு சலிச்சிக்கிட்டார் சார்...

அப்புறம்? - மனதுக்குள் சிரித்துக் கொண்டே கேட்டேன் நான்.

அவுரு டெய்லி அப்படித்தான சார் போறாரு... அஞ்சரை ஆனா பையத் தூக்கிடுவாரு... டெண்டர் ஓப்பனிங், மீட்டிங்னு இருக்கிற அன்னைக்கு மட்டும்தான் இருப்பாருன்னேன் சார். அதுக்கு என்ன சொன்னார்ங் கிறீங்க...?

என்ன சொன்னாரு? - பதறாமல் கேட்டேன். முதல் முறையாக உதவியாளர் கருணாகரன் அப்பொழுதுதான் என்னிடம் மனம் விட்டுப் பேசுகிறார் என்று தோன்றியது எனக்கு.

ஏன்யா... பைசா வர்ற எடத்துல அப்டியெல்லாம் நேரத்துக்குக் கிளம்ப முடியுமா? ஒரு மணி நேரம், ரெண்டு மணி நேரம் கூட இருந்திட்டுத்தான் போகணும்... ட்ரெயின் போனாப் போகுது... பஸ்ல போயிக்க வேண்டிதான்..அப்புறம் சாதாரண கிளார்க்குக்கும் இவருக்கும் என்னய்யா வித்தியாசமின்னுட்டார் சார்...

. அவுரு காசு வாங்க மாட்டாரு சார்... அதத் தெரிஞ்சிக்குங்க... ன்னேன் சட்னு... அதிர்ந்து போனாரு உடனே...!

என்னது? காசு வாங்க மாட்டாரா? காசு வாங்க மாட்டாரா?ன்னு திருப்பித் திருப்பிக் கேட்டுட்டேயிருந்தாரு சார்... அந்தச் செய்தியே அவருக்கு அதிர்ச்சியா இருந்திச்சு...முகத்துல புது பயம் வந்த மாதிரி ஆயிட்டாரு...

வந்த புதுசுலயே அதக் காண்பிச்சிட்டாரு... கான்ட்ராக்டர் ஒருத்தரு உள்ளே நுழையும் போது ரூபா நோட்ட இவர் சட்டைப் பையில எதிர்பாராமத் திணிச்சிட்டார்... அதுக்கே பழி சண்டைக்குப் போயிட்டாரு... வச்ச நீங்களே எடுத்திடுங்கன்னு அந்த ரூபாயக் கையாலக் கூடத் தொடலன்னு சொன்னேன் சார்... அவுரு என்ன கேட்டார் தெரியுமா சார்? அதான் சார் படு ஜோக்...?

என்ன கேட்டாரு...? முழுவதும் சொல்லுங்க... என்றேன். நான் கேட்பதை விட, இந்த மாதிரிச் செய்திகளைப் பிறரிடத்தில் வாய்விட்டுச் சொல்வதில் ஒரு தனி உற்சாகம் அவர்களுக்குள் பொங்குவதாய் உணர்ந்தேன் நான். வம்பு பேச யாருக்குத்தான் பிடிக்காது? அதிலும் இது துட்டு பகிரும் விஷயம்...!

அப்போ அவருக்கு சேர வேண்டிய காசெல்லாம் என்னாச்சுன்னு கேட்டுட்டார் சார். கூடவே நீங்க பிரிச்சு எடுத்துக்கிட்டீங்களா?ன்னு எங்களக் கொக்கி போடுறார் சார்...கான்ட்ராக்டரே வச்சிக்கிட்டாரு... நாங்க ஒண்ணும் தொடலன்னு சொல்லிட்டோம்... அதுல நம்பிக்கையே

வல்ல அந்தாளுக்கு. இப்போ எப்டி வந்து நிக்கிறாரு பார்த்தீங்களா சார்? காரியக்கார ஆளு சார்... தன் காரியக் கெட்டி...! இந்தாளுக்கு எதுவுமே செய்யக் கூடாது சார்... படு மோசமான ஆளு...அதான் சார் எல்லாரும் போட்டுப் பார்க்கிறாங்க...!

அது சரி... எதுக்கு வந்தாரு? சொல்லாமயே போயிட்டாரே... ஆளு பதட்டமாவே இருந்தாருங்கிறீங்க...? ஏன்னே புரியலையே...? - விடாமல் கேள்வி போட்டேன்.

அது வேறொண்ணுமில்ல சார்...அவருக்குப் பென்ஷன் ப்ரபோசலை அந்தாபீஸ்ல போடாம இழுக்கிறாங்க... ஏ.ஓ.கிட்ட எத்தனையோ வாட்டி சொல்லிப் பார்த்துட் டாராம்... செய்றேன்... செய்றேன்ங்கிறாரேயொழிய யாரும் செய்றாப்ல இல்ல...குறைஞ்சது மூணு மாசத்துக்கு முன்னாடியாவது பென்ஷன் ப்ரபோசல் ஏ.ஜி.க்குப் போயாகணுமில்லையா சார்...அங்க ஆளத் தவிக்க விடுறாங்க... இவரால ஆட்சியர்ட்டயும் போய் நிற்க முடியாது ஏன்னா இந்தாளு வண்டவாளம் பெரிசுக்கு நல்லாத் தெரியும்.... மல முழுங்கின்னு... அதான் சமயம் வரற்போது வசம்மா... போட்டுப் பார்க்குறாங்க...

அதுக்காக... ஒருத்தர் ஓய்வு பெறுவதற்கு முன்னால ப்ரபோசல் போய்ச் சேர வேண்டாமா? அப்புறம் பென்ஷன் எப்டி வாங்குவாரு? ரெகுலர் சார்ஜ் அங்கதான ப்ரபோசல் போடணும்... கடைசி ஸ்டேஷன் அதுதானே?

அந்தாபீஸ்ல பயங்கர சில்ர சார்... கொழிக்கிற இடம்.... கேம்ப் போகுற இடமெல்லாம் வாரி வளைக்கிறாராம். லம்ப்பா அடிக்கிறாராம். ஒரு கான்ட்ராக்டர விட மாட்டார் சார்... தேடித் தேடிப் போவாரு... ஆபீஸ் ஸ்டாஃப் யாருக்கும் பங்கு கொடுக்கிறதில்லயாம். ஏ.ஓ.வே புலம்புறாரு. தனக்கானதையும் சேர்த்து அவரே சுருட்டிடர்றாருன்னு... அவுங்கவுங்களுக்குன்னு உள்ள பர்சன்டேஜ்ஜைக் கொடுத்திட்டாத்தான சார் பிரச்னை

யில்லாம இருக்கும்... இல்லன்னா சிக்கல்தான சார்... நீங்க இந்த வளாகத்துல இருக்கிற பியூன்கள், டிரைவர்கள், கிளார்க்குகள்னு எல்லாருக்கும் சம்பள நிர்ணயம், லீவ் சாங்ஷன், அரியர் பில்னு போட்டுக் கொடுத்தீங்கல்ல... ரொம்ப உதவின்னு எல்லாரும் உங்களப் பத்திப் பேச ஆரம்பிச்சிட்டாங்க... அது காதுல விழுந்து போச்சு...ஐயா வந்து நிக்கிறாரு... அநேகமா அதுக்காகத்தான் இருக்கும் சார்...

எதுக்கு? பென்ஷன் ப்ரபோசலுக்கா? என்று புரியாமல் கேட்டேன் நான். ஒரு அலுவலருக்கே இந்த நிலைமையா? அது சரி... அலுவலர் அலுவலராய் இருந்தால்தானே? - நினைத்துக் கொண்டார் வித்யாபதி.

அது மட்டுமில்ல சார்...அவருக்கு இன்னும் பே கமிஷன் ஃபிக்கேஷனே போடலை சார்...சம்பளமே நிர்ணயிக்கலே....அதப் போட்டுட்டுல்ல பென்ஷனுக்கு அனுப்பணும்...அது வந்தப் பிறகுதானே மத்த பெனி ஃபிட்ஸ்... சிக்கல்தான் சார்... ஓய்வு பெற்று வெறுங்கை யோட வீட்டுக்குப் போக வேண்டிதான்...

அய்யய்ய...அப்படீன்னா சம்பள நிர்ணயம் அப்ரூவ் ஆகி அப்புறம்தானே பென்ஷனுக்கு பிரேரணையே அனுப்ப முடியும்? இன்னும் எவ்வளவோ இருக்கே...! ஆள் வசமா மாட்டிக்கிட்டார் போலயே...!

அதான் சார்..மனுஷன் எதுவும் ஓடாம பதட்டமா உங்க கிட்ட வந்து நிக்கிறாரு... ஒண்ணு தெரியுமா சார்... முக்கியமானது சொல்றேன்... அவுரு ப்ளூ இங்க்லதான் சார் எப்பவும் கையெழுத்துப் போடுவாரு... பச்சை இங்க்கே தொட மாட்டாரு... அந்தப் பேனாவே நமக்கு ஆகாதும்பார்... பச்சை இங்கைப் பார்த்தாலே அவருக்கு அலர்ஜி சார்...

இதுக்கும் அதுக்கும் என்ன சம்பந்தம்? எதுக்காக அப்டி?

இனம் புரியாத பயம்தான்... வேறென்ன சார்? மனசாட்சி உறுத்துது. எல்லாரும் ப்ளூ இங்க் பேனாலதான் எழுதறோம். ஆனா ஆபீசர்ஸ் பச்சை இங்க் பேனாத்தான் யூஸ் பண்ணுவாங்க. பார்த்திருக்கோம்.இவரு அதத் தொடக்கூட மாட்டாரு சார்..... .... கலெக்டர் பர்ப்பிள்ல போடுறாரு... நாம சைடுல பச்சைன்னா சரிக்கு சமமாத் தெரியும்....அது சரி வராதுன்னு சொல்லிடுவார் சார்... நீங்க படிப்படியா பிரமோஷன்ல வந்தவர்தான சார்? நான் பச்சைலதான் போடுவேன்னுல்ல பிடிவாதம் பண்றீங்க...? அந்த தைரியம் அவருக்குக் கிடையாது சார்... அதுக்கு ஒரு தனி மரியாதை எப்பவும் உண்டு சார்... ரொம்பக் கவனமா இருப்பார்... அவுங்கவுங்க செயலே அவுங்கவுங்க மனசு... அவ்வளவுதான்... அதுக்கு ஒரு கௌரவத்த ஏற்படுத்துறது அந்தந்த நபரோட பொறுப்பு..... .மனசுதான சார் கோயில்? -நான் கருணாகரனையே பார்த்துக் கொண்டிருந்தேன்.

மனசுதான் கோயிலென்றால் நூறு சதவிகிதம் இங்கே சுத்தமாகவல்லவா இருந்தாக வேண்டும்? அப்படியா இருக்கிறது? கீழிருந்து மேலே வரை மனிதர்கள் சராசரிகள்தான் என்பதையல்லவா அனுதினமும் உணர்த்திக் கொண்டிருக்கிறார்கள்? அத்தி பூத்தாற்போல் ஓரிருவர் தங்களை நேர்கோட்டில் நிறுத்திக் கொள் கிறார்கள். அவ்வளவுதானே? பெரும்பாலோர் உலகத் தோடு ஒட்ட ஒழுகல் என்று கைகோர்த்துத்தானே அலைகிறார்கள்?

தங்களுக்குப் பாஸாக இருந்த ஒரு அலுவலரைப் பற்றிப் பணியாளர்கள் என்னவெல்லாம், எப்படியெல்லாம் புகார் சொல்ல வேண்டிய நிலை வந்து விடுகிறது?

இந்த எல்லாவற்றிற்கும் எது காரணம்? நேர்மையற்ற செயல்பாடுகள். மனிதனின் ஆசை...! முரணான ஆசைகள். தெரிந்தே செய்யும் தவறுகள். அதுவே அவரவர்

துன்பத்திற்கான காரணங்கள்...!! இப்படித்தான் எண்ணிக் கொண்டார் வித்யாபதி.

மறுநாள் அலுவலகம் வந்து சேர்ந்த போது அவர் இருக்கைக்கு எதிரே முன்னதாகவே வந்து அமர்ந்திருந்தார் கோபாலகிருஷ்ணன். முகம் மிகுந்த வாட்டமாயிருந்தது. இதென்ன... சோகமே உருவாய்...?

வணக்கம்... வித்யாபதி சார்...எனக்கு நீங்கதான் செய்யணும். பென்ஷன் பிரபோசல் தயார் பண்ணனும். என் பணி ஓய்வுப் பலன்களையெல்லாம் நீங்கதான் வாங்கித்தர ஏற்பாடு பண்ணனும். உங்களத்தான் நான் மலபோல நம்பியிருக்கேன். உங்கள விட்டா இங்க வேறே யாரும் எனக்கு செய்து தர மாட்டாங்க... இல்லன்னா அத்தனையும் நின்னு போயிடும். என் அதிகாரம் செல்லுபடியாகாது. வெறும் கையை வீசிட்டுத்தான் நான் வீட்டுக்குப் போகணும்... நான் பீஸ்ஃபுல்லா ரிடையர்ட் ஆறது உங்க கைலதான் இருக்கு...

இவரின் இரு கரங்களையம் இறுகப் பற்றி இழுத்து முகம் புதைத்துக் கொண்டார் கோபாலகிருஷ்ணன். கை விரல்களில் ஈரம் படர்ந்த போது அழுகிறார் என்பதை இவரால் உணர முடிந்தது. அவர் உடம்பு குலுங்கியது. இவர் மனம் இரங்கியது. அவருக்கு உதவ வேண்டும் என்றுதான் இசைந்தது. அதுதானே மனிதத் தன்மை. தன் பணியாளர் நலப்பணி இன்னும் இங்கே தொடர்வதாய், நிறைய மீதம் இருப்பதாய் உணர்ந்தார் வித்யாபதி. .தான் ஓய்வு பெறப்போகும் கடைசி ஸ்டேஷனும் இதுதான். அதுவரை இங்குள்ள கதியற்ற கடைசிநிலைப் பணியாளர் களுக்கு வேண்டியதைச் செய்து கொடுத்து நிரம்ப உதவியாய் இருந்து அவர்கள் எல்லோரும் மனம் மகிழ, மனதார வாழ்த்த இங்கிருந்து விடை பெற வேண்டும் என்று அந்தக் கணம் முடிவு செய்து கொண்டார் வித்யாபதி.

தங்களுக்கான பணப் பலன்களை உடைய இடைநிலை மற்றும் இறுதிப் பணிகளைச் சுயமாக நிறைவேற்றிக் கொள்ள இயலாதவர்கள், வழியில்லாதவர்கள், ஆதர வற்றிருப்பவர்கள், தெரியாதவர்கள், புரிபடாதவர்கள், முடியாதவர்களெல்லாருமே அவரவரின் வாழ்வியல் அனுபவங்களிடையே சிக்குண்டு, பணிச்சிக்கல்களின் கடைசிநிலையில் இருப்பவர்கள்தான். அதில் இயன்றதும் இயலாததும் எனப் பல்வகைக் கூறுகள் கலந்துதான் கிடக்கின்றன. மேல்நிலைப் பணியாளர்கள், கீழ்நிலைப் பணியாளர்கள், இடைநிலைப் பணியாளர்கள், கடை நிலைப் பணியாளர்கள் என்றெல்லாம் ஒரு வித்தியாசமு மில்லைதான். எல்லோரும் ஒரே புள்ளியில்தான் சங்க மிக்கிறார்கள். தங்களின் உரிமைப் பலன்களை அடைய வழியில்லாமல் அலமந்து, திக்கற்று நிற்பவர்கள் அவர்கள். தான் முன்பு பணியாற்றிய தன் சொந்தத் துறையிலும், தற்போதைய இந்த மாவட்ட ஆட்சியர் வளாகத்திலும் இப்படியான ஆதரவற்ற, கவனிக்கப்படாத பணியாளர்கள் பலர் இருக்கத்தான் செய்கிறார்கள். செய்வதறியாது திகைத்து காலத்தை இழந்து கொண்டே நிற்கிறார்கள். நஷ்டப்படுகிறார்கள் அவர்களின் குறைகளறிந்து வலிய முன் வந்து அவற்றை நிறைவேற்றுபவர்கள், உதவி செய்து கொடுப்பவர்கள் என்று யாரும் முனைப்புடன் இல்லை என்பதுதான் நிதர்சனம். அவரவருக்கு அவரவர் வேலை. சுயநலம் தலைதூக்கி நிற்கும் அவலம். கடைநிலையில் வெற்றிப் பயணத்தை முடிப்பவர்களும் உண்டு. தடையில் நின்று பிரமித்து இடையே உடைபடுபவர்களும் உண்டுதான். நீண்ட பயணத்தின் பலனை அடையாது தாமதமாகிக் காத்துக் கிடப்பவர்களும் இருக்கிறார்கள்தான்.

குடும்பத்திலும், பொது வெளியிலும், பணியிடங்களிலும் காலக் கணக்கில்லாது சகஜமான ஒன்றாக இப்படிப் பலவும் இடைப்பட்ட நிகழ் தடைகளாகவே நம்மோடு பயணம் செய்து கொண்டிருக்கின்றனதான். நமக்கான அனுபவங்கள் இவைகளிலிருந்து சேகரம் ஆகின்றன.

அவை நம்மைப் பதப்படுத்திப் பக்குவமாக்குகின்றன. எங்கேனும் ஒரு முனைப்புத் தோன்றி இந்தச் சிக்கல்கள் அங்கங்கே பெருவாரியாக விலகுகின்றன. நன்மை யடைகின்றன. நலம் பெறுகின்றன. அந்த மனங்கள் உதவிக்கரம் நீட்டியவர்களை காலம் பூராவும் நினைந்து நினைந்து வாழ்த்தி மகிழ்கின்றன.

வித்யாபதியின் தேவையும், சேவையுமான வெற்றிப் பயணம் அந்த வளாகத்தில் இம்மாதிரியான பல்வேறுபட்ட எளிய பணியாளர்களிடையே ஒற்றுமையையும், அன்பையும் விளைவித்து பொதுநலம் என்கிற பாதையில் தொடர்ந்து பயணித்துக் கொண்டேயிருக்கிறது. முழு மனதோடு அவர் அங்கே தன் இயக்கத்தைச் செவ்வனே நிறைவேற்றிக் கொண்டிருக்கிறார். அவரைச் சுற்றிலும் ஆதரவுக் கரங்களும், தேவைக் கரங்களும் தொய்வில்லாது நீண்டு கொண்டேயிருக்கின்றன.